पुणे विद्यापीठाच्या प्रथम वर्ष वाणिज्य शाखेच्या (F.Y.B.Com.) २०१३-१४च्या
सुधारित अभ्यासक्रमानुसार लिहिलेले क्रमिक पुस्तक;
तसेच महाराष्ट्रातील इतर सर्व विद्यापीठांना उपयुक्त.

I0642581

व्यावसायिक पर्यावरण व उद्योजकता

Business Environment & Entrepreneurship

प्रा. रवींद्र कोठावदे

एम.कॉम., एम.आय.एम.ए.
(वाणिज्य विभाग प्रमुख)
सी.टी. बोरा कॉलेज, शिरूर, जि. पुणे

डायमंड पब्लिकेशन्स

व्यावसायिक पर्यावरण व उद्योजकता
प्रा. रवींद्र कोठावदे

Business Environment & Entrepreneurship
Prof. Ravindra Kothavade

प्रथम आवृत्ती : जून २०१३

ISBN 978-81-8483-531-1

© डायमंड पब्लिकेशन्स

मुखपृष्ठ
शाम भालेकर

प्रकाशक
डायमंड पब्लिकेशन्स
२६४/३ शनिवार पेठ, ३०२ अनुग्रह अपार्टमेंट
ओंकारेश्वर मंदिराजवळ, पुणे-४११ ०३०
☎ ०२०-२४४५२३८७, २४४६६६४२

info@diamondbookspune.com
www.diamondbookspune.com

प्रमुख वितरक
डायमंड बुक डेपो
६६१ नारायण पेठ, अप्पा बळवंत चौक
पुणे-४११ ०३० ☎ ०२०-२४४८०६७७

पुणे विद्यापीठ

प्रथम वर्ष वाणिज्य शाखेचा व्यावसायिक पर्यावरण व उद्योजकता या विषयाचा सुधारित अभ्यासक्रम

(Business Environment & Entrepreneurship)

(२०१३-१४ पासून लागू)

भाग – १

प्रकरण १ : व्यावसायिक पर्यावरण

व्यावसायिक पर्यावरण – संकल्पना, महत्त्व, व्यावसायिक पर्यावरण आणि उद्योजक यांमधील संबंध आणि उद्योजकता, पर्यावरणाचे प्रकार – नैसर्गिक, आर्थिक – राजकीय – सामाजिक – तांत्रिक – सांस्कृतिक – शैक्षणिक – विधीविषयक – आंतर सांस्कृतिक – भौगोलिक इ.

प्रकरण २ : पर्यावरणविषयक समस्या

नैसर्गिक पर्यावरणाचे संरक्षण – प्रदूषणाचा आणि नैसर्गिक साधन-संपत्तीच्या ऱ्हासाचा प्रतिबंध; नैसर्गिक साधनसंपदेचे संवर्धन, पर्यावरणातील संधी

प्रकरण ३ : उद्योजकतेशी संबंधित विकासाच्या समस्या

बेरोजगारीची समस्या – दारिद्र्य – प्रादेशिक असमतोलाची समस्या – सामाजिक विषमता – चलनफुगवटा, समांतर अर्थव्यवस्था – तांत्रिक ज्ञान व माहितीची कमतरता

प्रकरण ४ : उद्योजक

उद्योजक – उद्योजक या संज्ञेचा उगम – उद्योजकाची सामर्थ्ये व गुणसंपदा – उद्योजक आणि व्यवस्थापक यांमधील फरक – उद्योजक आणि उद्योग – उद्योजक आणि उद्योजक, उद्योजक आणि उद्योजकता

भाग – २

प्रकरण ५ : उद्योजकीय वर्तन

उद्योजकीय व बिगर-उद्योजकीय व्यक्तिमत्त्व – उद्योजकांच्या सवयी – संप्रेरणा

प्रकरण ६ : उद्योजकतेचे महत्त्व

आर्थिक विकास आणि औद्योगिकीकरण, अर्थव्यवस्थेतील उद्योजकतेचे स्थान - उद्योजकतेची भूमिका ~ उत्प्रेरक म्हणून उद्योजकाची भूमिका

प्रकरण ७ : उद्योजकता विकास आणि संस्थात्मक साहाय्य

१) भारतीय उद्योजकता विकास संस्था (EDII)

राज्यस्तरीय उद्योजकता विकास संस्था

१) महाराष्ट्र उद्योजकता विकास केंद्र (MCED)

२) जिल्हा उद्योग केंद्र (DIC)

३) मराठा चेंबर ऑफ कॉमर्स, इंडस्ट्रीज अ‍ॅण्ड अ‍ॅग्रिकल्चर त्यांची भूमिका

४) स्थानिक स्वयंसेवी संस्था (NGO) आणि त्यांची भूमिका

प्रकरण ८ : उद्योजकांच्या चरित्रांचा अभ्यास

i) नारायण आर. मूर्ती

ii) सायरस पूनावाला

iii) तुमच्या भागातील कोणत्याही यशस्वी उद्योजकाचा अभ्यास (मिलिंद कांबळे)

अनुक्रम

अभ्यासक्रम

प्रकरण १

व्यावसायिक पर्यावरण

(Business Environment)

प्रस्तावना

कोणत्याही व्यवसायाचे यशापयश विविध घटकांवर अवलंबून असते. त्यापैकी काही घटक हे व्यवसायाच्या थेट नियंत्रणाच्या बाहेरील असतात. हे घटक व्यावसायिक पर्यावरणातून उद्‌भवलेले असतात. प्रत्येक व्यवसाय व्यावसायिक पर्यावरणाच्या चौकटीतच कार्यरत असतो. उद्योजक, व्यवस्थापक यांना प्रत्येक निर्णय घेण्यापूर्वी व्यावसायिक पर्यावरणाचा विचार करावाच लागतो आणि म्हणूनच व्यावसायिक पर्यावरणाचा अभ्यास महत्त्वाचा ठरतो. प्रस्तुत प्रकरणात याचाच अभ्यास आपण करणार आहोत. प्रथमत: 'व्यवसाय' या संकल्पनेचा विचार करू या.

'व्यवसाय' : संकल्पना

'व्यवसाय' याचा शब्दश: अर्थ एखाद्या उपक्रमात मग्न राहणे असा आहे. व्यवसाय हा उपक्रम म्हणून आपल्या परिचयाचा आहे. मानवास सतत मग्न किंवा व्यग्र ठेवणारी स्थिती असा शब्दश: अर्थ येथे घेणे हास्यास्पद ठरेल. सर्व प्रकारच्या कामांसाठी माणसाला गुंतून राहावे लागते, ते समजून घेणे महत्त्वाचे. व्यवसाय म्हणजे व्यावसायिक संस्था जो उपक्रम चालवितात तो उपक्रम. त्यांच्याकडून केल्या जाणाऱ्या कामांची तपासणी करून त्यांची ठळक वैशिष्ट्ये आपण स्पष्ट करू शकू. उदाहरणार्थ, शेतीमालाचे उत्पादन करून त्याची विक्री करणारा शेतकरी, आदेशानुसार पादत्राणे बनवून देणारा चांभार, गरजेनुसार चालविली जाणारी दुकाने, विमा कंपन्या, वाहतूक कंपन्या, ग्राहकांना व उत्पादकांना आवश्यक असणाऱ्या वस्तूंचे उत्पादन करणारे कारखाने इत्यादी. मनुष्याच्या गरजा भागवून त्याद्वारे नफा मिळविण्यासाठी हाती घेतलेल्या वस्तूचे उत्पादन, खरेदी अगर विक्री यासंबंधीचे कार्य म्हणजे व्यवसाय.

'व्यवसाय' या संज्ञेची व्याख्या एफ.सी. हूपर यांनी पुढीलप्रमाणे केलेली आहे-
''मूलभूत प्रक्रियात्मक व उत्पादन उद्योग; तसेच वितरण, बँका, विमा, वाहतूक यासारख्या परस्परपूरक असणाऱ्या सेवा या सर्वांनी बनलेले संपूर्ण व्यापक क्षेत्र.''

व्हीलर यांच्या मते, ''हवेप्रमाणे व्यवसायानेही आपणास दैनंदिन जीवनात सर्व बाजूंनी गुरफटून टाकलेले असते. खरेदी-विक्री, नोकरीवर नेमणे, काढून टाकणे, उत्पादन, अर्थपुरवठा ही आपल्या सर्वांच्या दैनंदिन जीवनावर परिणाम करणाऱ्या व्यवसायातील अनेक कार्यांपैकी काही कार्ये आहेत.''

Guiding Principles

Nothing Worthwhile is ever achieved without deep thought and hard work.

One must think for oneself and never accept at face value slogans and catch phrases to which, unfortunately, our people are too easily suspectible.

One must forever strive for excellence, or even perfection, in any task, however small, and never be satisfied with second best.

No Success or achievement in material terms is worthwhile unless it serves the needs or interests of the country and its people and is achieved by fair and honest means.

J.R.D. TATA

अर्विक व हंट यांच्या मते, ''समाजातील विविध घटकांना ज्या वस्तू व सेवा गरजेच्या असतात व ज्यासाठी खर्च करण्याची त्यांची तयारी असते, अशा वस्तू व सेवांची निर्मिती, वाटप व वितरण करणारा कोणताही उपक्रम म्हणजे व्यवसाय.''

कीथ डेव्हिस यांच्या मते, ''वस्तू व सेवा निर्माण करणे व बाजारपेठेत त्या उपलब्ध करून देणे, यासाठी योग्य मोबदल्याच्या अपेक्षेने केलेला संघटित प्रयत्न म्हणजेच व्यवसाय.''

''संपत्ती व सेवा यांची निर्मिती, विनिमय व उपयोग या हेतूने अंगीकारलेली विविध प्रकारची कार्ये म्हणजे व्यवसाय,'' अशी व्यवसायाची व्याख्या करता येईल.

व्यवसाय म्हणजे अशी एक प्रक्रिया की ज्यामध्ये विभिन्न व्यक्ती पारंपरिक फायद्यासाठी मूल्य असलेल्या एखाद्या गोष्टीची, मग ती वस्तू असो किंवा सेवा असो, देवाणघेवाण करतात.

वरील व्याख्यांवरून व्यवसायाची वैशिष्ट्ये पुढीलप्रमाणे सांगता येतील.

(१) विक्री, देवाण-घेवाण, (२) वस्तू व सेवा उपलब्ध करून देणे, (३) व्यवहारातील सातत्य, (४) नफ्याची प्रेरणा, (५) जोखीम, (६) नफ्याबाबत अनिश्चितता.

थोडक्यात, ''मानवी गरजा भागवून नफा मिळविण्याच्या उद्देशाने केलेले मालाचे संघटित उत्पादन किंवा विक्री म्हणजेच व्यवसाय होय.''

व्यवसायाची उद्दिष्टे

व्यवसायाची उद्दिष्टे खालीलप्रमाणे सांगता येतील-

(अ) आर्थिक उद्दिष्टे : मूलत: व्यवसाय हा आर्थिक उपक्रम आहे. त्यामुळे व्यवसायाची प्राथमिक उद्दिष्टे आर्थिक स्वरूपाचीच असतात. ती पुढीलप्रमाणे-

(१) नफा, (२) ग्राहक निर्माण करणे, (३) नवनिर्मिती, (४) योग्य साधनसंपत्ती मिळविणे, (५) उत्पादकतेत वाढ करणे, (६) संपत्तीची निर्मिती करणे.

(ब) सामाजिक उद्दिष्टे : व्यवसाय हा समाजाचाच एक भाग असल्याने व्यवसायाची काही महत्त्वाची सामाजिक उद्दिष्टे असतात, ती पुढीलप्रमाणे - (१) अपेक्षित दर्जेदार वस्तूंचा पुरवठा, (२) नफेबाजी, समाजविरोधी कृत्य टाळणे, (३) रोजगार उपलब्ध करून देणे, (४) कामगारांना योग्य मोबदला, (५) भागधारकांना योग्य मोबदला, (६) योग्य किमतीस वस्तूंचा पुरवठा.

(क) मानवतावादी उद्दिष्टे : व्यवसायाचे यश आणि कार्यक्षमता सरतेशेवटी व्यवसायात काम करणाऱ्या व्यक्ती आणि व्यक्तीसमूह यांच्यावरच अवलंबून असते. अशा कर्मचाऱ्यांच्या निरनिराळ्या अपेक्षांतून मानवतावादी उद्दिष्टे निर्माण होतात. ती पुढीलप्रमाणे -

(१) कर्मचाऱ्यांना न्याय्य वागणूक, (२) मनुष्यबळाचा विकास, (३) कर्मचाऱ्यांचा स्वभाव घडवणे, (४) कर्मचाऱ्यांचा सहभाग, (५) योग्य काम व योग्य मोबदला, (६) राहणीमानात सुधारणा, (७) कामाच्या ठिकाणी योग्य वातावरण, (८) कामगारांना भागीदारीची प्रतिष्ठा, (९) कर्मचाऱ्यांची प्रगती.

(ड) राष्ट्रीय उद्दिष्टे : राष्ट्रीय गरजा आणि आशा-आकांक्षा पूर्ण करण्यासाठी राष्ट्रीय अग्रक्रमाच्या दृष्टीने तयार केलेल्या योजना व धोरणांची अंमलबजावणी करण्याचे बंधन पाळणे म्हणजेच व्यवसायाचे राष्ट्रीय उद्दिष्ट. अन्य राष्ट्रीय उद्दिष्टे पुढीलप्रमाणे - (१) सामाजिक न्यायाचे संरक्षण करणे, (२) लघुउद्योगांचा विकास, (३) राष्ट्रीय अग्रक्रमानुसार उत्पादन, (४) राष्ट्राची स्वयंपूर्णता आणि निर्यात वाढ, (५) कुशल कर्मचाऱ्यांचा विकास.

१.१ व्यावसायिक पर्यावरण

Man is the product of environment. मनुष्य म्हणजे पर्यावरणाचे अपत्य होय ! मानवी जीवन म्हणजे नैसर्गिक घटक व त्याबाबतचा मानवी दृष्टिकोन यांचा संयुक्त परिपाकच म्हणावा लागेल. पृथ्वी, तेज, वायू, आकाश व जल ही पंचमहाभूते म्हणजे नैसर्गिक घटक. हे सर्व नैसर्गिक घटक आणि मानवी दृष्टिकोन यांचा संयुक्त परिपाक झालेला आपल्याला आढळून येतो. मानवी दृष्टिकोन याचा अर्थ नैसर्गिक संसाधने वापरण्याबाबतचे संबंधित व्यक्तींनी स्वीकारलेले धोरण. नैसर्गिक घटक किंवा नैसर्गिक स्थिती ही मानवी विचार, आशा-आकांक्षा यांनी बद्ध होत असते. यातूनच पर्यावरण अभियांत्रिकी (Environment Engineering), पर्यावरण अर्थशास्त्र (Environment Economics), पर्यावरण व्यवस्थापन (Environment Management), यासारख्या विविध अभ्यासशाखा निर्माण झाल्या आणि 'व्यावसायिक पर्यावरण' (Business Environment) ही संकल्पना उदयास आली.

मनुष्य हा समाजावर तसेच शासन, धर्म, व्यवसाय, कुटुंब इ. समाजाच्या संस्थांवर अवलंबून असतो. पर्यावरणातील विविध बदल, वेगवान अनियंत्रित अशा परिस्थितीमुळे माणसाची जीवनशैलीच बदलून जाते. अर्थात, माणसाच्या बदलत्या जीवनशैलीचा परिणाम पर्यावरणावरसुद्धा होतो. मनुष्य आणि पर्यावरण यांच्यातील परस्परसंबंध व्यवसाय आणि पर्यावरण यातसुद्धा आढळून येतो.

व्यावसायिक पर्यावरण म्हणजे व्यवसायाभोवतीच्या वातावरणातील घटक. हे घटक व्यवसायाची कार्ये आणि स्थिती यावर परिणाम करीत असतात. भारतीय व्यावसायिक पर्यावरण म्हणजे 'भारतातील व्यवसायाच्या कार्यांवर परिणाम करणाऱ्या किंवा परस्परांवर क्रिया करणाऱ्या घटकांचा अभ्यास.' (The study of surroundings of business that affect or interact business operations in India.')

भारतातील व्यावसायिक पर्यावरणाचे विविध घटक आणि त्यातील कल यांचे आकलन होण्याच्या दृष्टीने व्यावसायिक पर्यावरण ही संज्ञा, त्यातील घटक आणि त्याचे महत्त्व समजून घेणे उचित ठरेल.

व्यवसायाचे अस्तित्व पर्यावरणात असते. हे पर्यावरणच उद्योगाचे मूल्य आणि आकारमान ठरवत असते. Environment हा शब्द लॅटिन संकल्पना Environs वरून आला आहे. त्याचा अर्थ आहे सभोवतालची परिस्थिती.

व्याख्या

नैसर्गिक आणि सामाजिक परिस्थितीचा व्यक्तीवर अथवा समाजावर एकत्रितरीत्या परिणाम करणारे घटक म्हणजे पर्यावरण होय. व्यावसायिक पर्यावरण म्हणजे

व्यवसायसंस्थेवर परिणाम करणारे घटक होय. पर्यावरण हे आर्थिक (Economic) आणि आर्थिकेतर (Non-economic) असते.

''व्यावसायिक संस्थेपुढे संधी आणि आव्हाने म्हणून उभ्या राहणाऱ्या संस्थेबाहेरच्या घटकांना व्यावसायिक पर्यावरण म्हणतात'' असे अनेक घटक असतात. त्यापैकी ठळक घटक म्हणजे आर्थिक, शासकीय, कायदेशीर, बाजारपेठ व स्पर्धा, पुरवठादार व तंत्रज्ञानात्मक, भौगोलिक व सामाजिक हे होत. **- विल्यम एफ. ग्रेक**

"According to Chamber's 21st Century Dictionary, Environment implies the surroundings or conditions within which something or someone exists, it is the combination of external conditions that surround and influence a living organism. The origin is traced to French words 'environment', 'environner' (to surround) and 'virer' (to turn around)."

ऑक्सफर्ड इंग्लिश शब्दकोशानुसार ''पर्यावरण म्हणजे सभोवताली असणाऱ्या वस्तू, प्रदेश किंवा परिस्थिती.'' या व्याख्येनुसार व्यवसायसंस्थेभोवती असणाऱ्या सर्व घटकांचा व परिस्थितीचा समावेश 'व्यावसायिक पर्यावरण' या संज्ञेत करता येईल.

''व्यावसायिक पर्यावरण म्हणजे व्यावसायिक संस्थेच्या कार्यावर प्रभाव पाडणारी व तिची परिणामकारकता ज्यावर अवलंबून असते अशी व्यवसायसंस्थेच्या सभोवतालची परिस्थिती होय.'' **- बी. सी. टंडन**

प्रा. बी. सी. ब्राऊन यांच्या मते, ''व्यावसायिक पर्यावरण म्हणजे असे वातावरण की, ज्यात व्यवसायाच्या उद्दिष्टांना छेद देणाऱ्या अनेक परस्परविरोधी घटकांचा समावेश केला जातो. उदा. युद्ध/शांत परिस्थिती, राष्ट्रातील तांत्रिक प्रगती, सांस्कृतिक जडणघडण किंवा ऐतिहासिक परंपरा....''

थोडक्यात, व्यवसायसंस्थेची कार्ये व परिणामकारकता यांच्यावर प्रभाव पाडणाऱ्या व्यवसायसंस्थेभोवतालच्या घटकांना 'व्यावसायिक पर्यावरण' असे म्हटले जाते.

व्यावसायिक पर्यावरणाची ठळक वैशिष्ट्ये

या व्याख्यांवरून व्यावसायिक पर्यावरणाविषयीची ठळक वैशिष्ट्ये खालीलप्रमाणे सांगता येतील.

१. एकूणच व्यावसायिक पर्यावरण हे अतिशय गुंतागुंतीचे असते.

२. व्यावसायिक पर्यावरण आणि उद्योगव्यवसाय यांचा आपापसात परस्परांचा परिणाम होत असतो. अगदी व्यावसायिक पर्यावरणातील विविध घटकांचासुद्धा आपापसात एकमेकांवर परिणाम होत असतो.

३. आर्थिक, सामाजिक, वैधानिक, तांत्रिक, राजकीय इत्यादी घटक बहिर्गत

(External) स्वरूपाचे असून त्यांच्यावर उद्योगव्यवसायाचे नियंत्रण असत नाही. साहजिकच त्यांचा थेट परिणाम होऊन उद्योजकांना आपल्या उद्योगव्यवसायात बदल घडवून आणावे लागतात.

४. व्यावसायिक पर्यावरणाच्या अनुषंगाने काही घटक स्थिर तर काही घटक अस्थिर असतात. घटनात्मक तरतुदी, भौगोलिक पर्यावरण इत्यादींसारखे घटक तुलनेने स्थिर असतात तर तंत्रज्ञान, ग्राहकांच्या आवडी-निवडी, फॅशन्स इत्यादींसारखे घटक तुलनेने अस्थिर असतात.

५. व्यावसायिक पर्यावरणातील काही घटकांचा संख्यात्मक विचार करता येतो. उदा. लोकसंख्या वाढ, आर्थिक विकासाचा दर, राष्ट्रीय उत्पन्न, दरडोई उत्पन्न इत्यादी तर काही घटकांचा गुणात्मक विचार करावा लागतो. उदा. सांस्कृतिक घटक, धर्म, परंपरा, रूढी, इत्यादी.

६. व्यावसायिक पर्यावरण हे सापेक्ष आहे. एखादी विशिष्ट परिस्थिती एखाद्या व्यवसायाला अत्यंत अडचणीची ठरेल तर तीच परिस्थिती दुसऱ्या एखाद्या व्यवसायाला फायद्याची व सोयीची ठरते.

७. उद्योगव्यवसायांची परिणामकारकता, यशापयश व्यावसायिक पर्यावरणावर अवलंबून असते.

पर्यावरण जरी व्यवसायाच्या नियंत्रणाच्या बाहेरचे असले तरीसुद्धा व्यवस्थापनाला त्याकडे जातीने लक्ष पुरवावेच लागते. व्यवसायाचे अस्तित्व टिकून राहण्याच्या आणि व्यवसायाचा विकास होण्याच्या दृष्टिकोनातून व्यवस्थापनाला पर्यावरणातील घटकांचे व्यवसायावर काय परिणाम होतात याचे ज्ञान हवे. व्यवसायाचे यश हे प्रभावी व्यवस्थापनावर आणि कार्यक्षम व्यवसाय संघटनेवर अवलंबून असते. यांना आपण व्यवसायाच्या यशावर परिणाम करणारे अंतर्गत घटक असे म्हणू या. अर्थातच बहिर्गत घटकसुद्धा महत्त्वाचे आहेत. ते व्यवसायावर परिणाम करतात आणि त्यांचा प्रभाव पाडतात. व्यवसायाला अनुकूल असे बहिर्गत घटक असणे म्हणजेच व्यावसायिक परिस्थिती चांगली असणे होय. व्यवसायसंस्था आणि व्यावसायिक पर्यावरण हे दोन्ही एकमेकांवर परिणाम करीत असतात, अवलंबून असतात, एकमेकांवर प्रक्रिया करीत असतात.

लोकांच्या प्रतिक्रिया या व्यवसायाने उत्पादित केलेल्या मालाबद्दल किंवा सेवांबद्दल असतात. पर्यावरण या प्रतिक्रियांचे मूल्यमापन करते आणि यावरून भविष्यात त्या व्यवसायाला किती प्रमाणात संसाधने उपलब्ध करून द्यायची आणि व्यवसायाच्या उपक्रमांवर किती बंधने घालायची हे ठरविते. या संदर्भात पुढील तक्ता पाहा -

(१)
पर्यावरण

पर्यावरणामध्ये (१) लोक, (२) लोकांच्या प्रवृत्ती, (३) शारीरिक बळ,
(४) हवामान, (५) आर्थिक आणि बाजारपेठेविषयक परिस्थिती, (६) तंत्रज्ञान,
(७) सरकारी कायदे आणि धोरणे यांचा समावेश होतो.

(२)
उत्पादक घटक

संस्थेचे पर्यावरण संसाधने आणि संधी पुरविते. परंतु त्याच वेळेस पर्यावरण यावर बंधने ठेवते आणि संस्थेच्या स्वरूपावर आणि यशावर प्रभाव पाडते.

प्रक्रिया
व्यवसायसंस्था

(३)
उत्पादने / वस्तू

पर्यावरणाच्या गरजेनुसार जेव्हा व्यवसाय उत्पादने/ वस्तू/सेवा पुरवितो तेव्हाच तो अस्तित्वात राहू शकतो, टिकाव धरू शकतो. पर्यावरणाकडून स्वीकारले जाईल अशाच वस्तूंचे आणि सेवांचे उत्पादन उपक्रम व्यवसायाने हाती घेतले पाहिजे.

(४)
अंतिम परिणाम

व्यवसायाच्या उत्पादनावर पर्यावरणाची प्रतिक्रिया होतेच. या प्रक्रियेवर पर्यावरण व्यवसायाचे भविष्यातील उत्पादन घटक ठरविते.

व्यावसायिक पर्यावरणाचे ज्ञान व आकलन

व्यावसायिक पर्यावरणाचे अंतरंग समजून घेण्यासाठी त्याची विविधता लक्षात घेणे महत्त्वाचे ठरते. अंगभूत वैशिष्ट्ये, परिणाम यांचा विचार करता पर्यावरणाचे प्रकार अनेकविध सांगता येतील.

अंतर्गत व बहिर्गत पर्यावरण

अंतर्गत पर्यावरण (Internal Environment) म्हणजे उद्योजक तसेच संघटना यांच्याशी निगडित घटक उदा. व्यवसायाची उद्दिष्टे, उद्योजक अगर संस्थापकांचा ध्येयवाद, मूल्यप्रणाली, इ. या पर्यावरणाचा व्यवसायावर पूरक अगर मारक अशा दोन्ही पद्धतीचा प्रभाव पडू शकतो. संस्थेतील कर्मचारी, संस्थेच्या अन्य घटकांचे परस्परसंबंध, उदा. पुरवठादार, ग्राहक, भागधारक, बँकर्स यांचा आणि व्यवसायाशी असलेला सुसंवाद.

बहिर्गत पर्यावरण (External Environment) म्हणजे व्यवसायसंस्थेबाहेरील संस्था, बाह्य घटक, यंत्रणा इ. यांचा व्यवसायावर परिणाम होतो. हा परिणाम व्यष्टी किंवा सूक्ष्म (Micro) तसेच समष्टी किंवा समग्र (Macro) असा दुहेरी असतो. संस्थेतील कर्मचाऱ्यांचा संप, ग्राहक अगर वितरक यांचा बहिष्कार, ट्रकवाल्यांचा संप, रास्ता रोकोसारखी आंदोलने इ. प्रकारचे वातावरण 'व्यष्टी' पर्यावरणात मोडते.

'समष्टी' पर्यावरण म्हणजे व्यवसायावर सर्वसाधारण प्रभाव पाडणारे पर्यावरण. या प्रकारच्या घटकांचा प्रभाव - पूरक अगर मारक - संपूर्ण व्यवसायविश्वावर होत असतो. ह्या घटकांचे वर्गीकरण आर्थिक आणि आर्थिकेतर अशा दोन भागांमध्ये केले जाते.

(१) आर्थिक घटक (Economic Factors) - राष्ट्रीय आणि जागतिक घटक

(२) आर्थिकेतर घटक (Non-economic Factors) - ह्यामध्ये राजकीय, सामाजिक, सांस्कृतिक, लोकसंख्याविषयक, तांत्रिक आणि नैसर्गिक घटकांचा समावेश होतो.

'व्यावसायिक पर्यावरणाचा' अभ्यास करण्याच्या दृष्टिकोनातून ह्या पुस्तकात वापरलेली पर्यावरण संज्ञा ही फक्त समग्रलक्षी पर्यावरणाशी संबंधित आहे. पर्यावरणाच्या वर्गीकरणाचा विचार केल्यानंतर आता पर्यावरणाविषयी काही वस्तुस्थिती जाणून घेणे उचित ठरेल.

पर्यावरणाचा प्रभाव किंवा परिणाम या दृष्टीने पर्यावरणाची विविध रूपे सांगता येतील. त्यात प्रामुख्याने समावेश होतो तो खालीलप्रमाणे -

(अ) सादरीकृत पर्यावरण (Enacted environment)

(ब) विशिष्ट घटक आधार पर्यावरण (Domain environment)

(क) क्रियात्मक पर्यावरण (Task environment)

सादरीकृत पर्यावरण म्हणजे व्यवसायसंस्थेने जाणीवपूर्वक तयार केलेली हवा होय. हे एक प्रकारचे नाटक असते. उदा. एखाद्या उत्पादनात अग्रेसरत्व प्राप्त केल्याची जाहिरात करणे, एखाद्या उद्योगात राष्ट्रीय-आंतरराष्ट्रीय स्तरावर बाजारपेठेत हिस्सा प्राप्त केल्याचा संदेश पसरविणे, इ.

विशिष्ट घटकांबाबत अशी जाहिरात केल्यास घटकाधार पर्यावरण म्हणता येईल. यात मुख्यत: भागधारकांना माहिती फुगवून सांगणे, वितरकांना अतिरिक्त किंवा मर्यादेपेक्षा अधिक लाभ देऊ करणे, ग्राहकांच्या अपेक्षा वाढविणे, यांचा समावेश असतो.

क्रियात्मक पर्यावरण म्हणजे स्पर्धेत टिकून राहण्यासाठी योजिलेल्या तांत्रिक युक्त्या, उत्पादन साखळीत आकस्मिकपणे केलेला बदल, इ.

पर्यावरणाचे वर्गीकरण दोन्ही पद्धतीने करता येते. पर्यावरण म्हणजे बाह्य किंवा बहिर्गत पर्यावरण हे आता सर्वमान्य झाले आहे. अंतर्गत पर्यावरण हे आंतरिक व नियंत्रित

होणारे असते. शिवाय पर्यावरणाचा प्रभाव हादेखील वातावरणाच्या घटकांनुसार असतो. अभ्यासाच्या दृष्टीने पर्यावरणाचे प्रकार पुढील तक्त्यावरून स्पष्ट होतील.

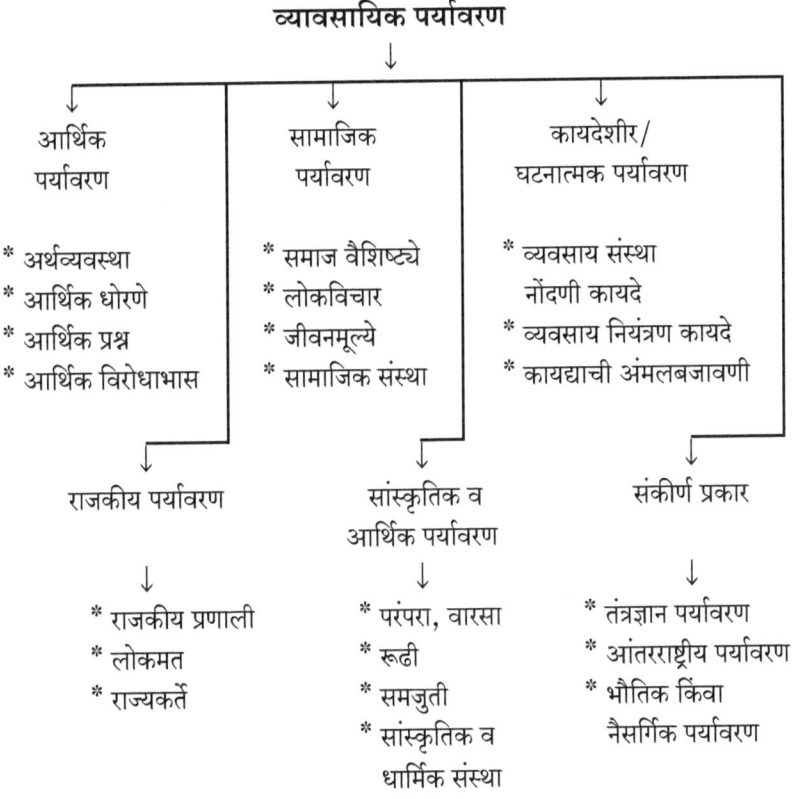

व्यावसायिक पर्यावरण

↓

आर्थिक पर्यावरण
* अर्थव्यवस्था
* आर्थिक धोरणे
* आर्थिक प्रश्न
* आर्थिक विरोधाभास

सामाजिक पर्यावरण
* समाज वैशिष्ट्ये
* लोकविचार
* जीवनमूल्ये
* सामाजिक संस्था

कायदेशीर/ घटनात्मक पर्यावरण
* व्यवसाय संस्था नोंदणी कायदे
* व्यवसाय नियंत्रण कायदे
* कायद्याची अंमलबजावणी

राजकीय पर्यावरण
↓
* राजकीय प्रणाली
* लोकमत
* राज्यकर्ते

सांस्कृतिक व आर्थिक पर्यावरण
↓
* परंपरा, वारसा
* रूढी
* समजुती
* सांस्कृतिक व धार्मिक संस्था

संकीर्ण प्रकार
↓
* तंत्रज्ञान पर्यावरण
* आंतरराष्ट्रीय पर्यावरण
* भौतिक किंवा नैसर्गिक पर्यावरण

अशा तऱ्हेने पर्यावरणाचे ज्ञान असेल तर पर्यावरण समजून घेण्यासाठी आणि पर्यावरणाच्या विश्लेषणासाठी त्याची मदत होते.

वैमानिक आणि व्यवस्थापक

व्यावसायिक पर्यावरणाच्या संदर्भात व्यवस्थापकाची तुलना वैमानिकाशी केली जाते. पर्यावरणाचा व्यवस्थापकावर जो परिणाम होतो त्याची तुलना हवामानामुळे वैमानिकावर होणाऱ्या परिणामाशी करता येईल. वैमानिक उड्डाण करण्यापूर्वी त्याला हवामानाविषयी जेवढी माहिती मिळविता येईल तेवढी मिळवितो. हवामानाच्या अंदाजावर वैमानिक कदाचित विमान उड्डाणच रद्द करेल. कदाचित तो गडगडाटी वादळ टाळून विमानोड्डाण करण्याची योजना आखेल. एखाद्या ठराविक उंचीवरून वाहणाऱ्या वाऱ्याचा फायदा मिळविण्यासाठी त्या उंचीवरून विमान पुढे नेईल.

याचप्रमाणे आर्थिक, राजकीय, सामाजिक, आंतरराष्ट्रीय परिस्थिती व्यवस्थापकाच्या निर्णयांवर परिणाम करेल. ज्याप्रमाणे वैमानिक अनुकूल हवामानाचा फायदा विमानोड्डाणासाठी करून घेतात त्याचप्रमाणे व्यवस्थापकसुद्धा बाजारपेठेतील त्याला अनुकूल असलेल्या परिस्थितीचा फायदा उठविण्याचा प्रयत्न करेल. ज्याप्रमाणे गडगडाटी वादळाची शक्यता असल्यावर वैमानिक विमानोड्डाण रद्द करण्याचा निर्णय घेतो, त्याचप्रमाणे व्यवस्थापकसुद्धा एखाद्या ठरावीक वस्तूचे उत्पादन बंद करण्याचा निर्णय प्रतिकूल परिस्थितीत घेईल. याउलट स्पर्धेमधील अनुकूल परिस्थितीचा फायदा व्यवस्थापक करून घेईल.

अर्थात वैमानिकाप्रमाणे व्यवस्थापकावरसुद्धा काही बंधने, नियंत्रणे असतात. काही नियम पाळावे लागतात. ज्याप्रमाणे वैमानिक नियंत्रण कक्षाकडून येणाऱ्या संदेशानुसार किंवा विमानोड्डाणांच्या नियमानुसार विमानाचे उड्डाण करतो, त्याचप्रमाणे व्यवस्थापकसुद्धा ठराविक कायदे आणि नियम पाळूनच व्यवसाय चालवितो.

मात्र वर केलेली वैमानिक आणि व्यवस्थापक यांची तुलना १०० टक्के खरी नाही. वाईट अथवा प्रतिकूल हवामान असताना वैमानिक उड्डाण करणार नाही. कारण अशा हवामानात विमानोड्डाण करणे म्हणजे आत्महत्या करणेच होय. मात्र व्यवस्थापक प्रतिकूल आर्थिक परिस्थितीच्या नेमकी विरुद्ध कृती करण्याचा धाडसी निर्णय घेईल. कारण त्याला असा विश्वास वाटत असतो की, अशा पद्धतीने कृती केल्याने त्याच्या प्रतिस्पर्ध्यापेक्षा त्याला जास्त फायदे मिळतील. अशा प्रतिकूल परिस्थितीला घाबरून त्याचे प्रतिस्पर्धी कदाचित एकूणच उपक्रमांचे प्रमाण कमी करतील आणि नेमका याच वस्तुस्थितीचा फायदा या व्यवस्थापकाला उठविता येतो. व्यवस्थापक अशा बऱ्याचशा प्रसंगात जोखीम पत्करून निर्णय घेत असतो. मात्र, एक गोष्ट लक्षात ठेवावयास हवी की वैमानिकाचे निर्णय हवामानाचा अंदाज घेऊन जितक्या स्वच्छपणे घेतले जातात तसेच व्यवस्थापनाच्या बाबतीत होत नाही.

१.२ व्यावसायिक पर्यावरण आणि उद्योजक

व्यावसायिक पर्यावरण व उद्योजक यांचा निकटचा संबंध आहे. साहजिकच उद्योजकाला आपल्या व्यावसायिक संस्थेच्या हिताच्या दृष्टीने त्या पर्यावरणाचा गांभिर्याने विचार करावा लागतो.

अलीकडील काळात व्यवसायाचा विस्तार व विकास हा व्यावसायिक पर्यावरणावर अवलंबून असतो. नव्या वस्तूचे उत्पादन, तंत्रज्ञानातील नव्या वाटा, स्पर्धक उद्योगातील धोरणे इत्यादी गोष्टींवर व्यावसायिक संस्थेचा स्वत:चा विकास अवलंबून असतो.

व्यावसायिक पर्यावरण स्थितीसापेक्ष असते. त्यामुळे त्याचा वेध घेऊन संस्थेला गतिमान राहावे लागते.

उद्योगपती, प्रशासक यांना व्यवसाय चालविताना पर्यावरणाभिमुख राहावे लागते. त्यामुळेच हिशेबशास्त्र, हिशेबतपासणी, मूल्यविश्लेषण व व्यवस्थापन इत्यादी ज्ञानशाखांत अनेक नव्या व बदलत्या टप्प्यांवरील तंत्रांचा विकास झाला आहे.

व्यावसायिक पर्यावरणाची दखल घेण्याने व्यावसायिक संस्था ही एकूण आर्थिक व सामाजिक पद्धतीचे एक उपांग आहे हे जाणले जाऊन तिला लोकाभिमुखता येते. स्वत:च्या किंवा मालकीच्या नात्याने संस्थेकडे पाहण्याचा दृष्टिकोन बदलून त्या जागी एकात्मिक (Integrated) दृष्टिकोन विकसित होतो, त्यामुळे व्यावसायिक संस्थेला सामाजिक प्रतिष्ठा प्राप्त होते. सामाजिक उद्रेक किंवा तणाव यापासून संस्थेचे नुकसान टळते. व्यावसायिक संस्थेचा जनसंपर्क सुधारतो. व्यावसायिक संस्थेचे हितचिंतक वाढतात.

व्यावसायिक पर्यावरणाची दखल घेतल्यामुळे उत्पादकता वाढ, ग्राहक समाधान, सेवकनिष्ठा, आधुनिक व्यवस्थापन या संकल्पना मूर्त स्वरूपात येऊ शकतात.

शक्तिशाली व बाह्य नेतृत्वाने दूषित झालेल्या कामगार संघटना व त्यांचे आडमुठे नेते, बोचरे व प्रतिकूल जनमत, वाढते स्पर्धक व त्यापासून होणारा परिणाम, भागधारकांची आग्रही वृत्ती, शासनापुढे योग्य बाजू न मांडल्यामुळे ओढवणारा शासकीय रोष इत्यादी समस्यांना तोंड देण्यासाठी व्यावसायिक पर्यावरणाचा शास्त्रीय दृष्टिकोनातून सतत अभ्यास गरजेचा ठरतो. पर्यावरणाची दखल न घेता व्यवसायव्यवस्थापन कार्य होऊ शकत नाही. व्यावसायिक पर्यावरण विचारात न घेता केलेले व्यावसायिक अंदाज, अनुमान व नियोजन म्हणजे व्यावसायिक पर्यावरणाच्या दुर्लक्षतेमुळे व्यवसाय चालविता येणार नाही असे नाही; परंतु लाभणारे व्यावसायिक यश अशा दुर्लक्षामुळे तात्कालिक ठरेल, आंशिक ठरेल ! अनेक व्यावसायिक संस्थांच्या यशोगाथा पाहिल्या तर हे सहज सिद्ध होईल ! आणि म्हणूनच त्या पर्यावरण आणि उद्योजक यांचा परस्पर संबंध, व्यवसायाच्या दृष्टीने अतिशय महत्त्वाचा असतो.

व्यावसायिक पर्यावरण वेध किंवा परिशीलन

व्यवसाय प्रक्रियांचे अचूक अंदाज बांधण्यासाठी पर्यावरणात्मक घटकांचा शोध घेऊन त्यांचे अनुमान म्हणजे व्यावसायिक पर्यावरण वेध किंवा परिशीलन (Business environmental appraisal) होय ! पर्यावरण वेध किंवा परिशीलन हे व्यावसायिक किंवा तज्ज्ञ प्रशासकाचे महत्त्वाचे कार्य असते. त्याद्वारे व्यावसायिक नियोजन शक्य होते, व्यवसाय प्रक्रिया अधिक शास्त्रशुद्ध होते, व्यवसायाची कार्यक्षमता वाढते.

यातील प्रमुख टप्पे पुढीलप्रमाणे -

(१) पर्यावरणात्मक घटकांचा शोध घेणे.

(२) शोधलेल्या घटकांचे विभिन्न पैलू ठरविणे.

(३) घटक आणि व्यवसायकार्य यामध्ये असलेले परस्परसंबंध जुळविणे.

(४) पर्यावरणात्मक घटकांविषयी अनुमान.

(५) वरील क्र. ४च्या अनुमानावर आधारित व्यवसायकार्य व प्रक्रिया यांचे अंदाज बांधणे.

सदर टप्प्यांचे विश्लेषण पुढे दिले आहे.

(१) शोध : व्यवसाय व व्यावसायिक संस्थेबाहेरील अनेक घटकांचा संस्थेच्या व्यावसायिक कार्यावर होणारा प्रभाव हा खालील प्रकारचा असू शकतो.

- व्यावसायिक कार्य खंडित करणारा;
- व्यावसायिक कार्यास दहशत ठरणारा;
- व्यवसाय वृद्धीसाठी सुवर्णसंधी ठरणारा.

अशा घटकांचा शोध Input/Output या तंत्राद्वारे घेतला जातो. व्यवसाय संस्थेतील Inputs म्हणजे कच्चा माल व साधनसामग्री, कामगार, भांडवल इत्यादी. हे Inputs खालील मार्गांनी प्राप्त होतात :

कच्चा माल व सामग्री	——→	पुरवठादार व व्यापारी
कामगार	——→	प्रशिक्षित लोकसंख्या
तंत्रज्ञान	——→	संशोधन व विकास यंत्रणा
भांडवल	——→	भांडवलबाजार (बँका वगैरे)

या मार्गात होणारे धोरणात्मक बदल हे व्यावसायिक संस्थेवर प्रभाव पाडतात. वरील यादी व त्यांचे उपविभाग आणखी सविस्तर करून पर्यावरणात्मक घटक शोधून काढता येतात. वर दिलेल्या Inputs वरून पुढील पर्यावरणात्मक घटक सापडतात. बाजारपेठ, श्रमिकांची बाजारपेठ, भांडवलबाजार (रचना व शासकीय धोरण), स्पर्धक, वस्तुनियोजन व विकास, संघटन व खर्च, ग्राहक, समाज, शासन इत्यादी.

(२) घटकांचे पैलू : पर्यावरणाचा प्रभाव अजमावण्यासाठी केवळ पर्यावरण घटकांचा शोध पुरेसा नाही. घटकाचा प्रभाव हा त्या घटकाच्या रचनेवर व त्यातील बदलांवर अवलंबून असतो. हिऱ्याचे तेज जसे त्याच्या पैलूत असते तसेच घटकाचा प्रभाव हा त्या घटकाच्या बदलत्या रूपात असतो. दोन किंवा अधिक घटकांच्या आघातामुळे घटकांचे रूप बदलले जाऊ शकते. संबंधित घटकाची सर्वच वैशिष्ट्ये ही प्रत्येक व्यवसायसंस्थेशी संबंधित नसतात. त्या घटकाचा एखादा पैलू किंवा एखादी बाजू संस्थेशी निगडित असू शकते; पुढील तक्त्यावरून हे अधिक स्पष्ट होईल.

पर्यावरणात्मक घटक	बाजू किंवा पैलू
(अ) स्पर्धक उद्योग	त्यांचे बाजारातील स्थान, त्यांच्या वस्तू/सेवांच्या किमती, त्यांचे वितरण धोरण, मिळणाऱ्या सवलती इत्यादी.
(ब) ग्राहक	येणारी मागणी, त्यांचे उत्पन्न, त्यांच्या बचती, राहणी व किंमतमान.
(क) भांडवलबाजार	व्याजाचे दर, उपलब्धता, पत व बँकिंग धोरण.
(ड) पुरवठादार	बाजारपेठेची स्थिती, संख्या, क्षमता, त्यांची आर्थिक स्थिती, किंमतपातळी, दर्जा, विश्वासार्हता.
(इ) कामगार पुरवठा	प्रशिक्षण, उपलब्धता, वेतनमान, बोनस, कामाचे स्वरूप, सेवाशर्ती इ.

(३) पर्यावरणात्मक घटक आणि व्यवसाय-कार्य यातील परस्परसंबंध: पर्यावरणात्मक घटकांच्या विश्लेषण व निरीक्षणावरून त्यांच्या व्यवसायकार्याशी असलेला संबंध निश्चित केला जातो. उदा. कच्च्या मालाची खरेदी व पुरवठादार. अनेक प्रसंगी पर्यावरणात्मक घटकाचा व्यवसायावरील परिणाम हा व्यवसाय प्रक्रियेत किंवा कार्यात बदल झाल्यावरच दिसून येतो. उदा. ऑर्डरप्रमाणे कच्चा माल खरेदी न होणे, कारण पुरवठादाराकडे उत्पादन बंद असणे. परंतु यापूर्वीच संपूर्ण घटकापेक्षा प्रभाव पैलूवर लक्ष केंद्रित केले तर हा संभाव्य बदलाचा अंदाज बांधणे शक्य होते.

(४) पर्यावरणात्मक घटकांचे अनुमान : व्यावसायिक अनुमान तंत्र वापरून घटकांचे अनुमान काढता येते. यासाठी संख्याशास्त्रीय तंत्रे वापरली जातात. अनुमानामुळे पुढील दीर्घकाळापर्यंत घटकांचे क्रमवार पद्धतीने अंदाज बांधता येतात. पुढील ५ ते १० वर्षांपर्यंतचे नियोजन शक्य झाल्याने वेळोवेळी खबरदारीच्या उपाययोजना आखता येतात. Crisis Management चे तंत्र यातूनच पुढे आले आहे.

(५) पर्यावरणात्मक घटकांच्या संदर्भात व्यवसाय प्रक्रियांचे अंदाज करणे व त्या अद्ययावत ठेवणे : पर्यावरणात्मक घटक, त्यांच्या विभिन्न बाजू, त्यांच्या क्रियांवरील प्रभाव याच्या आधारे व्यवसाय प्रक्रिया सुधारून त्या अद्ययावत ठेवता येतात. धोरणात्मक बदल करण्यात येतात व पर्यावरणात्मक नियंत्रण ठेवता येते.

व्यवसायाचे अस्तित्व टिकून राहण्याच्या आणि व्यवसायाचा विकास होण्याच्या दृष्टीने उद्योजकाला व्यावसायिक पर्यावरणातील घटकांचा अभ्यास करावा लागतो.

व्यवसायसंस्था आणि व्यावसायिक पर्यावरण एकमेकांवर परिणाम करतात. उद्योजकता क्षेत्रात निर्णय घेण्याच्या प्रक्रियेत व्यावसायिक पर्यावरणाला अनन्यसाधारण महत्त्व प्राप्त झालेले आहे. व्यावसायिक पर्यावरणाची उद्योजकता वाढीत महत्त्वाची भूमिका असते.

व्यावसायिक पर्यावरण ही एक वस्तुस्थिती असल्याने त्याचे महत्त्व एकूण व्यवसायविश्वाशी (समग्र) व विशिष्ट व्यावसायिक संस्थेशी (सूक्ष्म) असे दोन दृष्टीने पाहता येते. 'व्यवसाय' या संकल्पनेत सर्व प्रकारचे मानवी अर्थव्यवहार समाविष्ट होतात. या एकूण अर्थव्यवहारावर, त्यांच्या भावी दिशेवर पर्यावरणाचे विभिन्न घटक प्रभाव पाडत असतात. भांडवलनिर्मिती, गुंतवणूक, श्रमशक्ती विकास, नियोजनबद्ध आर्थिक विकास यावर पर्यावरणाचे घटक आघात करीत असतात. आर्थिक नियोजन, उद्योग-शेती नियोजन, विशिष्ट उद्योगाचे नियोजन इत्यादीमध्ये पर्यावरणाच्या अंदाजाशिवाय पुढे जाता येत नाही.

साधनसामग्रीचा विचार करून भविष्यकालीन प्रगतीसाठी आडाखे बांधणे, धोरणे आखणे, निर्णय घेणे यांसारख्या प्रक्रिया पर्यावरणाच्या संदर्भाशिवाय केवळ पुस्तकी राहतील, म्हणून आर्थिक व औद्योगिक विकासाच्या विचारवंतांना एक स्वतंत्र ज्ञानशाखा म्हणून व्यावसायिक पर्यावरणाचा विचार करावाच लागतो. उद्योग-व्यापार प्रगती व त्यासाठी उद्योगनिहाय धोरणे या गोष्टी व्यावसायिक पर्यावरणाच्या संदर्भात वारंवार फेरतपासणी करून पाहण्यात येतात. हे झाले Macro किंवा सर्वसाधारण किंवा समग्रलक्षी महत्त्व.

व्यावसायिक पर्यावरणाचे व्यावसायिक संस्थेच्या दृष्टीने जे महत्त्व असते त्याला व्यावसायिक पर्यावरणाचे Micro किंवा संस्था पातळीवरील सूक्ष्म महत्त्व असे म्हणता येईल. उद्योग-व्यवसायसंस्था ही आधुनिक काळात एक पद्धत (System) म्हणून ओळखली जाते. एकूण अर्थव्यवस्था व समाज यांचा ती घटक असते. व्यावसायिक संस्थेतील प्रशासक व व्यवस्थापक यांना व्यावसायिक पर्यावरणाचे भान राहिले नाही तर जबर किंमत द्यावी लागते !

व्यावसायिक निर्णय आणि अंदाज चुकतात, धोरणे आवश्यक परिणाम देत नाहीत, स्पर्धक पुढे जातात, बाजारपेठेतून हकालपट्टीची भीती निर्माण होते, नफा कमी होतो. व्यावसायिक नियोजन व व्यवसायाच्या विभिन्न कार्यांचे अंदाज ठरविताना व्यावसायिक पर्यावरणाच्या विविध घटकांचे ज्ञान होणे गरजेचे असते. उत्पादन सामग्री खरेदी, अर्थउभारणी, विक्री व वितरणव्यवस्था ही व्यावसायिक कार्ये शासकीय किंवा कायदेशीर धोरणांनी बद्ध असतात. उदाहरणार्थ, अर्थउभारणी करताना कंपनी कायद्यातील तरतुदींचा अडसर विचारात घ्यावा लागतो. सरकारी औद्योगिक धोरण, किंमतविषयक धोरण यावर कंपनीची खरेदी-विक्री धोरणे अवलंबून असतात.

व्यावसायिक पर्यावरण आणि व्यवसाय-प्रशासन व व्यवस्थापन

व्यावसायिक पर्यावरण आणि व्यवसाय प्रशासन यांचा अन्योन्यसंबंध आहे. व्यवसाय-व्यवस्थापन प्रक्रियेवर पर्यावरणाचा अनेक प्रकारे प्रभाव असतो. पर्यावरण हेच काही वेळा व्यावसायिक व्यवस्थापनाला आमंत्रण देते. तज्ज्ञ व्यवस्थापकांच्या सेवा त्यामुळेच निर्माण होतात. व्यवस्थापन हे व्यावसायिक पर्यावरणाशी सतत जुळवून घेताना दिसते. काही वेळा उद्योगपती व प्रशासक व्यावसायिक पर्यावरणावर काबू ठेवतात व पर्यावरण घटक व्यावसायिक यशाला पूरक कसे होतील याची दखल घेत असतात. या सर्व गोष्टीतून एक स्पष्ट होते की व्यावसायिक, उद्योजक व प्रशासक यांना व्यावसायिक पर्यावरणाचे सतत परिशीलन करावे लागते ! त्याचा वेध घ्यावा लागतो ! व्यावसायिक पर्यावरणाच्या स्वरूपाचा सूक्ष्म अभ्यास, त्याचे संस्थेच्या संदर्भातील अनुमान व विश्लेषण, त्यातून घ्यावयाच्या खबरदाऱ्या या सर्व गोष्टी 'व्यावसायिक पर्यावरणाचे परिशीलन' या कल्पनेत समाविष्ट आहेत.

व्यवसाय व्यवस्थापन तत्त्वांचा विचार केला असता नियोजनापासून ते नियंत्रणापर्यंत प्रत्येक टप्प्यात व्यावसायिक निर्णय पर्यावरणात संक्रमित होतात. पुढील आकृतीवरून निर्णय व व्यावसायिक पर्यावरण यांचा संबंध अधिक स्पष्ट होईल.

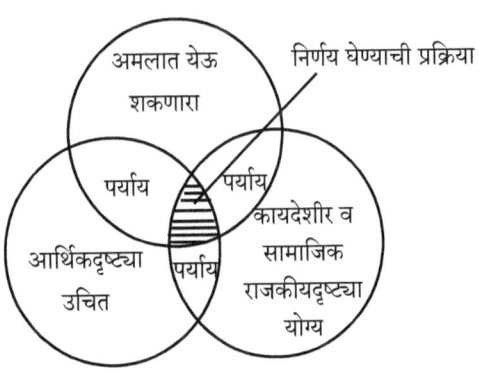

यशस्वी व्यावसायिक निर्णय अशा तऱ्हेने व्यावसायिक पर्यावरणाच्या शास्त्रीय परिशीलनावर अवलंबून असतो.

व्यावसायिक पर्यावरणाच्या अभ्यासाने उत्पादकता वाढ, ग्राहक समाधान, आधुनिक व्यवस्थापन इत्यादी गोष्टी शक्य होतात. शक्तिशाली कामगार संघटना, एकापेक्षा अधिक कामगार संघटना, वाढती स्पर्धक वृत्ती, आंतरराष्ट्रीय बाजारपेठेतील उलाढाल यांसारख्या असंख्य विविध जटिल समस्यांना तोंड देण्यासाठी व्यावसायिक पर्यावरणाचा पद्धतशीर अभ्यास अत्यावश्यक ठरतो. व्यावसायिक पर्यावरणाच्या अभ्यासाशिवाय व्यावसायिकाची आणि व्यवस्थापकाची स्थिती अंधासारखी होईल.

१.३ पर्यावरणाचे प्रकार (Types of Environment)

व्यावसायिक पर्यावरणाचे घटक (Factors of Business Environment)

नैसर्गिक पर्यावरणातील पाणी, जमीन, हवा हे घटक जितके मानवी जीवन जगण्यासाठी अत्यावश्यक आहेत तितकेच ते व्यवसायसंस्था चालविण्यासाठी अत्यावश्यक आहेत. परंतु नैसर्गिक घटकांशिवाय अन्य महत्त्वाच्या घटकांचा व्यावसायिक पर्यावरणात समावेश केला जातो. पुढील आकृतीवरून हे स्पष्ट होते.

पर्यावरणात्मक घटक

(२) तांत्रिक भविष्यविषयक अंदाज नवनवीन यंत्रसामग्री, उपकरणे, हत्यारे, प्रक्रिया यांचा शोध, नवीन कच्च्या मालाचा शोध इत्यादी.

(१) आर्थिक भविष्यविषयक अंदाज
उदा. स्पर्धेतील बदल, किंमत, मागणी, पुरवठा यातील बदल, जीवनपद्धतीतील बदल, ग्राहकांच्या राष्ट्रीय उत्पन्नातील खर्च, बाजारपेठेतील बदल.

अबक कंपनी

(३) राजकीय भविष्यविषयक अंदाज
उदा. कायदेविषयक, सरकारी कार्यक्रम, युद्ध, निवडणुका, जागतिक - आर्थिक समस्या.

(४) सामाजिक भविष्यविषयक अंदाज
शिक्षणाचा परिणाम, ज्ञानाचा प्रसार, जनतेच्या प्रवृत्ती, सामाजिक प्रवृत्तीतील बदल, सामाजिक वागणुकीतील बदल.

मूलभूत पर्यावरण जे आहे ते प्रत्येक कंपनी, बाजारपेठ आणि अर्थव्यवस्थेभोवती असतेच. सरतेशेवटी पर्यावरण हे प्रत्येक उत्पादन आणि सेवेच्या मागणीतील बदलांवर नियंत्रण करीत असते. व्यावसायिक पर्यावरणात साधारणपणे पुढील गोष्टींचा समावेश होतो : जनतेची परिस्थिती, सामाजिक प्रवृत्ती आणि सामाजिक वागणूक वर्णन करणारी पर्यावरणातील 'सामाजिक बाजू', स्पर्धा, मागणी, जीवनपद्धती, ग्राहकांच्या प्रवृत्ती आणि वागणूक यातील बदल सुचविणारी पर्यावरणातील 'आर्थिक बाजू' व्यवसायाच्या कारभाराविषयी असणाऱ्या कायद्याच्या संदर्भात व नियमांच्या संदर्भात पर्यावरणातील 'राजकीय बाजू', विज्ञान व तंत्रज्ञान आणि नवनवीन शोधांच्या विकासाच्या संदर्भात पर्यावरणातील तांत्रिक बाजू. थोडक्यात, कंपनीच्या व्यवस्थापनाच्या नियंत्रण कक्षेबाहेर असणारे घटक, कायम बदलणारे घटक आणि असे घटक की ज्यांच्यात संधी, जोखमी अथवा अनिश्चितता असते असे सर्व घटक एकत्र केले की पर्यावरण बनते.

पर्यावरणातील घटकांची एकंदरीतच रचना कोणत्या प्रकारची असते, त्यांचे काय काय परिणाम होतात हे पुढील आकृतीवरून सहज लक्षात येईल.

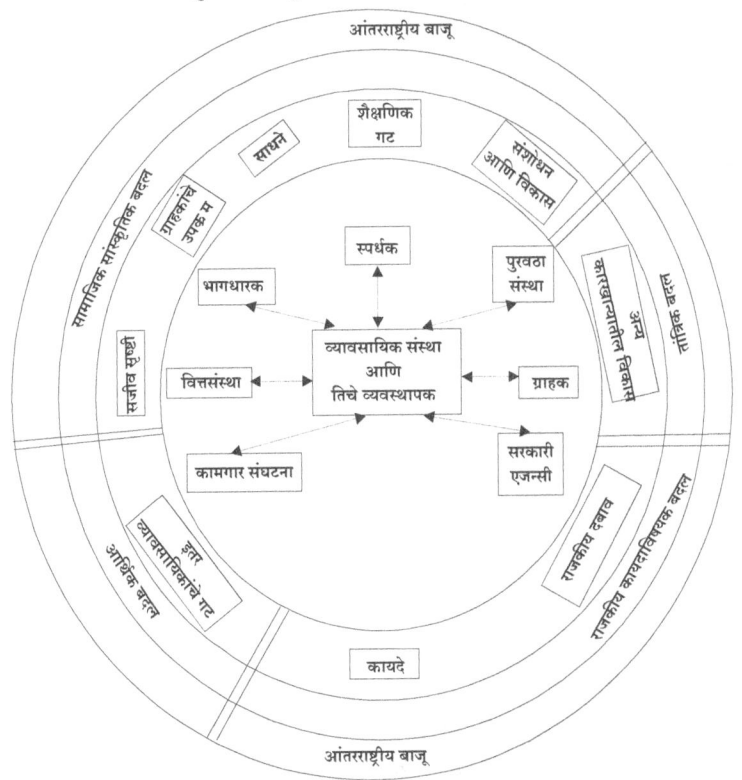

आकृती : पर्यावरणातील घटकांची रचना व त्यांचे परिणाम

व्यावसायिक पर्यावरणातील विविध घटक उद्योजकता वाढीवर परिणाम करतात. म्हणून उद्योजकाने या घटकांचा अभ्यास करताना खालील मुद्दे ध्यानात घेणे अगत्याचे आहे.

(१) व्यावसायिक पर्यावरणाचे आर्थिक स्वरूप :

उद्योजकता वाढ आणि व्यावसायिक पर्यावरणातील आर्थिक घटक यांचा आपापसात अतिशय घनिष्ट संबंध आहे. हा घटक अनेक अंगांनी महत्त्वाचा आहे. कारण यामध्ये देशाच्या अर्थव्यवस्थेचे स्वरूप, औद्योगिक, कृषी, जकात, वाहतूक, व्यापारविषयक धोरणे, राष्ट्रीय उत्पन्नाची वाढ आणि स्वरूप व त्याचे वाटप, औद्योगिक परिस्थिती, व्यापारचक्र, व्यापारशेष, भांडवल, बँकिंग व पतसेवा आणि देशाच्या अर्थव्यवस्थेत असणाऱ्या इतर असंख्य धार्मिक बाबी यांचासुद्धा अत्यंत सखोल विचार केलेला असतो.

उद्योजकता वाढ प्रामुख्याने देशातील अर्थव्यवस्थेची परिस्थिती आणि विकास यावरच अवलंबून असते. देशात मुक्त अर्थव्यवस्थेचे तत्त्व स्वीकारण्यात आले आहे की नियंत्रित अर्थव्यवस्थेचे तत्त्व स्वीकारण्यात आले आहे हेही पाहावे लागते. मुक्त अर्थव्यवस्थेत व्यावसायिक बाजारपेठेतील मागणी-पुरवठा, उत्पन्न, वेतन या सर्वांवर अधिराज्य गाजविता येते. अधिकाधिक नफा मिळवून व्यावसायिक संस्थेला आपली उद्दिष्टे गाठता येतात आणि याबरोबरच सामाजिक जबाबदाऱ्यांची जाणीव ठेवावी लागते. नियंत्रित अर्थव्यवस्थेत मात्र सामाजिक फायदा हे महत्त्वाचे उद्दिष्ट असते.

आर्थिक पर्यावरणातील कोणताही बदल व्यावसायिक संधी उपलब्ध करेल किंवा धोके तरी उत्पन्न करेल. विद्युतशक्ती, वाहतूक, संपर्क माध्यमे, वित्तीय सुविधा, विपणन संधी इत्यादींचा आर्थिक पर्यावरणावर परिणाम होतो. म्हणूनच उद्योजकाने ज्या आर्थिक पर्यावरणात व्यवसाय सुरू करायचा आहे त्या पर्यावरणाचा विचार व्यावसायिक उपक्रम आणि त्यांचे आकारमान, वित्त आणि स्थान इत्यादी गोष्टी निश्चित करताना लक्षात ठेवावयास हवा. आर्थिक पर्यावरणाचा उद्योजकतेवर थेट परिणाम होतो. उद्योजकता वाढीचे प्रयत्न सकारात्मक भूमिकेतून अर्थव्यवस्थेला हातभार लावण्याच्या उद्देशानेच व्हावेत. उद्योजकता वाढीत सरकारची आर्थिक धोरणे फार महत्त्वाची भूमिका बजावतात.

व्यावसायिक संस्था व सभोवतालचे आर्थिक वातावरण यांचा अत्यंत जवळचा संबंध असतो. आर्थिक वातावरण किंवा पर्यावरण यात पुढील बाबींचा अंतर्भाव होतो : (अ) अर्थव्यवस्थेची मूलभूत रचना, (ब) अर्थविषयक धोरणे : उद्योग, व्यापार, पतपुरवठा, शेती, कर, वाहतूक, उत्पन्न, किंमत वितरण इत्यादी. (क) व्यापारचक्र, व्यापारशेष,

आंतरराष्ट्रीय व राष्ट्रीय क्षेत्रातील महत्त्वाच्या आर्थिक घडामोडी (उदा. तेजी-मंदी, अवर्षण, अतिवृष्टी) इ. (ड) अर्थव्यवस्थेतील संघटनात्मक पेच.

व्यावसायिक संस्थेचे यशापयश हे अर्थव्यवस्थेची स्थिती व गती यावरून ठरते. व्यावसायिकांना स्थिती आहे तशी स्वीकारून त्यानुसार धोरणे आखावी लागतात. काही उद्योजक-व्यावसायिक, आर्थिक स्थितीवर मात करण्यासाठी पूरक वातावरण तयार करून घेतात. आर्थिक स्थिती ही गतिशील असून आर्थिक नियम व सिद्धान्त यांची अंमलबजावणी परिस्थितीजन्य मानण्यात येते. अर्थव्यवस्थेचे टप्पे उदा. विकसित, अविकसित, विकसनशील, नियोजन अवस्था इत्यादी टप्प्यांमध्ये आर्थिक वातावरण भिन्न स्वरूपाचे असते. उदाहरणार्थ, विकसनशील अर्थव्यवस्थेतील भांडवलनिर्मिती प्रक्रिया व विकसित अर्थव्यवस्थेतील भांडवलनिर्मिती यात भेद असतो. नियंत्रित व मुक्त असे अर्थव्यवस्थेचे दोन मूळ प्रकार पडतात. मुक्त अर्थव्यवस्थेत व्यावसायिक बाजारपेठेतील मागणी-पुरवठा-उत्पन्न-वेतन यावर अधिराज्य गाजवू शकतो. अधिकाधिक नफा मिळवून व्यावसायिक संस्था आपली उद्दिष्टे गाठू शकते. नियंत्रित अर्थव्यवस्थेत याउलट स्थिती असते. अर्थव्यवस्थेची मूलभूत रचना, तिची वाढ, आर्थिक धोरणे या बाबी शासनाकडून निर्धारित होत असतात; व्यावसायिकाला त्या चौकटीत व्यवहार करावा लागतो.

पूर्णपणे मुक्त किंवा पूर्णपणे नियंत्रित या कल्पना आता केवळ तात्त्विक असून प्रत्यक्ष व्यवहारात दोन्ही प्रकारचे एकत्रीकरण असलेली मिश्र अर्थव्यवस्था ही कालोचित व व्यावहारिक म्हणून अनेक देशांतून स्वीकारण्यात आलेली आहे. मिश्र अर्थव्यवस्थेतील आर्थिक वातावरण हे वैशिष्ट्यपूर्ण असते. आर्थिक विकासासाठी उद्दिष्टे व योजना आखल्या जातात. या आर्थिक पर्यावरणात व्यावसायिकांना अधिक समाजाभिमुखता ठेवावी लागते. आपल्या देशाने समाजवादी समाजरचनेतून मिश्र अर्थव्यवस्थेचा स्वीकार केला आहे. त्यामुळे उद्योगव्यवसाय स्थापन करणे, चालविणे यामध्ये सरकारी क्षेत्र, खासगी क्षेत्र, संयुक्त क्षेत्र, सहकारी क्षेत्र अशा विभिन्न उद्दिष्टे असलेल्या तत्त्वप्रणाली आहेत. सरकारी हस्तक्षेप, सार्वजनिक क्षेत्रविस्तार, मागास विभागांचा विकास इत्यादी धोरणात्मक बाबी असल्या तरी खासगी क्षेत्राला भरपूर वाव आहे. उद्योजकता व व्यावसायिक साहस यास प्रतिबंधक ठरेल असे वातावरण सुदैवाने भारतात नाही.

औद्योगिक धोरण, परवाना धोरण, बँकिंग व पतविषयक धोरण, किंमत वेतनविषयक धोरणे यांसारख्या माध्यमातून सरकार अर्थव्यवस्थेवर नियंत्रण ठेवू शकते. अशा आर्थिक पर्यावरणात व्यावसायिक संस्थेला आपल्या कार्याबाबत अधिक जागरूक राहावे. शासन हा अडथळा नसून उलट पूरक आर्थिक पर्यावरण करण्याचे कामी कार्य करीत असलेला, व्यवसाय-उद्योग विकासाला कारणीभूत ठरणारा एक भागीदार अशी शासनाची भूमिका असेल तर उद्योग-व्यापाराला प्रेरक वातावरण प्राप्त होते.

(२) व्यावसायिक पर्यावरणाचे वैधानिक व घटनात्मक स्वरूप

व्यावसायिक पर्यावरणाचे कायदेशीर व घटनात्मक स्वरूप म्हणजे खालील गोष्टी होत.

(१) व्यावसायिक संस्था व व्यवसाय ज्या कायद्यानुसार अस्तित्वात आले किंवा घटित झाले ते कायदे. त्यातील तरतुदी, त्यांची अंमलबजावणी, (२) व्यवसायव्यवहार नियंत्रित करणारे कायदे, (३) कायद्याची अंमलबजावणी यंत्रणा.

व्यवसायाला घटनात्मक स्थान प्राप्त करून देणारे कायदे म्हणजे भारतीय कंपन्यांचा कायदा, सहकारी संस्थांचा कायदा, भारतीय भागीदारी कायदा, उद्योग (नियमन व नियंत्रण) कायदा, सार्वजनिक क्षेत्रातील संबंधित उपक्रमाची स्थापना करणारे संबंधित कायदे (उदा. आयुर्विमा महामंडळ कायदा इ.).

या प्रकारच्या कायद्यांमुळे व्यवसाय अस्तित्वात येतात. या कायद्यातील दुरुस्त्या कायद्यातील अंमलबजावणी यंत्रणा इत्यादी बाबींचा व्यवसायावर सतत प्रभाव पडतो.

या सर्व कायद्यांचे उगमस्थान म्हणजे कायदा करणारी संस्था, ज्या मूळ घटनेद्वारे अस्तित्वात येते ती राज्यघटना. हा एक प्रकारचा 'मास्टर लॉ' असतो. भारतीय राज्यघटनेची मार्गदर्शक तत्त्वे ही या दृष्टीने कायद्याची जननी होय!

व्यवसाय प्रशासन व उद्योग-व्यापार संचालन करताना व्यवसाय व व्यापारी व्यवहार यांच्याशी संबंधित स्थानिक व राष्ट्रीय पातळीवरील कायदे, त्यातील बदल यांची जाणीव ठेवावी लागते. त्यामुळे खालील गोष्टी साध्य होतात.

(१) व्यावसायिक व्यवहाराची व्याप्ती व त्यातून निर्माण होणाऱ्या जबाबदाऱ्यासमजून येतात.

(२) व्यवहाराची बंधने व उत्तरदायित्व स्पष्ट झाल्याने आर्थिक व व्यावसायिकोका कमी होतो.

(३) अस्तित्वात असलेल्या कायद्यातील बदल, दुरुस्त्या, नवे कायदे इत्यादीबाबत सरकार किंवा जनता यांच्यासमोर मत व्यक्त करणे सोपे होते.

उद्योग-व्यापाराशी निगडित असे कायदे जसे उद्योग-व्यापाराच्या प्रगतीत अडथळे निर्माण करणारे नसावेत, तसेच ते व्यापारातील अनिष्ट रूढींना प्रतिबंध घालणारे असावेत.

उद्योग-व्यापारी पर्यावरणाचे कायदेशीर स्वरूपाचे महत्त्व विचारात घेता उद्योग-व्यापारक्षेत्राला खालील गोष्टी करता येतात :

(१) सरकारी अधिकार व लोकप्रतिनिधी यांच्याशी सतत सुसंवाद साधणे.

(२) कायदे सल्लागार नेमणे.

(३) संघटनेमार्फत शासनाला निवेदन देणे.

(४) कायद्याविषयी स्वतःचे ज्ञान व माहिती अद्ययावत ठेवणे.

(३) राजकीय पर्यावरण (Political Environment)

शासन ही एक मान्य नियंत्रणप्रणाली आहे. सत्ता हा यातील केंद्रबिंदू आहे. सत्ता ताब्यात घेणे, शासनयंत्रणा निर्माण करणे व चालविणे यासाठी अनेक पद्धती पूर्वापार चालत आलेल्या आहेत. लोकशाही हा शासन प्रकार दुसऱ्या महायुद्धानंतर अनेक राष्ट्रांनी स्वीकारलेला आहे. लोकशाहीत लोकांच्या प्रतिनिधींनी लोकांमध्ये जाऊन निवडून येऊन राज्ययंत्रणा चालविणे हे अपरिहार्य असते. उद्योग-व्यापार हा या प्रक्रियेला स्पर्श करणारा एवढेच नव्हे तर त्याचे घात व आघात सहन करणारा महत्त्वाचा घटक ठरतो. पूर्वी राज्यकर्ते व धर्मगुरू यांचे संबंध हे अत्यंत घरोब्याचे असत. किंबहुना धर्मसत्ता (चर्चेस), धर्मगुरू यांचा राज्यकर्त्यांवर पगडा असे. आज यातील धर्मगुरूंची जागा उद्योगपतींनी घेतली आहे, असे म्हणणे गैर नाही. विशेषतः लोकशाही प्रणालीमध्ये हे अधिक प्रमाणात असू शकते. त्यामुळे अशा स्थितीत व्यावसायिक पर्यावरणाचे राजकीय स्वरूप अधिक व्यापक असते.

(१) स्वीकारलेल्या राजकीय प्रणालीचा अभाव, (२) लोकमत व त्याची विविधांगे, (३) राज्यकर्ते, त्यांची निवड व त्यांचे सामूहिक मत

वरील तिन्ही घटकांचे आघात व प्रत्याघात व्यवसाय व व्यावसायिक संस्था यावर सतत होत असतात. लोकशाहीत 'लोकांनी, लोकांचे, लोकांसाठी चालविलेले राज्य' या तत्त्वातील सार्वजनिक हिताचा व्यापक आशय किंवा 'बहुजन हिताय बहुजन सुखाय' हे सूत्र व्यवसायकार्यात ठेवावे लागते. विभिन्न स्तरावर असलेल्या लोकशाही संस्थांचे अस्तित्व मान्य करावे लागते. उदा. स्थानिक स्वराज्य संस्था, जिल्हा परिषद, विधानपरिषद, विधानसभा, लोकसभा, त्यांनी नेमलेल्या समित्या व उपसमित्या इत्यादी.

अलीकडील काळात 'लोकमत' ही एक महत्त्वाची बाब ठरली आहे. उद्योग-व्यापार क्षेत्राने त्याची दखल घेणे अनिवार्य ठरले आहे. आजचे लोकमत म्हणजे उद्याचा कायदा होय ! किंवा लोकमताच्या वाढत्या दडपणामुळे प्रस्थापित कायद्यात बदल होऊ शकतात. म्हणून व्यावसायिक निर्णय हे लोकमताची जाण ठेवून घ्यावे लागतात. व्यवसायाची संकुचित उद्दिष्टे बाजूला ठेवून व्यापक लोकहिताची जाणीव बाळगावी लागते. उद्योगगृहे व व्यावसायिक संस्था यांनी लोकमताची कदर केली नाही तर उद्योग-व्यापारकार्य अडचणीत येऊ शकते. याचा अर्थ असा नव्हे की, व्यावसायिक संस्थेने लोकमताच्या दडपणाला बळी पडावे ! संस्थेने लोकमताला प्रतिसाद द्यावा, त्यामुळे धोरणात बदल करणे आवश्यक असेल तर बदल करावा, जरूर पडल्यास आव्हान द्यावे. उद्योग-व्यापार क्षेत्राला लोकमतात स्थान द्यावे, पूरक जनमत बनवावे. या संदर्भात Harold

Brayan यांचा खालील उतारा उद्बोधक वाटेल.

"Today's Public opinion becomes tomorrow's legislation. The dominance of Government by public opinion is very common. Business should therefore learn to take public into confidence in its decision-making. If business does not learn how to deal adequately with public opinion, it will face disaster. This does not mean that business should surrender its entity to public opinion. It means intelligent response to them in order to revise where revision is necessary, to challenge where challenge is indicated, to adjust where adjustment is called for and always to lead constructive instead of bringing out crying towels and just continually complaining that the world is changing... and isn't it terrible?"

येथे दोन उदाहरणे या संदर्भात बोलकी आहेत. नव्या औद्योगिक संबंध विधेयकाबाबत अनेक कामगार संघटना व इतर संघटनांनी नाराजी व्यक्त केली. सरकार सदर विधेयकाबाबत मागे हटणार अशी स्थिती निर्माण झाली. सरकारने मागे जाऊ नये, निदान 'जैसे थे' स्थिती राहावी यासाठी 'फिकी' सारख्या कारखानदारांच्या प्रातिनिधिक संघटनेने तसेच जे.आर.डी. टाटा यांसारख्या व्यक्तींनी शासनाला व लोकप्रतिनिधींना अचूक वेळी सावध केले.

महाराष्ट्रातील जकात व विक्रीकर विधेयक, यासंबंधी जनमत तयार करण्यासाठी ग्राहकांना वस्तुस्थिती पटवून देण्यासाठी उद्योग-व्यापारक्षेत्र, त्यांच्या संघटना रस्त्यावर आल्या ! जनमत अनुकूल करण्याचा प्रयत्न त्यांनी केला. (अलीकडच्या काळातील स्थानिक संस्था कर-एलबीटी - हेही उदाहरण ह्या अनुषंगाने बोलत आहे.)

व्यवसाय आणि राजकारण यांचा संबंध ही एक अपरिहार्य बाब आहे. सरकार बनविणारे व चालविणारे म्हणजे लोकप्रतिनिधी व अधिकारी यांच्या सहकार्याशिवाय उद्योग-व्यापार प्रगती एकांगी ठरेल. विशेषत: लोकशाही पद्धतीत राज्यकर्ते - सध्याचे व भावी यांचा प्रभाव केवळ सरकार बनवितानाच नव्हे तर सरकार चालवितानाही होत असतो. व्यावसायिक संस्था व त्यांचे धोरण यांचा प्रभावदेखील सरकारवर पडत असतो. अमेरिका, जपान इत्यादी औद्योगिक क्षेत्रातील पुढारलेल्या देशात कंपनीच्या आमसभेत चेअरमनने केलेले भाषण सरकारी धोरणाचा महत्त्वाचा आधार ठरू शकते ! उद्योग-व्यापार क्षेत्रातील लोकांच्या सहभागामुळे सरकारला उद्योग, बँका, पतविषयक धोरणे ठरविणे व राबविणे सुलभ बनते. धोरणांच्या अंमलबजावणीबाबत सरकार निर्धास्त राहू शकते. वार्षिक अंदाजपत्रक, करविषयक योजना, नियंत्रणप्रणाली इत्यादींबाबत उद्योग-व्यावसायिक यांची कृती ही नेहमी टीका करण्याची असते असा एक समज रूढ आहे. परंतु अशी टीका ही रचनात्मक व पूर्ण विचारांती असू शकते. अलीकडे उद्योगपती व

व्यापारी यांच्या संघटना व त्यांचे महासंघ, चेंबर्स ऑफ कॉमर्स, कारखानदार संघटना आपापल्या 'संशोधन व अभ्यास' विभागाकडे असे सर्व प्रश्न सोपवितात. माहिती-ज्ञान साठवणूक व विश्लेषणाच्या अनेक नव्या पद्धतीमुळे, संगणकीकरणामुळे अत्यंत शास्त्रीय व चिकित्सक पद्धतीने प्रश्नांचे विश्लेषण होऊन धोरणातील व प्रश्नातील त्रुटी, त्यांचे प्रभावक्षेत्र इत्यादी बाबी दृग्गोच्चर होतात याची दखल उद्योग-व्यापारक्षेत्र व सरकारी यंत्रणा यांनी घेतल्याची अनेक उदाहरणे दिसून आली आहेत.

राज्यकर्ते (म्हणजे आमदार, खासदार, मंत्री, सरकार बनविणारा गट तसेच सरकारी अधिकारी) आणि उद्योग-व्यापारक्षेत्रातील लोक म्हणजे उद्योजक, व्यापारी, व्यावसायिक, व्यवसाय प्रशासक इ. यांचे परस्परसंबंध कसे असावेत?

एक दृष्टिकोन असा की, उद्योगपतींनी राजकीय बांधिलकी ठेवू नये ! याउलट दुसरी बाजू अशी की उद्योगगृहे व त्यांचे संस्थापक यांनी देशात राज्य कोणाचे असावे हे ठरवावे, निवडणुकीला पैसा पुरवावा, मंत्रिमंडळ पाडण्यासाठी कारवाया कराव्यात ! ही दोन्ही टोके गैर आहेत. आधुनिक काळात राजकारणाचे स्वरूप सर्वस्पर्शी बनले आहे. उद्योग-व्यापार हा व्यापक समाजकारणाचा एक हिस्सा असल्याने उद्योगपती व व्यापारी यांना राजकारणात भाग घ्यावा लागतो ! हे तत्त्व एकदा स्वीकारल्यानंतर मग राजकीय पक्षांना निवडणुकीसाठी देणग्या देणे, सरकारी अधिकारी विकत घेणे, राजकीय पक्ष बळकावणे, मंत्रिमंडळ पाडणे या गोष्टी ओघाने आल्या. अर्थात या गोष्टी म्हणजे उद्योग-व्यापार-राजकारण सहभागाचे विकृत स्वरूप होय. आपल्या देशात व अन्यत्र हे क्वचित प्रसंगी दिसून आले असले तरी याचे समर्थन कोणत्याही पातळीवर होणार नाही. याचे दुष्परिणामही तसेच होऊ शकतात. यामुळे स्वत: उद्योग-व्यापार क्षेत्रातील व्यक्ती गोत्यात येऊ शकतात. त्या व्यक्ती राज्यकर्ते ओलीस ठेवू शकतात. तसेच राज्यकर्ते उद्योग-व्यापार क्षेत्राला सार्वजनिक व्यासपीठावरून बदनाम करू शकतात. राजकारणातील उद्योग-व्यापार क्षेत्राचा सहभाग हा 'भ्रष्टाचार' होऊ नये. उद्योग-व्यापार क्षेत्रातील व्यक्तींनी राजकारणाकडे केवळ बघ्याच्या भूमिकेतून पाहू नये. त्यांनी विविध राजकीय घडामोडीत रस घ्यावा, राजकीय पक्षांना राजकीय उद्दिष्टांबरोबर आर्थिक समृद्धीच्या उद्दिष्टांची जाणीव करून द्यावी, राज्यकर्ते सुजाण, व्यापारी-आर्थिक दृष्टी असलेले कसे लाभतील इकडे पाहावे. याला राजकारण सहभाग म्हणता येईल.

(४) सामाजिक पर्यावरण (Social Environment)

समाजातील विविध सामाजिक बाबींचे मिळून सामाजिक घटक तयार होतात. प्रत्यक्षात समाज हा विविध गटांचा मिळून तयार झालेला असतो. उदा. ग्राहक, कामगार इ. या प्रत्येक गटाच्या व्यवसायाकडून वेगवेगळ्या अपेक्षा असतात. ग्राहकांना किमान

किमतीत अधिक दर्जेदार वस्तू हव्या असतात, कामगारांना वेतनवाढ हवी असते आणि अधिकाधिक कल्याणकारी योजना हव्या असतात. संपूर्ण समाजाला व्यवसायाच्या भराभराटीत हिस्सा हवा असतो. त्यांचे व्यवसायाबाबत विशिष्ट दृष्टिकोन असतात. जर हे दृष्टिकोन पोषक असतील तर उद्योजकतेची वाढ होते. जर हे दृष्टिकोन प्रतिकूल असतील तर उद्योजकाला जनतेचा विश्वास संपादन करण्यासाठी, त्यांच्यात नावलौकिक मिळविण्यासाठी प्रयत्न करावे लागतात. लोकांच्या श्रद्धा, विचारसरणी आणि कल्पना वेळोवेळी बदलतात. यामुळे सामाजिक बदल होतात आणि त्याचाच अंतिम परिणाम म्हणजे सामाजिक पर्यावरणात बदल होतात. सामाजिक दृष्टिकोन बदलू शकतात; जनतेच्या आवडीनिवडी बदलू शकतात आणि मानवी स्वभावाच्या चंचलतेमुळे असंख्य पर्यावरणात्मक घटक उद्‌भवतात. विपणन डावपेचांवर या साऱ्यांचाच परिणाम होणे हे नैसर्गिकच आहे. अन्य व्यावसायिक डावपेचांवर सामाजिक पर्यावरणाच्या होणाऱ्या परिणामांचासुद्धा विचार उद्योजकाने केला पाहिजे. कामाकडे पाहण्याचा दृष्टिकोन, विविध कामांना समाजात मिळणारी मान्यता, कामाच्या पर्यावरणाविषयी उद्योजकांचा दृष्टिकोन, निवांतपणाच्या कल्पना इत्यादी सामाजिक घटकांचा विचार उद्योजकाने करावयास हवा. व्यवसायाची धोरणे व डावपेच यावर सामाजिक पर्यावरणाचा सर्वाधिक परिणाम होतो. या पर्यावरणामुळेच व्यवसायापुढे अतिशय गंभीर आव्हाने उभी ठाकतात. म्हणूनच उद्योजकता वाढीशी या सर्वच मुद्द्यांचा निकटचा संबंध आहे.

व्यावसायिक पर्यावरणाचे सामाजिक स्वरूप हे देखील महत्त्वाचे असते. उद्योग-व्यापार हे समाजाचा एक अपरिहार्य भाग असल्याने पर्यावरणाचे सामाजिक स्वरूप खालीलप्रमाणे असते -

(१) समाजाचे घटक असलेले लोक - त्यांची संख्या, त्यांचे वर्गीकरण, निवास, ग्रामीण व शहरी वर्गीकरण, लोकवर्तन व आधार;
(२) लोकविचार व सामाजिक मूल्ये;
(३) सामाजिक संस्था - त्यांची रचना, अस्तित्व, त्यांचे प्रश्न, उदा. कुटुंब, जातिसंस्था इत्यादी.

व्यवसायसंस्था व उद्योजक यांना सामाजिक जाणीव ठेवावी लागते; कारण ग्राहक, भागधारक, व्यवस्थापक, कर्मचारी, वितरक इत्यादी व्यवसायाचे घटक समाजातूनच प्राप्त होत असतात. अशा समाजाची मूलभूत रचना कशी आहे? त्यातील घटकांचे परस्परसंबंध कसे आहेत? समाजातील संघटितपणा कसा निर्माण झाला? कुटुंबसंस्था कशी आहे? समाजात आधुनिकतेचे प्रमाण कितपत आहे? समाजातील अंतर्गत ताणतणाव व हितसंबंध कसे आहेत? इत्यादी बाबी शोधणे, त्यांची व्याप्ती निश्चित करणे, त्यातील संभाव्य बदल अनुमानित करणे या गोष्टी व्यवसायाला आवश्यक असतात.

भारतीय समाज हा मूलत: ग्रामीण व अर्धनागरी असून सामाजिक बदलाच्या दृष्टीने अत्यंत संवेदनाक्षम आहे, सावध आहे. समाजावर कुटुंब आणि जातिव्यवस्थेचा पगडा आहे. लोकसंख्या वाढ, शहरीकरणाचे वाढते प्रमाण, राहणीवर पाश्चात्य संस्कृतीची छाप इत्यादी कारणांमुळे कुटुंबसंस्था मोडकळीस आली आहे. एकीकडे विभक्तपणा असूनही त्यातील एकात्मतेचा धागा कुटुंबसंस्था सोडण्यास तयार नाही. सार्वजनिक जीवनात जातीयता न मानणारा भारतीय समाज व्यक्तिगत व कौटुंबिक व्यवहारात जात मानणारच नाही असे नाही. आधुनिक शिक्षणानेही या प्रवृत्तीत फारसा फरक पडला नाही. निवडणुकीसारख्या निमित्ताने समाजातील अशा विसंगतीने भरलेल्या गोष्टींचा उद्रेक झाल्याचे आपण पाहतो.

कारखानदार व व्यावसायिक प्रशासक यांना पर्यावरणाच्या या सामाजिक स्वरूपाच्या अभ्यासामुळे व्यवसायाच्या खालील अंगांबाबत निर्णय घेणे सुलभ होते : (१) सेवकभरती व श्रमशक्ती नियोजन, (२) जनसंपर्क कार्य, (३) जाहिरात व प्रचार, (४) वस्तू संयोजन व विकास, (५) भागभांडवल उभारणी इत्यादी.

सामाजिक सेवा, सामाजिक बांधिलकी व सामाजिक परिवर्तन या गोष्टी उद्योगव्यवसायांनाही कराव्या लागतात हे आता सर्वमान्य झाले आहे. त्यामुळे व्यावसायिक पर्यावरणाची सामाजिक बाजू अधिक महत्त्वपूर्ण व व्यापक ठरली आहे.

उद्योजकाला सामाजिक दृष्टी आणि जाण ठेवावीच लागते. ग्राहक, सेवक, व्यवस्थापक, राज्यकर्ते हे ज्या समाजाचे घटक आहेत त्या समाजाची रचना कोणत्या स्वरूपाची आहे, समाजात आधुनिकतेचे प्रमाण किती आहे, सामाजिक संस्था व त्यांचे स्वरूप काय आहे, सामाजिक तणाव आणि समस्या कोणत्या आहेत या प्रश्नांची उत्तरे शोधणे क्रमप्राप्त आहे. समाजात शिक्षणाचा प्रसार किती प्रमाणात झाला हेही महत्त्वाचे.

सामाजिक पर्यावरणाच्या तीन बाजू आहेत. (१) आपल्या जीवनपद्धतीत आणि सामाजिक मूल्यांमध्ये बदल; उदा. स्त्रियांच्या भूमिकेतील बदल, अधिक मालापेक्षा दर्जेदार मालावर भर, सरकारवर विश्वास, मनोरंजनार्थ उपक्रमांना अधिक प्राधान्य. (२) महत्त्वाच्या सामाजिक समस्या उदा. पर्यावरणातील प्रदूषणाचा संबंध; सामाजिकदृष्ट्या बाजारपेठेच्या संदर्भातील जबाबदार धोरणांची मागणी, नोकरीत आणि उत्पादनात सुरक्षितता इ. (३) व्यवसायातील अनुचित प्रकारामुळे ग्राहकांचे वाढते असमाधान.

(५) सांस्कृतिक पर्यावरण (Cultural Environment)

विविध प्रकारच्या संस्कृतीच्या एकत्रित विचारांचे मिळूनच सांस्कृतिक पर्यावरण बनते. या विविध संस्कृतींमधील संकल्पना आणि श्रद्धा भिन्न भिन्न असतात. समाजातील

विविध प्रकारच्या लोकांच्या गटांच्या रचना, परिस्थिती या व्यावसायिक स्थितीशी संबंधित असतात. निव्वळ भरपूर लोकसंख्या म्हणजे मोठी बाजारपेठ नव्हे. प्रत्यक्षात ग्राहक म्हणून कितीजण आहेत ते महत्त्वाचे. या गटांमध्ये होणाऱ्या बदलांचासुद्धा उद्योजकाने अभ्यास केला पाहिजे. वयोगट आणि स्त्री-पुरुष भेद यांचा थेट परिणाम बाजारपेठेवर होतो.

व्यावसायिक पर्यावरणाचे सांस्कृतिक व धार्मिक स्वरूप हे खालील घटकांशी निगडित असते.

(१) समाजाची सांस्कृतिक परंपरा व वारसा, (२) धार्मिक रूढी व समजुती, (३) धार्मिक कल्पनांचा प्रभाव, (४) सांस्कृतिक, धार्मिक संघटना.

उत्पादकता, कामगारातील शिस्त, गैरहजेरी, अदलाबदल, कामगारांची कार्यक्षमता, जाहिरात माध्यम व त्यातील संदेश, बाजारपेठ विस्तार, वस्तूचे किंवा सेवांचे विपणन, तंत्रज्ञानाचा स्वीकार इ. व्यावसायिक कार्याशी सांस्कृतिक व धार्मिक घटकांचा फार जवळचा संबंध येतो.

भारतीय समाजाचे उदाहरण घेतल्यास रूढीप्रियता, धार्मिक कर्मकांड, स्थितीप्रियता, पूर्वजांविषयी अभिमान इत्यादी वैशिष्ट्यातून व्यावसायिकांना मार्ग शोधावा लागतो. या गोष्टी व्यावसायिक दृष्टीच्या आड येऊ नयेत याची खबरदारीही घ्यावी लागते.

बायबल, उपनिषदे, गीता, कुराण, ग्रंथसाहिब इत्यादी धार्मिक ग्रंथातील मानवी वर्तनाची तत्त्वे, त्यातील कर्मयोग, कष्ट व प्रामाणिक मानवी जीवनाचे महत्त्व इत्यादींकडे डोळेझाक करून केवळ बाह्य उपचार पाळणे व परक्या धर्मश्रद्धेचा द्वेष बाळगणे म्हणजे धार्मिकता नव्हे. संस्कार व धर्म यांचा संबंध व्यक्तिगत व भावनिक असतो. भावना जपणे हे महत्त्वाचे आहे. उद्योग-व्यापार क्षेत्राला हे ओळखावे लागते.

महाराष्ट्रात हिंदु संत व सुफी मुसलमान यांनी भक्ती तत्त्वज्ञानाचा मोठा संस्कार रुजवला आहे. त्यात काहींना केवळ नकारात्मकता व रूढी दिसतात. परंतु या वाङ्मयाच्या संस्काराने महाराष्ट्राचे मन, मेंदू आणि मनगट घडले आहे हे तितकेच महत्त्वाचे आहे.

प्राचीन परंपरांची जपणूक, भिन्नतेतून भावनिक एकात्मता या भारतीय सांस्कृतिक महत्तेची जपणूक आधुनिक व्यावसायिक संस्थेकडून केली जाते हे आपण पाहतो. धार्मिक प्रसंग, यात्रा, उत्सव या प्रसंगी योग्य सहभाग; प्राचीन शिल्पकला, चित्रकला, नृत्य-नाट्यसंगीत इत्यादी अभिजात भारतीय लोककलांच्या खुणांचा मागोवा, उद्योग-व्यापारी संस्थांच्या जाहिरात व प्रचार साहित्यात तसेच बोधचिन्हात समाविष्ट केलेली धर्मग्रंथातील वचने; संवेष्टन, वस्तूचा आकार, रंग, रूप, गंध इत्यादी विपणनविषयक कार्यात परंपरागत कल्पनांचे आधुनिक स्वरूपातील सादरीकरण; या गोष्टी हेच दर्शवितात की धार्मिक व सांस्कृतिक पर्यावरणाची दखल व्यवसायाला घेणे किती आवश्यक ठरते !

आधुनिक व्यवसाय-व्यवस्थापनात भारतीय व्यवस्थापकांपुढे 'संप्रेरणा'ची मोठी

समस्या आहे. त्यासाठी माणसांचे संस्कार व त्यातून झालेली त्यांच्या मनाची जडणघडण यांचे विश्लेषण करणे गरजेचे आहे. व्यावसायिक पर्यावरणाच्या या सांस्कृतिक स्वरूपाच्या अभ्यासामुळे 'व्यवसाय-व्यवस्थापन' सुलभ बनते.

व्यावसायिक पर्यावरणातील सांस्कृतिक व धार्मिक घटकाला विशेष महत्त्व आहे. कारण ते समाजाशी निगडित आहे. समाजातूनच व्यवसायाला सेवकवर्ग उपलब्ध होतो. सांस्कृतिक व धार्मिक घटकांमध्ये (अ) देशाची सांस्कृतिक परंपरा व वारसा, (ब) धार्मिक रूढी आणि समजुती, (क) धार्मिक कल्पनांचा प्रभाव, (ड) सांस्कृतिक व धार्मिक संघटना यांचा समावेश होतो.

व्यवसाय क्षेत्रात सांस्कृतिक व धार्मिक घटकांचा परिणाम जबरदस्त असतो. उत्पादकता, श्रमिकांची गैरहजेरी, श्रमिकांची कार्यक्षमता, उद्योजकता, उपक्रमशीलता यांचा अभाव, यासारख्या गोष्टीतून व्यावसायिक पर्यावरणातील सांस्कृतिक व धार्मिक घटक यांचे स्वरूप प्रतीत होते. उद्योजकता वाढीवर या घटकांचा परिणाम निश्चितच होतो.

(६) शैक्षणिक पर्यावरण (Educational Environment)

देशामध्ये शिक्षणविषयक काय काय सोयी उपलब्ध आहेत आणि मुख्य म्हणजे नागरिकांचा एकंदरीतच शिक्षणाविषयी दृष्टिकोन कसा आहे, या गोष्टींना शैक्षणिक परिस्थितीविषयी विचार करताना महत्त्व असते. प्राथमिक, माध्यमिक शिक्षणाचा पाया पक्का असला तर महाविद्यालयीन शिक्षणाचा दर्जा उंचावतो. अर्थात देशात उपलब्ध असलेल्या शिक्षणाचा व्यवसाय क्षेत्राला कितपत उपयोग होतो हे महत्त्वाचे. शिक्षण शक्य तेवढे व्यवसायाभिमुख असावे. सुशिक्षित कर्मचाऱ्याचा कामाकडे पाहण्याचा दृष्टिकोन वेगळा असतो. (मात्र त्याच्या प्रवृत्तीसुद्धा तितक्याच महत्त्वाच्या असतात.) योग्य शैक्षणिक वातावरणामुळे व्यवसायसंस्थेतील कर्मचारी वर्गाची प्रगती होणे शक्य असते. पर्यायाने ते व्यवसायसंस्थेच्या विकासाला पोषकच ठरते. संघटनेच्या रचनेत अंतर्गत बढती सहजसुलभ होत असल्याने बाहेरून व्यवस्थापकीय वर्ग मिळविण्याची गरज राहत नाही. या पार्श्वभूमीवर व्यावसायिकांनी व्यावसायिक पर्यावरणातील शैक्षणिक परिस्थितीचा सखोल विचार केला पाहिजे. उद्योगव्यवसायांना लागणारे व्यवस्थापक बऱ्याचदा व्यवस्थापन संस्थांतून प्रशिक्षित विद्यार्थ्यांच्या माध्यमातून पुरविले जातात. भारतातील व्यवस्थापन शिक्षण देणाऱ्या संस्थांच्या जोडीला परकीय विद्यापीठांनी सुद्धा भारतातील शिक्षण क्षेत्रात शिरकाव केलेला आहे.

(७) तांत्रिक पर्यावरण (Technological Environment)

तांत्रिक विकासामुळे निर्माण झालेल्या विविध तांत्रिक बाबींना एकत्रितरीत्या उद्योजकतेचे तांत्रिक पर्यावरण म्हणता येईल. तंत्रज्ञानात वेगाने होणाऱ्या बदलांचा परिणाम

उद्योजकता विकासावर ताबडतोब होतो. तांत्रिक बदलाला विविध पैलू आहेत. विपणन, प्रक्रिया यातील बदल लक्षात घ्यावे लागतात.

व्यावसायिक पर्यावरणातील गतिमान असणाऱ्या घटकांमधील सर्वात महत्त्वाचा घटक म्हणजे तांत्रिक घटक. या घटकाचा प्रभाव इतका जबरदस्त असतो की, संपूर्ण उत्पादन प्रक्रियाच बदलून टाकण्याचे सामर्थ्य या घटकात असते. या घटकाकडे उद्योजकाने लक्ष द्यावे लागते. कारण पर्यावरणातील या घटकामुळे सुधारणा आणि प्रगती सहजसाध्य असते. प्रत्येक समाजात किंवा उद्योगात कोणती उत्पादने बनवली जातील, कोणत्या सेवा पुरविल्या जातील, कोणती उपकरणे वापरली जातील, निरनिराळी कार्ये कोणत्या पद्धतींनी हाताळली जातील हे प्रामुख्याने तांत्रिक प्रगती कितपत झाली आहे यावरच अवलंबून असते.

पर्यावरणातील तांत्रिक बदलाचा परिणाम स्पर्धकांवर होत असतो. हा पर्यावरणातील अप्रत्यक्ष परिणाम करणारा घटक प्रत्यक्ष परिणाम करणाऱ्या घटकाचा भाग कसा बनतो याचे उदाहरण आहे. तांत्रिक प्रगतीमुळे स्पर्धात्मक वातावरणातसुद्धा फार मोठ्या प्रमाणावर फरक पडत आहे.

इतर कोणत्याही बदलापेक्षा हा बदल अतिशय जलद होतो आणि याचे परिणामसुद्धा दूरगामी असतात आणि या परिणामांमुळे सुस्थापित व्यवसायांच्या संधी वाढतात तरी किंवा कमी तरी होतात.

तांत्रिक प्रगतीचा आणि बदलाचा दर अतिशय जास्त असल्याने आणि नवीन उत्पादने व प्रक्रिया व्यवसाय नियोजनामध्ये महत्त्वाचे स्थान धारण करतात. त्यामुळे भविष्यकालीन विस्तार आणि उत्पादनामध्ये विविधता आणण्यासाठी बऱ्याच मोठमोठ्या कंपन्या भविष्यकाळात तांत्रिक प्रगती काय होणार आहे आणि त्यामुळे त्यांच्या व्यवसायातील नियोजनावर काय काय परिणाम होणार आहेत, या संदर्भात नियमित आणि पुरेशी माहिती गोळा करतात.

आधुनिक व्यवसायात यशस्वितेसाठी तंत्रज्ञान हा एक महत्त्वाचा घटक असतो. तंत्रज्ञान हे नेहमी विकसनशील व नित्य बदलते असते. तंत्रज्ञानाच्या निरनिराळ्या अवस्था असतात. तंत्रज्ञानाचा संबंध कच्चा मालाची उपलब्धता, यंत्र व उपकरण संरचना, ऊर्जा साधनांची गरज, इमारत व अन्य सुविधांचे स्वरूप, कामगार प्रशिक्षण आदि गोष्टींशी असतो. तंत्रज्ञानातील बदलामुळे व्यवसायात संघटनात्मक बदल गरजेचे असतात.

संगणक हे याचे उत्कृष्ट उदाहरण आहे. गेल्या काही वर्षांत संगणकीकरणामुळे उद्योग-व्यवसाय पद्धती आमूलाग्र बदलून गेल्या आहेत. व्यवसायाकडून तंत्रज्ञानाचा वापर होतो, शोधाचे रूपांतर वस्तू किंवा सेवेत होते. हे व्यावसायिक प्रक्रियेमुळे शक्य

होते. तंत्रज्ञानामुळे उत्पादकता वाढ, प्रशिक्षणामुळे श्रमिकांच्या मोबदल्यात वाढ घडून येते. जे. के. गॅलब्रेथ यांनी तंत्रज्ञानाच्या व्यावसायिक वापराला 'टेक्नोस्ट्रक्चर' (तंत्र आराखडा) असे म्हटले आहे. वैज्ञानिक व तांत्रिक तज्ज्ञांचा आधुनिक व्यवसाय व निर्णय प्रक्रियेवर फार मोठा प्रभाव पडतो असे ते म्हणतात. भारतात तंत्रज्ञान हस्तांतर, तांत्रिक सहकार्य व करार, त्यासंबंधी लवचीक सरकारी धोरण यांसारख्या कल्पनांमुळे तांत्रिक घटकांचा व्यवसायावरील प्रभाव महत्त्वपूर्ण ठरला आहे.

ई-कॉमर्स (E-Commerce)

संगणकाने संपूर्ण विश्वाला विलक्षण वेगाने वेढले असून त्यामुळे निर्माण झालेल्या परिवर्तनाचे प्रत्यंतर जागोजागी येत आहे. अनेक बदल हे नाट्यपूर्ण तर काही बदल धक्कादायकही आहेत. 'ई' शब्दाची मोहिनी जबरदस्त आहे.

ई-कॉमर्स प्रक्रियेत इलेक्ट्रॉनिक्स, पद्धत आणि प्रक्रिया यांचा वापर सॉफ्टवेअर आणि टेलिकम्युनिकेशन तंत्रज्ञान यांच्या साहाय्याने सर्व व्यावसायिक व्यवहार पार पाडण्यासाठी केला जातो. माहिती, उत्पादन आणि सेवा यांची खरेदी आणि विक्री संगणक जाळे इलेक्ट्रॉनिक माध्यमातून होते. ई-कॉमर्समुळे व्यवसाय पुढील मार्गांनी होऊ शकतो : (१) व्यवसाय ते व्यवसाय, (२) व्यवसाय ते व्यक्ती, (३) व्यक्ती ते व्यक्ती, (४) व्यक्ती ते व्यवसाय.

ई-कॉमर्सचे फायदे

(१) रोकड आणि कागदपत्रे याशिवाय व्यावसायिक व्यवहार होऊ शकतील.

(२) व्यवहार पार पाडण्याचा हा अतिजलद मार्ग असल्याने कमी वेळात व्यवहार पूर्ण होऊ शकेल.

(३) कोणताही मध्यस्थ या प्रकारच्या व्यवहारात नसल्याने ग्राहक आणि व्यवसाय यातील अंतर कमी झाल्याने परस्परांशी थेट संपर्क झाल्याने खर्चात बचत होते.

सध्या जगाची पावले या प्रकारच्या व्यवसायाकडे वळत आहेत. प्रत्येक क्षेत्रातच माहिती-तंत्रज्ञानाच्या आधारे एक नवीन विश्व उभारणे ही डॉटकॉम युगाची मूळ कल्पना आहे. अर्थात, या क्षेत्रात यशस्वी व्हायचे असेल तर उद्योजकाला सतर्कता, दूरदृष्टी, लवचीकपणा, लक्षवेधीपणा, जबाबदारी आणि जोखीम पत्करण्याची वृत्ती या गुणांचा आविष्कार दाखवायला हवा. ई-कॉमर्समधील प्रत्येक कंपनीकडे, त्यातील प्रत्येकाकडे हे गुण असले पाहिजेत. पारंपरिक उद्योग-व्यवसाय क्षेत्र आता खरोखरच एका निर्णायक वळणावर येऊन ठेपलेले आहे. माहिती तंत्रज्ञान क्षेत्राची कास धरण्याशिवाय तरणोपाय नाही.

(८) आंतरराष्ट्रीय पर्यावरण (International Environment)

आंतरराष्ट्रीय व्यावसायिक पर्यावरणाचा संबंध राष्ट्रीय व्यावसायिक पर्यावरणाशी येतो. विदेशी बाजारपेठेतील घडामोडी, आंतरराष्ट्रीय घटना व उलाढाल तसेच आयात-निर्यात व्यापारातील समतोल यांचा प्रभाव देशी व्यापारावर पडतो. जागतिक महायुद्धे, जागतिक महामंदी, युरोपीय सामाईक बाजारपेठेची स्थापना, 'ओपेक' या सदस्य राष्ट्रांनी तेल किमतीत केलेली वाढ इत्यादी घटनांचा आपल्या देशातील व्यावसायिक पर्यावरणावर दूरगामी परिणाम झालेला आहे. देशोदेशी स्वीकारण्यात आलेली आंतरराष्ट्रीय व्यापार-धोरणे, आंतरराष्ट्रीय व्यापार कर किंवा मुक्त व्यापार पट्टे, तेजी-मंदी, यूनोच्या आर्थिक व व्यापारी संघटनेची व सदस्य राष्ट्रांसाठी त्यांनी प्रसृत केलेली मार्गदर्शक सूत्रे इत्यादींमुळे व्यवसायाचे क्षेत्र हे किती व्यापक व आंतरराष्ट्रीय स्वरूपी आहे हे ध्यानात येते.

दि. ११ सप्टेंबर २००१ रोजी आंतरराष्ट्रीय दहशतवाद्यांनी न्यूयॉर्कमधील 'वर्ल्ड ट्रेड सेंटर' आणि वॉशिंग्टनमधील इमारतीमध्ये विमाने घुसवून हल्ले केले. ह्याचे दूरगामी परिणाम जवळजवळ संपूर्ण जगावर झाले आणि होत राहतील.

आंतरराष्ट्रीय पर्यावरणाचा विचार करताना आता आणखी काही मुद्यांचा विचार करणे अपरिहार्य ठरते. त्यातील महत्त्वाचे आहेत - पेटंट, स्वामित्व हक्क, बौद्धिक मालमत्ता, परकीय सहयोग, एकत्रीकरण व विलीनीकरण, जागतिक व्यापार संघटना इत्यादी.

पेटंट आणि बौद्धिक संपदा अधिकार (Patents and Intellectual Property Rights)

सन १९४७ पासून गॅटच्या सात परिषदा पार पाडल्यानंतर बहुचर्चित अशी आठवी परिषद सप्टेंबर १९८६ मध्ये उरुग्वे देशातील पुडल्डेल एस्टा शहरात भरविण्यात आली होती. या परिषदेत जकात व बिगर-जकातीमुळे अडथळे, गॅटच्या नियमातील बदल, अनुदानाचे शिस्तपालन, अन्य उपाय, अवमूल्यनाविरुद्धचे उपाय इत्यादी पारंपरिक विषयांवर चर्चा करण्यात आली आणि त्याचबरोबर व्यापाराशी निगडित बौद्धिक संपदा (Trade Related Intellectual Property Rights - TRIPs) यासारख्या नवीन बाबींवरही विचारविनिमय करण्यात आला. सभासद राष्ट्रांत याविषयी चार वर्षे वाटाघाटी होऊनही अनेक बाबतीत सर्वांचे एकमत होत नव्हते. खास करून क्षेत्र, सुती कापड, बौद्धिक संपदा व अवमूल्यनाविरुद्ध उपाययोजना इत्यादी बाबतीत मतभेद होता. यातूनच आर्थर डंकेल यांना एक प्रस्ताव तयार करण्यास सांगण्यात आले. तो सर्व सभासद देशांनी जशाचा तसा स्वीकारावा असे ठरले. त्याप्रमाणे डंकेल प्रस्तावाचे अंतिम कायद्यात रूपांतर १५ डिसेंबर १९९३ मध्ये झाले. आपल्या देशाने 'मोरोक्को' येथे या करारावर दि. १५ एप्रिल १९९४ रोजी स्वाक्षरी केली. भारताबरोबर जगातील ११७ देशांनी यावर सह्या केल्या आहेत.

डंकेल प्रस्तावात बी-बियाणांसारख्या वनस्पती जातींसाठी पेटंट एकाधिकार याबाबत उल्लेख करण्यात आला. यानुसार वनस्पतींच्या जातींच्या (विशेषत: बी-बियाणे) पेटंटचा अधिकार संशोधन कार्यात २० वर्षे राहील. हा भाग या करारातील व्यापाराशी निगडित बौद्धिक संपदा याबाबतचा आहे. बी-बियाणे, खते अथवा इतर नवीन प्रकारचे संशोधन करणाऱ्यास एकाधिकार हक्क प्राप्त होईल. त्यापासून त्याला लाभ मिळेल. अन्य प्रकारच्या बौद्धिक संपदा एकाधिकार जागतिक व्यापार संघटनेने एकूण नऊ बौद्धिक संपदांचा समावेश केलेला आहे. कॉपीराईट, बोधचिन्ह (ट्रेडमार्क), व्यावसायिक गुप्तता, औद्योगिक संकल्प चित्रे, वनस्पती इत्यादींचा समावेश यात केलेला आहे. नवीन तंत्रपद्धती किंवा प्रक्रिया शोधून काढणाऱ्याला ह्यानुसार विशेष हक्क प्राप्त होतात. त्यापासून मिळणारे लाभ वीस वर्षे मिळणार आहेत. आर्थर डंकेल प्रस्तावानुसार हे सर्व बौद्धिक संपत्ती अधिकार खासगी राहतील. या प्रस्तावात औषधे, अन्नपदार्थ, रसायने इत्यादी सर्व तांत्रिक उत्पादने अथवा प्रक्रिया यासाठी पेटंट मिळू शकतात.

जागतिक व्यापार संघटना (World Trade Organisation)

दुसऱ्या महायुद्धाच्या सुरुवातीपासून विविध देशांतील सहकारी संस्थांचा संकोच होत गेला. सर्व बाबतीत देशाला स्वयंपूर्ण बनविण्याचा प्रयत्न करण्यात आला. मात्र दुसऱ्या महायुद्धानंतर याचे विविध दुष्परिणाम दिसून आले. विविध क्षेत्रांतील जागतिक सहकारी संस्थांचे महत्त्व समजून आले. वित्तीय सहकारी संस्थांसाठी अनेक आंतरराष्ट्रीय वित्तीय संस्थांची निर्मिती करण्यात आली. तसेच आंतरराष्ट्रीय व्यापारातील सहकारी संस्थांसाठी प्रथमत: जकात व व्यापारविषयक सर्वसाधारण करार 'गॅट' (General Agreement on Tariffs and Trade - GATT) निर्माण झाला. १९९५ मध्ये त्याचे रूपांतर जागतिक व्यापारी संघटनेत झाले. (World Trade Organisation - WTO)

गॅटमध्ये अनेक दोष निर्माण झाले. काही राष्ट्रांनी यामध्ये सामील व्हायचे नाकारले. गॅटच्या व्यापारविषयक चर्चेच्या आठ फेऱ्या झाल्या. आठवी फेरी 'जिनिव्हा' येथे १९८६ मध्ये संपन्न झाली. यामध्ये १२३ देश सामील झाले होते. १९९३ मधील या फेरीला 'उरुग्वे' फेरी म्हटले जाते. यातूनच जागतिक व्यापार संघटनेची निर्मिती झाली.

१९८६चा वाटाघाटीचा मसुदा त्या वेळचे गॅटचे महासंचालक आर्थर डंकेल यांनी तयार केल्याने तो 'डंकेल प्रस्ताव' म्हणून ओळखला जातो. या मसुद्याला दि. १५ डिसेंबर १९९३ रोजी मान्यता मिळाली. दि. १५ एप्रिल १९९४ रोजी भारतासह १२४ देशांनी त्यावर सह्या केल्या. अर्थात सह्या करणारे देश आपोआप सभासद होतात. सन १९९४ मध्ये ही आंतरराष्ट्रीय व्यापाराविषयी अंतिम नियमावली गॅट म्हणून प्रसिद्ध झाली. या

तरतुदीनुसार जानेवारी १९९५ मध्ये जागतिक व्यापार संघटना स्थापन झाली. सध्या चीनसह १३६ देश या संघटनेचे सदस्य आहेत.

जागतिक व्यापार संघटनेची कार्ये

(१) जागतिक व्यापार संघटना अंमलबाजवणी व्यवस्थापन व कृतीही सुकर बनविते. या कराराची उद्दिष्टे आणि विविध व अधिक देशांच्या व्यापारी कराराची उद्दिष्टे सुलभ करते. त्याचप्रमाणे बहुविध व्यापार कराराची अंमलबजावणी, व्यवस्थापन व कृती यासाठी चौकट उपलब्ध करून देते.

(२) या ही संघटना कलह समझोत्याचे नियम व कार्यपद्धतीच्या कार्यवाहीवर समजूतदारपणे व्यवस्था पाहते.

(३) ही संघटना या करारातील परिशिष्टातील (जोडविभागात) ज्याचा या कराराखाली विषयाचा व्यवहाराशी संबंध असतो त्यांच्याशी जोडते. तसेच त्यांच्या त्रिविध व अधिक देशांशी व्यापारी संबंधाविषयी सभासदांना वाटाघाटीसाठी व्यासपीठ पुरविते.

(४) संघटना व्यापारी धोरण परीक्षणात्मक यंत्रणेची व्यवस्था पाहते.

(५) जागतिक आर्थिक धोरण ठरविण्यात अधिक स्पष्टपणा प्राप्त करण्याच्या दृष्टीने जागतिक व्यापारी संघटनेने आंतरराष्ट्रीय नाणेनिधी पुनर्रचना व विकासासाठी आंतरराष्ट्रीय बँक आणि तिच्या संलग्न संस्था यांच्याशी योग्य सहकार्य प्रस्थापित करणे.

जागतिक व्यापार संघटनेची उद्दिष्टे

गॅटने जी उद्दिष्टे निर्धारित केली होती ती जागतिक व्यापार संघटनेने स्वीकारली. याशिवाय बदलत्या कालमानानुसार काही नवीन उद्दिष्टे अंतर्भूत केली. अत्यंत महत्त्वाची उद्दिष्टे खालीलप्रमाणे आहेत :

(१) सर्व देशांतील लोकांचे व्यक्तिगत उत्पन्न वाढावे तसेच रोजगारात वाढ व्हावी.

(२) जगातील उपलब्ध साधनसामग्रीचा इष्टतम उपयोग व्हावा जेणेकरून लोकांच्या राहणीमानाचा दर्जा उंचावेल.

(३) विकसनशील राष्ट्रांच्या आर्थिक गरजा लक्षात घेऊन त्यांना जागतिक व्यापारात हिस्सा मिळवून द्यावयास हवा. तसेच जागतिक व्यापाराचा विस्तार घडवून आणणे.

(४) अन्योन्य व परस्परांना हितकारक व्यापारी व्यवस्था प्रस्थापित करणे.

(५) देशादेशातील भेदभाव करणारी व्यापारी वर्तणूक नष्ट करणे.

(६) अधिक उदारीकरणाचे धोरण स्वीकारणे. औद्योगिक व शेती उत्पादनावरील जकाती कमी करणे.

(७) संख्यात्मक नियंत्रणे व इतर जकातेतर बंधने दूर करणे वा कमी करणे.

(८) विवाद निवारण्याच्या यंत्रणेत सुधारणा करणे.

(९) देशांच्या स्थायी विकासाचे प्रयत्न करणे व पर्यावरणाचे संरक्षण करणे.

(१०) गॅटसह इतर आंतरराष्ट्रीय प्रतिनिधी संस्था यांच्यामध्ये अधिक सहकार्य प्रस्थापित करणे.

(११) सभासद देशांच्या आंतरराष्ट्रीय व्यापारात अडथळे निर्माण होणार नसतील आणि सभासद देशांतील व्यापार सुकर होण्यास मदत होणार असेल तर जकात संघ अगर मुक्त व्यापार प्रदेश (Free Trade Zone) स्थापन करण्यास परवानगी देणे.

जागतिक व्यापार संघटनेचे फायदे

(१) वस्तूतील व्यापारात उदारीकरण, (२) औद्योगिक उत्पादनावरील जकात कमी करण्यासाठी प्रयत्न, (३) शेती उत्पादनाच्या बाबतीत अर्थसाहाय्य, कमी जकात इत्यादी सवलती, (४) जकातेतर प्रतिबंध, (५) बहुतंतू (Multi-fibre) वस्त्र करार प्रगती, (६) नवीन क्षेत्रांना मार्गदर्शन, (७) बौद्धिक स्वामित्वाचे अधिकार, (८) व्यापारासंबंधित गुंतवणूक उपाय, (९) स्पष्ट व बळकट नियम, (१०) मूल्यावपातीविरुद्ध उपाय (Anti-dumping Measures) (११) औद्योगिक अर्थसाहाय्य, (१२) विकसनशील देशांना अधिकार लाभ, (१३) उत्पादनवाढ व क्षेत्रीय निर्यातीची संधी.

जागतिक व्यापार संघटनेचे तोटे

(१) तुलनेने विकसनशील देशांना सेवेतील व्यापारात तोटा, (२) मर्यादित असा बहुतंतू कराराचा सापेक्ष लाभ, (३) व्यापाराशी संबंधित वादाचे विषय विकसनशील देशांना हानिकारक, (४) शेती अर्थसाहाय्यासाठी अपुरी तरतूद, (५) सार्वजनिक वाटप पद्धतीकडे दुर्लक्ष, (६) जीविताचा पेटंट (विशेष हक्क) अयोग्य, (७) विकसित आणि विकसनशील देशातील असमान स्पर्धा, (८) जागतिक व्यापार संघटनेची विविध बाबतीत हुकूमत, (९) अनावश्यक बहुमताचा आग्रह, (१०) मंत्रिमंडळ पातळीवरील बैठकीत अनावश्यक कालावधी.

व्यावसायिक पर्यावरण आणि ग्राहक (Business Environment and Customers)

व्यवसायाचा आणि ग्राहकाचा अतिशय जवळचा संबंध आहे. बाजारपेठ उपलब्ध असणे म्हणजे त्यामध्ये पैसा जवळ असणारे आणि त्यांच्या गरजांची पूर्ती करण्याकरिता खर्च करण्याकडे कल असणारे लोक. व्यावसायिकाला लोकसंख्येमध्ये स्वारस्य असते. यामध्ये ग्राहकांचे वय, स्त्री-पुरुषांचे प्रमाण व शिक्षण, उत्पन्न, व्यवसाय-धंदा, सामाजिक

दर्जा, आयुर्मान इत्यादींचा सखोल विचार केला जातो. या साऱ्यांचे विश्लेषण बाजारपेठेत वापरले जाते आणि संपूर्ण बाजारपेठेच्या प्रत्येक विभागासाठी स्वतंत्रपणे विचार केला जातो.

ग्राहकांच्या आवडीनिवडी असंख्य, नित्याने बदलणाऱ्या असतात. आवडीनिवडीतील प्राधान्यांचा क्रम हा सुद्धा सातत्याने बदलतो. कपड्यांच्या फॅशनमध्ये मोठ्या प्रमाणावर बदल होत असतात. खाद्यपदार्थ उद्योगातसुद्धा क्रांतिकारक बदल होतात. याचाही परिणाम व्यवसाय जगतावर होतो.

भौगोलिक/नैसर्गिक किंवा भौतिक पर्यावरण (Natural Environment)

नैसर्गिक किंवा भौतिक घटकांचा व्यावसायिक संस्थेशी फार नजिकचा संबंध आहे. तापमान, नैसर्गिक साधनसामग्री, हवा, पाणी, जमीन यांसारख्या घटकांमुळे व्यवसायाचे अस्तित्व, यंत्रसंरचना, उत्पादनपद्धती, पर्यावरण व स्थानियीकरण फायदे-तोटे व त्यांची व्याप्ती ठरत असते. समुद्रकिनारा, सपाट प्रदेश, नद्यांचे जाळे यावर विपणन व विशेषत: वितरणविषयक धोरणे व त्यातील बदल अवलंबून असतात. भौगोलिक घटकांचे वैशिष्ट्य म्हणजे त्यांच्या अस्तित्वानुसार व्यावसायिक स्वरूप ठरते. पर्यायाने व्यवसायाचा अर्थपुरवठा, मनुष्यपुरवठा त्यावर अवलंबून असते. व्यवसायासाठी होणारा मानवी श्रमपुरवठा हा परिसरातून होत असतो. श्रमिकांची कार्यक्षमता व उत्पादकता ही त्या भागातील हवामान, पाणी, पिके, जमीन, भूरचना इत्यादींवरही अवलंबून असते. या सर्व कारणांमुळे संघटनात्मक नियोजन, कर्मचारी प्रशिक्षण, कल्याणकारी सुविधा इत्यादी घटकांचे व्यवसायातील निर्णायक स्थान अवलंबून असते.

व्यावसायिक पर्यावरणातील ऐतिहासिक घटक
(Historical Factors of Business Environment)

व्यावसायिक पर्यावरण जे बनते ते भूतकाळात घडलेल्या घटनांमुळे किंवा भूतकाळात ज्या घटकांनी पर्यावरणावर परिणाम केला त्यांनीच. तेव्हा या सर्व घटकांचे ज्ञान व्यवस्थापकाला असले पाहिजे. नेमक्या कोणत्या घटकांनी काय परिणाम केला आणि भविष्यात हेच घटक पर्यावरणावर काय परिणाम करू शकतील याचा विचार व्यवस्थापकाला करावाच लागेल. इतिहास हा निर्णय घेण्याच्या प्रक्रियेत अतिशय उपयुक्त ठरतो. या दृष्टिकोनातून व्यावसायिक पर्यावरणातील ऐतिहासिक घटना महत्त्वाची आहे.

पर्यावरण आणि आर्थिक विकास

'आर्थिक विकास' म्हणजे अशी प्रक्रिया की, जिच्या साहाय्याने देशाच्या वास्तव राष्ट्रीय उत्पन्नात वाढ होते. राष्ट्रीय उत्पन्नवाढ लोकसंख्यावाढीच्या वेगापेक्षा अधिक

असेल तर दरडोई उत्पन्नात वाढ होते व खऱ्या अर्थाने आर्थिक विकास घडून येतो.

आर्थिक विकास ही दीर्घकालीन प्रक्रिया असून केवळ भांडवलनिर्मिती व भांडवल गुंतवणूक याद्वारे विकास घडून येतो असे नाही. उद्योजकता निर्मिती, नव्या औद्योगिक व गुंतवणूक संधी, अग्रक्रम ठरविण्याची प्रक्रिया इत्यादी घटकांचा संबंध आर्थिक विकासाशी असतो. या घटकांचा संबंध व्यावसायिक पर्यावरणाशी आहे. विकसनशील अर्थव्यवस्थेत दारिद्र्य, अविकसित तंत्रज्ञान, निकृष्ट राहणीमान, बेरोजगारी, घटलेली गुंतवणूक क्षमता या गोष्टी देशातील पर्यावरणाशी निगडित आहेत.

मूलत: आर्थिक विकासाचा अन्वयार्थ सर्व क्षेत्रांतील उत्पादकता वाढीशी लावला जातो. (उदा. शेती, उद्योग, खाणव्यवसाय इ.) उत्पादकता आणि तंत्रज्ञान यांचा अन्योन्यसंबंध असतो. या दोन्ही गोष्टी आर्थिक विकासाशी निगडित आहेत. उत्पादकता व तंत्रज्ञान म्हणजे एका बाजूला नवी यंत्रे, उपकरणे, स्वयंचलन, संगणकीकरण तर दुसऱ्या बाजूला या गोष्टींसाठी आवश्यक असलेली मानवी शक्ती ! म्हणजेच नुसतेच भांडवल असेल तर आर्थिक विकास शक्य नाही. त्यासाठी मानवी शक्ती महत्त्वाची आहे. भांडवलाचा वापर, त्यासाठी संधी शोधणे, वेगवेगळे पर्याय वापरणे या गोष्टी प्रेरक मानवी शक्तीद्वारे होतात.

अविकसित अर्थव्यवस्थेत केवळ भांडवलाचे प्रमाण वाढवून आर्थिक विकास शक्य नाही. त्यासाठी सामाजिक, आर्थिक, राजकीय, सांस्कृतिक पद्धतींमध्ये परिवर्तन आवश्यक असते. मानवी शक्ती संप्रेरित करावी लागते. येथे पर्यावरणाचा संबंध येतो.

प्रा. केर्नक्रॉस यांच्या मतानुसार, पूरक वातावरण असेल तरच आर्थिक विकास घडून येतो व तो पुढील घटकांवर अवलंबून असतो - (१) लोकसंख्या वाढीचा दर, (२) भांडवलनिर्मितीचा वेग, (३) भांडवल-उत्पादन प्रमाण, (४) श्रमशक्ती विभागणी.

देशोदेशींच्या आर्थिक विकास प्रक्रियेचा व इतिहासाचा विचार केला असता वरील सर्व घटकांचा प्रभाव हा पर्यावरणाशी निगडित आहे असे सिद्ध होते. सरकारी धोरणे, आर्थिक कार्यक्रम, कामगार-उद्योगविषयक धोरण, आंतरराष्ट्रीय आर्थिक संबंध इत्यादींमुळे वरील घटकांची परिणामकारकता ठरत असते.

अविकसित अर्थव्यवस्थेतील खरी समस्या मानवी शक्तीच्या विकासाशी निगडित असते. याचा संबंध उद्योजकता वाढीशी असतो. त्यामुळे आर्थिक विकास हा उद्योजकता विकास व व्यावसायिक पर्यावरण यांच्याशी अनुबद्ध आहे.

पर्यावरणात्मक घटक	पर्यावरणाचा प्रकार	व्यवसायावरील परिणाम
१) १ डिसेंबर १९८४ मधील भोपाळ गॅस दुर्घटना	सामाजिक राजकीय तांत्रिक	युनियन कार्बाइडच्या भवितव्यावर परिणाम. कंपनीला आर्थिक फटका.
२) वाहनांच्या सांगाडा बांधणीसाठी प्लास्टिकचा वापर	तांत्रिक	स्टील उद्योगासाठी वाईट बातमी
३) आरोग्य आणि पोषण यातील यातील वेढलेले स्वारस्य	सामाजिक, नैतिक	तंबाखू, मद्य, चरबीयुक्त पदार्थ इ. उद्योगांना धोका
४) भारतातील टेलिकम्युनिकेशन उद्योगात खासगी कंपन्यांचा शिरकाव	आर्थिक	सार्वजनिक क्षेत्रातील भारतीय संचार निगम लिमिटेडने दर कपात केली.
५) पेट्रोलच्या किमतीत वाढ	आर्थिक	सार्वजनिक वाहतूक दरवाढ. लोक खासगी वाहतूक यंत्रणेकडे वळले. डिझेलवर चालणाऱ्या वाहनांना वाढती मागणी. राहणीमान निर्देशांक वर जातो.

सांस्कृतिक वैविध्ययुक्त पर्यावरण (Cross-cultural Environment)

कोणत्याही व्यवसायाच्या दृष्टीने सांस्कृतिक पर्यावरण हा अत्यंत महत्त्वाचा घटक ठरतो. कारण ह्यामध्ये पुढील मुद्यांचा अंतर्भाव होतो. धार्मिक बाजू, भाषा, रूढी व परंपरा, श्रद्धा, आवडी-निवडी, अग्रक्रम, सामाजिक स्तर, सामाजिक संस्था, खरेदी आणि उपभोगाच्या सवयी, इ. एका संस्कृतीत आवडणाऱ्या अथवा ग्राह्य असलेल्या बाबी दुसऱ्या संस्कृतीत आवडतीलच अथवा ग्राह्य असतीलच असे नाही. अनेक परकीय कंपन्यांना अपयश येण्याचे अत्यंत महत्त्वाचे कारण म्हणजे संबंधित बाजारपेठेच्या सांस्कृतिक पर्यावरणाचे आकलन न होणे आणि त्या पर्यावरणाशी सुसंगत डावपेच न आखणे. अशा महत्त्वपूर्ण 'संस्कृती'चा अर्थ आधी आपण समजून घेऊया.

संस्कृतीचा अर्थ आणि घटक

Geert Hofstede ह्या ख्यातनाम लेखक व शिक्षणतज्ज्ञाने असे म्हटले आहे की, ''संस्कृती हे मनाचे 'सॉफ्टवेअर' असते - आपण जो विचार करतो, कृती करतो आणि स्वत: बद्दल व इतरांबद्दल आपल्याला जे ज्ञान होते त्याबाबतचे सामाजिक 'प्रोग्रॅमिंग' यातून होत असते. दुसऱ्या शब्दात सांगायचे तर तुमचा मेंदू 'हार्डवेअर' असून तो सांस्कृतिक 'प्रोग्रॅमिंग' चालवितो.'' ह्यातील ध्वन्यर्थ असा आहे की, संस्कृती ही सहज अथवा नैसर्गिक नाही. ते आत्मसात केलेले वर्तन आहे आणि म्हणून ते बदलता येते. Kluckhohn यांनी अतिशय सोप्या भाषेत संस्कृतीची व्याख्या पुढीलप्रमाणे केलेली आहे - ''संस्कृती म्हणजे लोकांचा समग्र जीवनमार्ग'' ("The total life way of people.")

Charles Mitchell यांच्या मते, '' संस्कृती हा पुढील बाबींचा संच असतो. आत्मसात केलेली अत्यंत महत्त्वपूर्ण मूल्ये, श्रद्धा, आदर्श, ज्ञान, नीती, कायदे आणि वर्तन. व्यक्ती आणि समाजाकडून ह्यांची देवाणघेवाण होत असते आणि तेच ठरविते की व्यक्तीचे वर्तन कसे असेल, ती कसा विचार करेल आणि स्वत:कडे आणि इतरांकडे कोणत्या दृष्टीने पाहील.''

संभाव्य परकीय व्यावसायिक भागीदार अथवा स्पर्धक यांचे सांस्कृतिक संदर्भ आणि मानसिकता समजून घेण्याने वाटाघाटी करणे आणि सौदा करणे ह्या संदर्भातील डावपेच आखायला मदत होते. जे एके काळी गहन वा दुर्बोध वाटायचे त्याचा आता अंदाज बांधता येतो. त्याचा उपयोग सरतेशेवटी लाभासाठी करता येतो.

जेव्हा व्यवसायाचे स्वरूप आंतरराष्ट्रीय होते तेव्हा विविध देशातील सांस्कृतिक वैविध्य समजून घेणे त्यातील मर्म ओळखणे आवश्यक ठरते. कार्यामागील प्रेरणा, नफ्यामागील प्रेरणा, व्यवसायाची उद्दिष्ट्ये, वाटाघाटीची रीत, व्यावसायिक संबंध विकसित करण्यामागील प्रवृत्ती, भेट वस्तू देण्याच्या रूढी, अभिवादन करण्याच्या पद्धती, कायिक हावभावांचे महत्त्व, रंग आणि अंक यांचे अर्थ आणि अन्य बाबी देशा-देशांत बदलतात. अमेरिका आणि जपानमध्ये काही संकल्पनांचे आकलन कसे आहे ते खालील तक्त्यात दर्शविले आहे.

अमेरिकन आणि जपानी व्यवस्थापनाच्या प्रमुख संकल्पनांचे तुलनात्मक विश्लेषण

व्यवस्थापन संकल्पना	अमेरिकेतील आकलन	जपानमधील आकलन
कंपनी	खेळातील संघ	खेड्यातील कुटुंब
व्यवसायाचे उद्दिष्ट	जिंकणे	अस्तित्व टिकविणे
कर्मचारी	संघातील खेळाडू	कुटुंबातील मुले
मानवी संबंध	कार्यात्मक	भावनिक
स्पर्धा	गळेकापू	सहकार्य अथवा पाप
नफ्याची प्रेरणा	कोणत्याही मार्गाने	खर्चाचे साधन
ओळखीची जाणीव	कार्याभिमान	समूह प्रतिष्ठा
कार्यप्रेरणा	वैयक्तिक उत्पन्न	समूह वातावरण
उत्पादन	उत्पादकता	प्रशिक्षण आणि परिश्रम
कर्मचारी	कार्यक्षमता	देखभाल
बढती/पदोन्नती	क्षमतांनुसार	सेवा कालावधी
वेतन	सेवा आणि परिणाम	चिकाटी आणि त्याग

जेव्हा कार्यांगणात सांस्कृतिक वैविध्य असलेले लोक एकत्र येतात, तेव्हा व्यवस्थापनाला ह्या वैविध्याचे व्यवस्थापन करावे लागते. कर्मचाऱ्यातील हे वैविध्यच व्यवस्थापनाला आपली वैशिष्ट्यपूर्ण भूमिका पार पाडायला भाग पाडते. व्यवस्थापकाने प्रत्येकालाच एकसारख्या पद्धतीने वागवून चालणार नाही, तर त्याने प्रत्येकातील भिन्नता विचारात घ्यावी लागेल आणि अशा पद्धतीचाच प्रतिसाद द्यावा लागेल की जेणेकरून कर्मचारी टिकून राहतील आणि अधिक उत्पादकता मिळू शकेल, परंतु हे सारे कर्मचाऱ्यांमध्ये भेदभाव न करता ! सांस्कृतिक वैविध्य सकारात्मक पद्धतीने हाताळले तर संघटनेतील सर्जनशीलता आणि नवनिर्मिती वृद्धिंगत होऊ शकते, तसेच समस्यांच्या विविध पैलूंवर प्रकाश टाकून निर्णय घेण्याची प्रक्रिया सुधारता येते. मात्र सांस्कृतिक वैविध्य योग्य पद्धतीने हाताळले नाही तर पुढील तोटे संभवतात - वाढती कर्मचारी उलाढाल, घटता सुसंवाद आणि वाढता आंतरव्यक्ती संघर्ष.

एका देशातून दुसऱ्या देशात प्रवेश केल्यावर काही प्रमाणात गोंधळ उडतो, भावनिक उद्रेक होतो; ह्यालाच सांस्कृतिक धक्का म्हणतात. उदाहरणार्थ, फ्रान्समधून भारतात आलेल्या व्यवस्थापकाला अनेक तडजोडी कराव्या लागतील, बदलांना सामोरे जावे लागेल. भाषा बदलते, हवामान बदलते, खाण्याच्या सवयी बदलतात आणि सामाजिकीकरण रचना संपूर्णपणे नवीन असते. जेव्हा एका देशापेक्षा दुसऱ्या देशातील पर्यावरण पूर्णपणे भिन्न असते तेव्हा हा धक्का अधिक तीव्र असतो. विशेषकरून बहुराष्ट्रीय कंपन्या अशा सांस्कृतिक वैविध्यासाठी आणि धक्क्यासाठी तयार असल्या पाहिजेत.

निवडक प्रश्न

१. 'व्यवसाय' संकल्पना स्पष्ट करून व्यवसायाची उद्दिष्टे सांगा.

२. व्यावसायिक पर्यावरण म्हणजे काय?

३. व्यावसायिक पर्यावरणाची ठळक वैशिष्ट्ये स्पष्ट करा.

४. व्यावसायिक पर्यावरणाचे महत्त्व विशद करा.

५. व्यावसायिक पर्यावरणाच्या संदर्भात व्यवस्थापक आणि वैमानिक यांच्यातील साम्य व भेद स्पष्ट करा.

६. व्यावसायिक पर्यावरण आणि उद्योजक यांच्यातील परस्पर-संबंध स्पष्ट करा.

७. 'व्यावसायिक पर्यावरणाचे परिशीलन' यावर टीप लिहा.

८. टिपा लिहा
(अ) व्यवसाय संकल्पना (आ) व्यावसायिक पर्यावरण (इ) व्यावसायिक पर्यावरणाचे महत्त्व (ई) व्यावसायिक पर्यावरण आणि उद्योजक (उ) व्यावसायिक पर्यावरणाचे परिशीलन

९. व्यावसायिक पर्यावरणाचे विविध घटक थोडक्यात स्पष्ट करा.

१०. व्यावसायिक पर्यावरणाचे आर्थिक स्वरूप स्पष्ट करा.

११. व्यावसायिक पर्यावरणाचे वैधानिक व घटनात्मक स्वरूप स्पष्ट करा.

१२. राजकीय पर्यावरणाचे उद्योजकाच्या दृष्टिकोनातून काय महत्त्व असते ते स्पष्ट करा.

१३. सामाजिक पर्यावरण यावर सविस्तर विवेचन करा.

१४. सांस्कृतिक पर्यावरणाचे स्वरूप व महत्त्व विशद करा.

१५. 'शैक्षणिक पर्यावरण आणि उद्योजकता विकास' यावर टीप लिहा.

१६. 'उद्योजकतेमध्ये तांत्रिक पर्यावरणाचे स्थान' यावर टीप लिहा.

१७. 'आंतरराष्ट्रीय पर्यावरण' यावर टीप लिहा.

१८. 'भौगोलिक पर्यावरण' यावर टीप लिहा.

१९. 'पर्यावरण आणि ऐतिहासिक विकास' यावर टीप लिहा.

२०. सांस्कृतिक वैविध्ययुक्त पर्यावरण म्हणजे काय हे सोदाहरण स्पष्ट करून त्याचे उद्योजकाच्या दृष्टीने महत्त्व सांगा.

२१. टिपा लिहा.

(अ) व्यावसायिक पर्यावरणाचे आर्थिक स्वरूप

(आ) व्यावसायिक पर्यावरणाचे वैधानिक स्वरूप

(इ) राजकीय पर्यावरण आणि उद्योजक

(ई) उद्योजक आणि सामाजिक पर्यावरण

(उ) उद्योजक आणि सांस्कृतिक पर्यावरण

(ऊ) शैक्षणिक पर्यावरण आणि उद्योजकता

(ए) उद्योजकता आणि तांत्रिक पर्यावरण

(ऐ) उद्योजकता आणि आंतरराष्ट्रीय पर्यावरण

(ओ) भौगोलिक पर्यावरण

(औ) सांस्कृतिक वैविध्ययुक्त वातावरण

प्रकरण २

पर्यावरणविषयक समस्या
(Environmental Issues)

मागील प्रकरणात व्यावसायिक पर्यावरण संकल्पना, त्याचे महत्त्व, व्यावसायिक पर्यावरणाचे घटक, तसेच पर्यावरण आणि उद्योजक यांचा परस्परसंबंध याबाबत चर्चा करण्यात आली. प्रस्तुत प्रकरणात नैसर्गिक पर्यावरणाचे संरक्षण, प्रदूषणास प्रतिबंध, नैसर्गिक संसाधनांचा क्षय, नैसर्गिक संसाधनांचे संरक्षण इत्यादींबाबत आपण माहिती करून घेणार आहोत.

प्रस्तावना :

अलीकडील काळात 'पर्यावरण' ही परवलीची संज्ञा झालेली आहे. पर्यावरण ही विस्तृत संकल्पना असून त्यामध्ये विभिन्न परिस्थितींचा समावेश होतो. त्यामध्ये आपल्याला अनेक घटना आणि बदल यांचे ज्ञान होते, ते अनुभवता येते आणि त्यांना आपण प्रतिक्रिया देतो. जमीन, पाणी, वनस्पती, हवा आणि सामाजिक बाबींचा संपूर्णपणे समावेश यामध्ये होतो. भौतिक आणि परिस्थितिक (Ecological) पर्यावरणाचा समावेशसुद्धा यामध्ये होतो. पर्यावरणात सातत्याने होणाऱ्या बदलांना साजेसे करून घेण्याच्या माणसाच्या शारीरिक आणि बौद्धिक क्षमतांचा याच्याशी संबंध असतो.

पर्यावरण हे स्थिर नाही. ते प्रगमनशील (Dynamic) आहे आणि मानवाने त्यात ढवळाढवळ केली नाही तरी त्यात बदल घडून येतातच. कोणत्याही प्रदेशातील पर्यावरण हे त्यात ढवळाढवळ न होता सुद्धा निसर्गत:च प्रगमनशील समतोल साधते आणि यालाच 'निसर्गाचा समतोल' असे संबोधतात. तंत्रज्ञानाने पर्यावरणावर विशेष परिणाम केलेले आहेत, मग ते चांगले असो वा प्रतिकूल, मानवाला त्यातच राहावे लागते.

मानवाच्या सर्वच उद्योगांवर / उपक्रमांवर पर्यावरण मर्यादा घालते. एखादे विशिष्ट पर्यावरण एखाद्या विभागाच्या आर्थिक वा सामाजिक विकासासाठी अनुकूल असू शकेल;

तेच त्या विभागाच्या वाढीसाठी आणि विकासासाठी प्रतिकूल सुद्धा असू शकेल. वास्तविक पर्यावरण हा घटकच असा आहे की, ज्याच्या मर्यादेतच माणसाच्या सर्व कृती बांधील असतात. सामाजिक-आर्थिक दृष्टिकोनातून विचार केला तर पर्यावरणाकडे मानवाने निर्माण न केलेला संसाधनांचा साठा आणि प्रवाह म्हणून पाहता येईल. मानव या संसाधनांचा उपयोग आपल्या सामाजिक-आर्थिक लाभासाठी करून घेत असतो.

पर्यावरण हे भौतिक आणि सांस्कृतिक असे दोन्ही असते. भौतिक पर्यावरण ही निसर्गाची देणगी आहे तर सांस्कृतिक पर्यावरण ही मानवाची निर्मिती आहे. सांस्कृतिक पर्यावरणाला सामाजिक पर्यावरण असेसुद्धा संबोधले जाते. हे कृत्रिमरीत्या निर्माण केलेले अथवा मानव-निर्मित असते. उदा. कालवे, रेल्वे, कारखाने, लोकसंख्या घनता, जनतेची सांस्कृतिक पार्श्वभूमी, तांत्रिक विकासाची पातळी आणि अन्य घटक उदा. वैयक्तिक, धार्मिक, शैक्षणिक, वाहतुकीची साधने, बाजारपेठ सुविधा, शासनाची धारणे, इ. एखाद्या प्रदेशातील सामाजिक घटक सुद्धा शेतीच्या स्वरूपावर परिणाम घडवण्यात महत्त्वाची भूमिका बजावतात.

नैसर्गिक पर्यावरणाचे संरक्षण :

नैसर्गिक पर्यावरणाचा अति उपभोग किंवा गैरवापर यामुळे पर्यावरणाच्या गुणवत्तेची वेगाने हानी होणे ही २१ व्या शतकातील सर्वाधिक भयावह घटना आहे. लोकसंख्या विस्फोटामुळे अशी परिस्थिती निर्माण झालेली आहे की, त्यामुळे या वाढत्या लोकसंख्येच्या अन्न, ऊर्जा, दैनंदिन उपभोगाच्या आवश्यक गरजा म्हणजेच घरे, कपडे, वाहतूक, यंत्रसामग्री, वीज, सुसंवाद सुविधा, कारखाने इत्यादींमध्ये अधिक प्रमाणात वाढ झालेली आहे. परिणामत: अधिक उत्पादनासाठी अधिक संसाधनांचा वापर केला जातो. त्यामुळे प्रदूषणाची पातळी वाढते. साहजिकच परिसंस्थेतील (ecosystem) परिस्थितिक समतोल (ecological balance) बिघडतो. या सगळ्याचाच दुष्परिणाम म्हणजे विविध प्रकार. प्राणी आणि माणसे रोगग्रस्त होऊन मृत्युमुखी पडतात. तसेच अक्षयक्षम पुनर्नवीकरणीय (renewable) आणि क्षयक्षम अपुनर्नवीकरणीय (nonrenewable) भौतिक संसाधनांच्या अपरिमित उपभोगामुळे अनेकविध अडचणी व संकटे उद्भवतात.

भविष्यात जर हे असेच चालत राहिले तर मानवाला विविध क्षेत्रातील अनर्थावह परिस्थितीला सामोरे जावे लागेल. म्हणूनच प्रदूषणाचा जो भडका उडाला आहे. त्याबाबत तातडीने व गांभीर्याने काही उपाययोजना करणे गरजेचे आहे. पर्यावरणाच्या संरक्षणार्थ जर आताच उपाययोजना केली नाही तर परिस्थिती निश्चितच आटोक्याबाहेर जाईल.

स्वीडन, जर्मनी, कॅनडा इत्यादी देशांतून तर 'पर्यावरण संरक्षण हीच राष्ट्रभक्ती' हा संस्कार बालपणापासून रुजवला जातो. औपचारिक आणि अनौपचारिक शिक्षण

व्यवस्था पर्यावरणाच्या संदर्भात कृतिप्रधान असतील हे पाहिले जाते. भारतातही या संदर्भात काही प्रमाणात प्रयत्न झालेले आहेत. मात्र, प्रत्यक्षात अजूनही मोठ्या प्रमाणात कार्य होणे गरजेचे आहे. पर्यावरण आणि आर्थिक विकास या एकाच नाण्याच्या दोन बाजू आहेत. सर्वंकष विकासासाठी आर्थिक विकासाबरोबर पर्यावरण विकासालाही महत्त्व देणे गरजेचे आहे. तात्कालिक आर्थिक लाभासाठी पर्यावरणाचे नुकसान केले गेले तर असा विकास त्या प्रदेशाला हानिकारक ठरू शकतो. तात्पर्य, कोणतीही विकासयोजना अंमलात आणताना पर्यावरण संरक्षणाचा विचार प्रथम झालाच पाहिजे. एका अर्थाने 'पर्यावरणाचे विश्वस्त' म्हणून सर्व घटकांनी आपापली भूमिका पार पाडणे गरजेचे आहे.

पर्यावरण आणि विकासावरील जागतिक आयोगाने ब्रूटलॅण्ड अहवाल १९८७ मध्ये तयार केला आणि त्यामध्ये त्यांनी 'चिरंजीवी विकासाची' संकल्पना मांडली.

जो सध्याच्या गरजा पूर्ण करतो व भविष्यकालीन किंवा पुढच्या पिढीच्या गरजा भागविण्याच्या क्षमतेमध्ये कोणतीही तडजोड करीत नाही किंवा भविष्यकालीन पिढ्यांसाठी पुरेशा नैसर्गिक साधनसंपत्तीचे जतन करतो, संरक्षण करतो, पुढच्या पिढ्यांची काळजी करतो. योग्य नियोजनाने वर्तमान व भविष्यकाळासाठी निसर्ग समृद्धीसाठी प्रयत्न करतो, त्या विकासाला 'चिरंजीवी विकास' म्हणतात. याचाच अर्थ आर्थिक विकास करायचा म्हणजे निसर्ग घटकांचे शोषण नव्हे अथवा निसर्ग घटकांचा अमर्याद वापर करणे असे नाही तर आर्थिक विकास आणि पर्यावरण विकासाचा समतोल साधणे गरजेचे आहे.

भारतात पर्यावरण संरक्षणाच्या दृष्टीने संपूर्ण जगात सर्वाधिक कायदे आहेत. मात्र, कायद्यांची व नियमांची अंमलबजावणी काटेकोरपणे केली जात नाही. कायद्यातील पळवाटा शोधल्या जातात. त्यामुळे पर्यावरण संरक्षणाला खीळ बसते. आधी उल्लेख केल्याप्रमाणे सर्वांनीच 'पर्यावरणाचे विश्वस्त' म्हणून जबाबदारी पेलण्याची गरज आहे.

प्रदूषणाला प्रतिबंध (Prevention of Pollution)

निसर्ग आणि मानव यामधील सहअस्तित्व टिकणे मानवी समाजाच्या दृष्टीने हितकारक आहे. व्यवसायाची समाजाशी असलेली बांधिलकी लक्षात घेता हे सहअस्तित्व टिकविण्यासाठी प्रयत्न करावे लागतात. परिस्थितीजन्य कारणामुळे पर्यावरण संतुलन जेव्हा ढळते त्या स्थितीस 'प्रदूषण' अशी संज्ञा आहे. अन्न, पाणी, हवा, वसतिस्थान या प्राथमिक गोष्टी जीवसृष्टीच्या दृष्टीने अत्यावश्यक असतात. जीवसृष्टीचे चक्र सुरळीत चालण्याच्या दृष्टीने या गोष्टी पर्यावरणात योग्य प्रमाणात उपलब्ध असणे गरजेचे असते. जेव्हा पर्यावरणात सजीवांना अनिष्ट, प्रतिकूल ठरतील अशा घटकांचा प्रवेश होतो तेव्हा असे पर्यावरण सजीवांसाठी खचितच बाधक ठरते; आणि त्यालाच 'प्रदूषण' असे म्हणतात.

इंग्रजीमध्ये प्रदूषणाला Pollution असे म्हणतात. 'Pollutus' ह्या लॅटिन शब्दावरून 'Pollution' हा शब्द तयार झाला आहे. 'Pollutus' म्हणजे दूषित किंवा अशुद्ध. म्हणूनच पर्यावरण प्रदूषण म्हणजे पर्यावरणाचे प्रदूषितीकरण होय. प्रदूषणाच्या निवडक व्याख्या खालीलप्रमाणे आहेत -

१) ब्रिटानिका एनसायक्लोपीडिया - "मानवी जीवनाच्या दृष्टीने नैसर्गिक घटकांमध्ये होणारा अपायकारक बदल म्हणजे प्रदूषण होय."

२) राष्ट्रीय पर्यावरण संशोधन समिती १९७६ - "मानवी हालचालींमधून किंवा व्यवसायांमधून उत्पादित टाकाऊ आणि घाण पदार्थ यांचे मानवी कार्यक्षमता, मानव, प्राणी, नैसर्गिक पर्यावरण इत्यादींवर जे दुष्परिणाम होतात त्या स्थितीला प्रदूषण म्हणतात."

३) पी.डी.शर्मा यांच्या मते, "जल, हवा, मृदा यांच्या भौतिक आणि रासायनिक गुणधर्मात घडून आलेले अपायकारक बदल म्हणजे प्रदूषण होय."

४) एन. ली. आणि सी. वुड यांच्या मते, "मानवाच्या विविध व्यवसायांमधील क्रिया-प्रक्रियांमधून विविध टाकाऊ पदार्थ बाहेर पर्यावरणात पडून पर्यावरणाचे दूषितीकरण होते आणि त्याचे मानवी आरोग्यावर दुष्परिणाम होतात. या परिस्थितीला प्रदूषण म्हणतात."

५) जॅकी स्मिथ - "मानवाने पर्यावरणाचे केलेले दूषितीकरण म्हणजेच प्रदूषण होय. त्यामुळे सजीवांच्या दृष्टीने पर्यावरण अपायकारक बनते व त्याचे उपयोगमूल्य घटते."

वरील व्याख्यांवरून हे स्पष्ट होते की मानव, प्राणी आणि वनस्पती यांना ज्यामुळे धोका पोहोचेल किंवा त्यांना मृत्यू येईल असे पदार्थ सभोवतालच्या वातावरणात निर्माण होणे, असा प्रदूषणाचा अर्थ घेता येईल तर अशा अपायकारक घटकांना प्रदूषके म्हणतात. आधुनिक काळातील वाढते औद्योगिकरण आणि नागरीकरण यामुळे लोकांची एकूण जीवनशैलीच बदललेली आहे. लोकांची उपभोगवादी संस्कृती वाढलेली आहे, आवडी-निवडी बदलत आहेत. याचाही प्रदूषणात भर घालण्यासाठी हातभारच लागतो.

पर्यावरण नियोजन जाणीव आणि प्रदूषणविरोधी जनमत ही १९६० नंतरची एक अत्यंत समाधानकारक व संपूर्ण मानवजातीच्या दृष्टीने आशादायक घटना आहे. दुसऱ्या महायुद्धानंतर 'उत्पादन साधनांचे व्यवस्थापन आणि त्यासाठी औद्योगिक उत्पादकांच्या संघटना' हे प्रगत देशातील चित्र होते. आज त्यांची जागा 'पर्यावरण आणि प्रदूषण व्यवस्थापन आणि त्यासाठी जागरूक ग्राहक संघटना' या चित्राने घेतली आहे. पर्यावरणाचे नैसर्गिक संतुलन व प्रदूषण नियंत्रण याविषयी आता अनेक देशांत संयुक्त राष्ट्रसंघाच्या पुढाकाराने जनमत जागृत झाले आहे. या कामी नागरिक, संघटना, शासन, व्यावसायिक

संघटन, संयुक्त राष्ट्रसंघ, शिक्षण संस्था इ. सर्व क्षेत्रांत व सर्व पातळीवर काम सुरू आहे. लोकांत जाणीव-जागृती होत आहे. या सर्व पातळीवरील देशोदेशींचे प्रयत्न अभ्यासले असता प्रदूषण नियंत्रणासंबंधीच्या दृष्टिकोनाचे विश्लेषण पुढीलप्रमाणे करता येईल -

अ) प्रदूषण प्रतिरोध

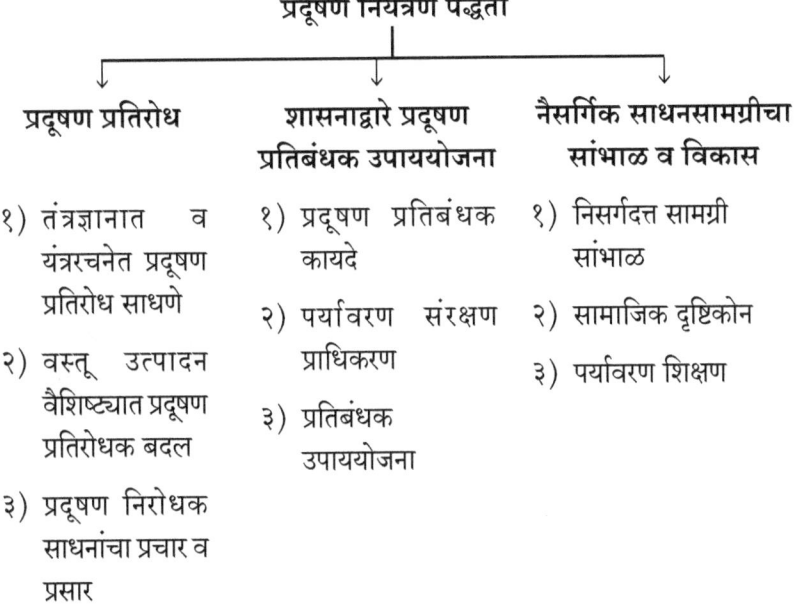

प्रदूषण नियंत्रण पद्धती		
प्रदूषण प्रतिरोध	**शासनाद्वारे प्रदूषण प्रतिबंधक उपाययोजना**	**नैसर्गिक साधनसामग्रीचा सांभाळ व विकास**
१) तंत्रज्ञानात व यंत्ररचनेत प्रदूषण प्रतिरोध साधणे	१) प्रदूषण प्रतिबंधक कायदे	१) निसर्गदत्त सामग्री सांभाळ
२) वस्तू उत्पादन वैशिष्ट्यात प्रदूषण प्रतिरोधक बदल	२) पर्यावरण संरक्षण प्राधिकरण	२) सामाजिक दृष्टिकोन
३) प्रदूषण निरोधक साधनांचा प्रचार व प्रसार	३) प्रतिबंधक उपाययोजना	३) पर्यावरण शिक्षण

या क्षेत्रात व्यावसायिक व उद्योगसंस्था यांचा सहभाग अधिक असतो. या प्रकारात उद्योगप्रक्रियेत निर्माण होणारे प्रदूषण बंद करणे ही क्रिया येते. कारखान्याच्या यंत्र सामग्रीत योग्य बदल करून प्रदूषण प्रतिरोधक उपकरणे (built in pollution control devices) बसविण्यात येतात. यंत्ररचना करताना किंवा तंत्रज्ञान अद्ययावत करताना ही यांत्रिक तरतूद केली जाते. उदा. रिफायनरी युनिटमध्ये मिस्ट, सल्फर-डाय-ऑक्साईड, पेट्रोलियम व्हेपर आणि इतर रासायनिक संयुगे यांचा कमीतकमी उपसर्ग व्हावा म्हणून एक विशेष इन्सिनेरेटर बसविण्यात येतो. वाहनांना विशेष सायलेन्सर बसविणे, बॉयलरची काजळी जमिनीत गाडणे, रासायनिक प्रक्रिया उद्योगातील वायू किंवा द्रव्ये जाळून किंवा गाडून टाकणे. कारखान्याची रचना करताना प्रक्रिया टाकाऊ माल, मलमूत्र, फेनॉलिक वेस्ट, पावसाच्या पाण्याचा निचरा, इ. गोष्टींसाठी प्रतिरोधक साधने तयार केली जातात. प्रदूषक द्रव्ये नष्ट केली जातात किंवा त्यांचे रूपांतर केले जाते. यासाठी होणारा खर्च हा प्रदूषण नियंत्रण खर्च म्हणून उत्पादन खर्चाचा भाग समजला जातो.

विज्ञान व तंत्रज्ञान क्षेत्रापुढील हे मोठे आव्हान आहे. वस्तू व सेवानिर्मिती उद्योगांनी असे यंत्र तयार करावे की ज्यामुळे प्रदूषण प्रतिरोध होईल. निर्माण झालेले प्रदूषण मानवी जीवाला कमी धोकादायक ठरावे म्हणून संरक्षक साधनांची निर्मिती हे व्यवसायापुढील उद्याचे धोरण राहणार आहे. उदा. रेस्पिरेटर्स, पर्सनल एअर प्युरिफायर्स, निरोधक रसायने, उदबत्त्या किंवा इलेक्ट्रॉनिक्स उपकरणे इ.

ब) शासनाद्वारे प्रदूषण प्रतिबंधक उपाययोजना

जागतिक महामंदीनंतर अमेरिका व अन्य देशात प्रदूषण नियंत्रणविषयक कायदे स्थानिक व राष्ट्रीय पातळीवर निर्माण होऊ लागले. जमिनीची धूप थोपविणे, वादळे व पूर यांनी होणारे नुकसान, पर्यावरण समतोल टिकविण्यासाठी शेतीविषयक तंत्रावर निर्बंध, नद्या व सरोवरे यात घाण साचविणे इ. बाबत हे कायदे होते. त्याचे स्वरूप मुख्यत: स्थानिक होते. परंतु, सर्व जगभर १९६० च्या सुमारास नागरिकांमध्ये निर्माण झालेली पर्यावरणात्मक जाणीव विचारात घेता संयुक्त राष्ट्रसंघाच्या मानवी पर्यावरण परिषदेने (UNHEC) यासंबंधी विशेष ठराव संमत करून सदस्य राष्ट्रांना पर्यावरणविषयक कायदे करण्याविषयी जाणीव करून दिली. त्यानुसार अनेक देशांत विशेषत: १९७० च्या सुमारास प्रदूषण प्रतिबंधक कायदे व त्यासाठी विशेष यंत्रणा स्थापन करण्यात आल्या. अमेरिकेतील पर्यावरण संरक्षण एजन्सीची रचना खालीलप्रमाणे -

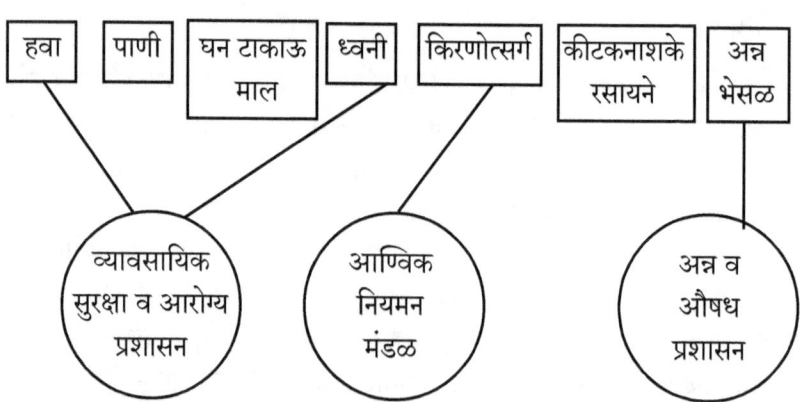

वरील यंत्रणेखेरीज 'पर्यावरणात्मक दर्जा परिषद' (Councio on Environmental Quality) १९६९ मध्ये स्थापन केली असून ही पर्यावरण संरक्षणासंबंधी राष्ट्रीय धोरण ठरविणारी यंत्रणा आहे.

भारत व जगातील इतर देशातही वरीलप्रमाणे शासनाने अनेक कायदे संमत करून

प्रदूषण प्रतिबंधक उपाययोजना केल्या आहेत. भारतात संयुक्त राष्ट्रसंघाच्या मानवी पर्यावरण परिषद १९७२ च्या स्टॉकहोम अधिवेशनातील ठरावानुसार पर्यावरण (संरक्षण) कायदा १९८६ संमत करण्यात आला. तत्पूर्वी स्थानिक प्रशासने व राज्य सरकारे यांच्या अखत्यारित हा विषय होता. भोपाळ वायुदुर्घटनेनंतर तसेच देशात अनेक ठिकाणी पर्यावरण संरक्षणविषयक नागरिकांचे 'दबाव गट' अस्तित्वात आल्यानंतर पर्यावरण संरक्षण विषयाला केंद्र सरकारात स्थान मिळाले. स्वतंत्र मंत्रालय अस्तित्वात आले.

पर्यावरण (संरक्षण) कायदा १९८६ नुसार 'पर्यावरण' संज्ञेत पाणी, हवा, जमीन, मानव व अन्य जीवजंतू यांचा समावेश करण्यात आला आहे. या घटकांना हानिकरक ठरणारी कोणतीही क्रिया, कोणतेही पदार्थ, उपपदार्थ यांना बंदी करण्यात आली आहे. त्याअंतर्गत शासन (केंद्र व राज्य) पर्यावरण निकष ठरवेल. कोणत्या ठिकाणी उद्योग काढता येणार नाही हे निश्चित करेल, प्रदूषण प्रतिबंधक उपाय ठरवेल. एखाद्या उत्पादन प्रक्रियेमुळे प्रदूषण होत असल्यास त्या कारखान्याची तपासणी करण्याचा व त्यावर बंदी घालण्याचा अधिकार शासनाला आहे. पर्यावरण प्रयोगशाळा स्थापणे व पर्यावरण संशोधनालाय चालना देणे यात शासन पुढाकार घेईल. हवा, पाणी, जमीन यांचे नमुने घेऊन गुन्हेगार औद्योगिक संस्थेला कडक शिक्षा करण्याची तरतूद या कायद्यात आहे. पर्यावरण संवर्धन क्षेत्रात उत्कृष्ट काम करणाऱ्यांना शासनातर्फे पुरस्कार दिले जातात. यात वृक्ष लागवड, पर्यावरण सुरक्षा, प्रदूषण नियंत्रण, ग्रामीण विकास, शहरीकरण प्रतिबंध इ. क्षेत्रे येतात. वृक्षमित्र, संजय गांधी राष्ट्रीय पुरस्कार यासारखे मान्य पुरस्कार दिले जातात. तसेच एखाद्या औद्योगिक अगर तत्सम प्रक्रिया संस्थेने या क्षेत्रात एखादी गोष्ट केली तर त्यास आर्थिक मदत, करविषयक सवलती दिल्या जातात. (यात गोबरगॅस संयंत्रापासून प्रचंड अशा वेस्ट ट्रीटमेंट प्लँटचा समावेश होतो.) याउलट, प्रदूषणकर हा ही एक प्रकार असतो. अमेरिकेत याचे प्रमाण जास्त आहे. प्रदूषण कराच्या उत्पन्नातून प्रदूषक द्रव्यांचा नायनाट व शुद्धीकरण खर्च भागविण्यात येतो. भारतात स्थानिक करांमध्ये याचा समावेश करण्यास हरकत नाही. औद्योगिक संस्थांनी पर्यावरण तपासणी (Environment Audit) तंत्राचा स्वीकार करून पर्यावरण संवर्धन व प्रदूषण नियंत्रण हा विचार आपल्या व्यावसायिक धोरणाचा भाग म्हणून स्वीकारला पहिजे.

क) नैसर्गिक साधनसामग्रीचा सांभाळ व विकास –

प्रदूषण नियंत्रणाकडे पाहण्याचा हा एक वेगळा दृष्टिकोन आहे. प्रदूषण झाल्यानंतर निरोधक व प्रतिबंधक उपायांवर खर्च करण्यापेक्षा प्रदूषण न होण्यासाठी निसर्गदत्त पृथ्वी ही राष्ट्रीय संपत्ती मानून हवा, पाणी, जीवसृष्टी, जमीन, समुद्र यांचे संवर्धन करणे; निसर्गाचे संतुलन कायम राखणे हे यात उद्दिष्ट ठरविले जाते. १९७० नंतर सर्व जगभर सामाजिक

क्षेत्रातील अनेक कार्यकर्ते या क्षेत्रात स्वयंसेवी संस्थांसह पुढे आले. न्यूयॉर्क येथील पर्यावरण संरक्षण निधी व नैसर्गिक साधन संरक्षण मंडळ हे अशा प्रकारच्या कार्याचे पहिले उत्कृष्ट उदाहरण आहे. भारतात ग्राहक चळवळीच्या माध्यमातून हे कार्य पुढे आले. त्यानंतर त्याची व्याप्ती अधिक विस्तारली. पर्यावरणवाद्यांचे अनेक समूह कार्यरत झाले. यात चिपको आंदोलन - श्री. सुंदरलाल बहुगुणा, श्री. बाबा आमटे यांचे कार्य उल्लेखनीय आहे. पर्यावरण शिक्षण ही एक नवी ज्ञानशाखा विकसित होत असून, पर्यावरण शिक्षणाचा समावेश शाळा-महाविद्यालयांच्या अभ्यासक्रमात काही प्रमाणात झाला आहे. पर्यावरण दृष्टिकोन सर्वसामान्य नागरिकांच्या मनात निर्माण होणे हे उद्दिष्ट ठेवले पाहिजे.

निसर्ग आणि मानव, पर्यावरण संतुलन आणि आर्थिक विकास या गोष्टी परस्परविरोधी न बनता परस्परपूरक कशा होतील हे पाहणे हा प्रदूषणावरील महत्त्वाचा इलाज आहे.

भारतात पर्यावरण संरक्षणासाठी कायदे खालीलप्रमाणे आहेत -

१) भारतीय वन अधिनियम, १९७२
२) अणुऊर्जा अधिनियम, १९६२
३) कारखाने अधिनियम, १९४८
४) कीटक संहारक द्रव्य अधिनियम, १९६८
५) वन्यजीवन संरक्षण अधिनियम, १९७२
६) पाणी (प्रदूषण प्रतिबंध व नियंत्रण) अधिनियम, १९७४
७) पाणी (प्रदूषण प्रतिबंध व नियंत्रण) कर अधिनियम, १९७७
८) वन अधिनियम, १९८०
९) हवा - प्रदूषण प्रतिबंध व नियंत्रण अधिनियम, १९८१
१०) पर्यावरण (संरक्षण) अधिनियम, १९८६
११) मोटारवाहने अधिनियम, १९८८
१२) राष्ट्रीय पर्यावरण प्राधिकरण अधिनियम, १९९५

नैसर्गिक साधनसंपदा ऱ्हास प्रतिबंध आणि संरक्षण / जतन

मानवाने आपल्या सभोवतालच्या पर्यावरणाचा कल्पकतेने उपयोग करून घेऊन त्याच्या मूलभूत गरजा भागविल्या आहेत. पर्यावरणात मानवाच्या सभोवताली असलेल्या अनेक बाबींचा समावेश होतो. उदा. जमीन, जंगले, पर्वत, नद्या, प्राणी, इमारती, समुद्र, वस्त्या, रस्ते, इत्यादी. मानवाच्या मूलभूत गरजा सर्वत्र सारख्या असल्या तरी पर्यावरणातील घटक साधने मात्र सर्वत्र सारख्या प्रमाणात उपलब्ध नाहीत.

गिन्सबर्ग व नॉर्टन - ''मानवी क्रियांच्या क्षेत्रात किंवा विभागात निसर्गाने मुक्तपणे

प्रदान केलेले भौतिक आविष्कार किंवा घटक म्हणजे साधनसंपत्ती होय.''

झिम्मरमॅनच्या मते, ''साधनसंपत्ती या शब्दाचा अर्थ एखादी वस्तू किंवा एखादा पदार्थ नव्हे तर असे कार्य किंवा क्रिया की जी पदार्थामुळे किंवा वस्तूमुळे घडत असते. वस्तूमुळे घडणारे कार्य किंवा क्रियेतून मानवी गरजांची समाधानकारक पूर्तता करणे हे अंतिम ध्येय असते.''

जॅकी स्मिथ - ''मानवाला कोणत्या ना कोणत्या तरी प्रकारे उपयोगी पडणारे पर्यावरणीय घटक म्हणजे साधनसंपत्ती होय.''

''मानवी जीवनाला आणि त्याच्या अस्तित्वाला उपयुक्त असणाऱ्या वस्तूंना साधनसंपदा म्हणतात.''

''निसर्गात उपलब्ध असलेली साधने ज्याद्वारा मानवी गरजा उद्दिष्टे साध्य होतात व विविध परिस्थितीला सामोरे जाण्याची क्षमता निर्माण होते. त्यास नैसर्गिक साधनसंपत्ती (Natural Resources) म्हणतात.''

नैसर्गिक साधनसंपत्तीचे वर्गीकरण

नैसर्गिक साधनसंपत्तीचे वर्गीकरण विविध प्रकरे केले जाते. अस्तित्वानुसार हे वर्गीकरण केले जाते. उदा. साधन संपत्तीच्या स्वरूपानुसार नैसर्गिक साधनसंपदा दोन प्रकारची असते.

अ) भौतिक साधनसंपदा - हवा, पाणी, जमीन, प्राणी, वनस्पती, सूर्यप्रकाश.

आ) अभौतिक साधनसंपदा - मानवाने विविध प्रकारे त्याच्या कुवतीनुसार विकसित केलेले तंत्रज्ञान.

साधनसंपत्तीच्या निर्मितीनुसार साधनसंपदा खालीलप्रमाणे -

अ) नैसर्गिक साधनसंपदा - निसर्गनिर्मित हवा, पाणी, जमीन, जीवसंपदा, प्राणी, वनस्पती इत्यादी.

आ) मानवनिर्मित साधनसंपदा - मानवाने आपल्या बुद्धीसामर्थ्यावर निर्माण केलेली संपदा उपकरणे, अवजारे, विविध आधुनिक सुविधा इ. साधनसंपदेच्या टिकाऊपणानुसार साधनसंपदा दोन प्रकारची असते -

अ) विनाशी साधनसंपदा (Exhaustible Resources) - जी साधनसंपदा वापरताच नष्ट होते, त्याची पुनर्निमिती शक्य नसते. उदा. नैसर्गिक वायू, दगडी कोळसा, खनिज तेल इ.

आ) अविनाशी साधनसंपदा (Non-Exhaustible Resources) - जी

साधनसंपदा नष्ट होत नाही व जिची पुन्हा पुन्हा निर्मिती शक्य असते. उदा. सौर ऊर्जा, पाणी, पवन ऊर्जा, हवा. इत्यादी.

साधनसंपत्तीच्या अस्तित्वानुसार साधनसंपदेचे वर्गीकरण दोन गटांत केले जाते.

अ) अपुनर्नवीकरणीय साधनसंपदा (Non-renewable resources) : जी साधनसंपदा वापरताच नष्ट होते व पुनर्निर्मिती कठीण असते. उदा. नैसर्गिक वायू, खनिज तेल, दगडी कोळसा इ.

आ) पुनर्नवीकरणीय साधनसंपदा (Renewable Resources) - जी साधनसंपदा वारंवार गरजेनुसार निर्मित करणे शक्य असते. उदा. प्राणी जीव संपदा, वनस्पती, पाणी, हवा, मृदा इत्यादी.

या साधनसंपदेच होणारा ऱ्हास गंभीर असून या ऱ्हासास प्रतिबंध करणे गरजेचे आहे. तसेच नैसर्गिक साधनसंपदेचे संरक्षण करणे सुद्धा गरजेचे आहे. विनाशी साधनसंपदेची मर्यादित उपलब्धता, त्यांचे साठे भविष्यात संपुष्टात येण्याची शक्यता, अविनाशी - अपारंपरिक साधनसंपदांचा आत्तापर्यंत कमी वेगाने होणारा विकास व विनाशी साधनसंपदेचा वापर करताना उद्‌भवणारे विविध प्रकारच्या प्रदूषणनिर्मितीचे धोके या सर्वच गोष्टींचा एकत्रित विचार केल्यास पुढील गोष्टी अंमलात आणता येतील. ऊर्जानिर्मिती ही किमान खर्च आणि प्रदूषण आणि अधिकाधिक सुरक्षित पद्धतीने केली जाणे, निर्मित ऊर्जेचा अतिरेकी व अनावश्यक वापर टाळून तिचा विनियोग जास्तीत-जास्त उपयुक्त व उत्पादक कामासाठी होणे, हा विनियोग कमाल काटकसरीने आणि समक्षतेने करणे. अर्थात, ही कुणा एकट्याची जबाबदारी नसून सामूहिक जबाबदारी आहे.

"जास्तीत जास्त लोकांना जास्तीत जास्त साधनसंपदा जास्तीत जास्त काळ उपलब्ध होण्याच्या दृष्टीने केलेले कालबद्ध नियोजन म्हणजे साधनसंपत्तीचे जतन होय." असे अभ्यासक पी. हॅगेट यांनी म्हटले आहे.

आणखी एक अभ्यासक हेरॉल्ड एम रोज यांच्या मते, "नैसर्गिक तसेच मानवी आणि सांस्कृतिक संपदेची जास्तीत-जास्त आर्थिक व सामाजिक सुरक्षितता मिळेल या दृष्टिकोनातून राष्ट्रीय विकास योजनेत केलेली जास्तीत जास्त योग्य अशा प्रकारची वाटणी म्हणजे साधनसंपदेचे जतन होय."

तात्पर्य, देशातील जास्तीत-जास्त साधनसंपदेचा, जास्तीत जास्त काळ, जास्तीत जास्त लोकांना उपयोग व्हावा यादृष्टीने केलेला नियोजनबद्ध वापर म्हणजे साधनसंपदेचे जतन होय.

नैसर्गिक साधनसंपदेचा ऱ्हास होत असल्याने या ऱ्हासास प्रतिबंध करणे आणि त्याचे अधिकाधिक संरक्षण करणे गरजेचे आहे. खालील उपाययोजना या संदर्भात केल्या जातात.

१) कायदे करणे - लोकसंख्या वाढीमुळे दिवसेंदिवस जंगल विस्तार कमी कमी होत असल्याने वाघ-सिंहांसारख्या प्राण्यांची संख्या घटत आहे. त्यांची संस्था वाढावी, त्यांचे संरक्षण व्हावे यासाठी भारत सरकार विविध कायदे करीत आहे. जास्त प्रमाणात होणाऱ्या जंगलतोडीला प्रतिबंध होण्यासाठी भारत सरकारने अनेक कायदे केलेले आहेत. जंगल संरक्षणासाठी स्वतंत्र जंगल विभागाची स्थापना केली आहे.

२) वन्यजीवांच्या वसतिस्थानांचे संरक्षण करणे - घटत जाणाऱ्या वन्यजीवांचा विचार करून अभयारण्यांची निर्मिती करून आणि आहेत ती अरण्ये संरक्षित करून वन्यजीवांच्या वसतिस्थानांचे संरक्षण केले जात आहे.

३) जनजागृती करणे - नैसर्गिक संसाधनांचे संवर्धन आणि संरक्षण करण्यासाठी जनतेचे सक्रिय सहकार्य मिळविणे गरजेचे असते. मानवाचे अस्तित्व जैविक सृष्टीच्या स्थैर्यावर अवलंबून असते आणि म्हणून साधनसंपत्तीच्या नाशामुळे होणाऱ्या गंभीर दुष्परिणामांबाबत जनजागृती केली तर परिसंस्थेत समतोल राखण्यास खचितच मदत होईल.

४) वनस्पती व प्राण्यांच्या नवीन जाती - अधिक उत्पादन मिळविण्यासाठी वनस्पती आणि प्राण्यांच्या विविध जाती संकर करून तयार केल्या जातात. साहजिकच पुनर्निर्मित साधनसंपदेत झपाट्याने वाढ झाली आहे. अर्थात या नवीन जाती प्रस्थापित वसतिस्थानांशी समरूप होणाऱ्या असाव्या. स्थानिक जातींपेक्षा त्या प्रबळ ठरल्यास स्थानिक लोकांना या समस्या होऊन बसतात.

५) नवीन योजना राबवणे - सामाजिक वनीकरणासारखे उपक्रम अमलात आणून जमिनीची धूप थांबवल्यास ढासळत जाणाऱ्या परिसंस्था निश्चितच आपला समतोल प्रस्थापित करतील. नद्यांवर धरणे बांधल्यामुळे, जलाशयात अथवा कालव्यात नवीन जलपरिसंस्था निर्माण झाल्या खऱ्या, परंतु पाणी अडविले गेल्याचा दुष्परिणाम म्हणजे धरणाच्या खालच्या पात्रातील जुन्या परिसंस्था नष्ट झाल्या. मानवी हस्तक्षेपामुळे नैसर्गिक परिसंस्थांवर तसेच पुनर्निमित साधनसंपदेच्या निर्मितीवर अनिष्ट परिणाम होतात. याची गंभीर दखल घेतली गेली पाहिजे.

पर्यावरणातील संधी व उद्योजक (Opportunities in Environment)

पर्यावरण क्षेत्र उद्योजकांसाठी मोठ्या प्रमाणावर खुले असलेले दिसून येते. पर्यावरणातील विविध घटकांचा, समस्यांचा आणि ग्राहकांचा विचार केला, तर उद्योजकांना निरनिराळ्या संधी उपलब्ध झालेल्या दिसून येतील. पर्यावरणातील या संधींचा उद्योजकाने फायदा करून घेणे गरजेचे आहे.

निवडक प्रश्न

१) नैसर्गिक पर्यावरणाचे संरक्षण यावर सविस्तर टीप लिहा.

२) 'पर्यावरण संरक्षण हीच राष्ट्रभक्ती' हा संस्कार होण्याची गरज का आहे ?

३) प्रदूषणाला प्रतिबंध करण्याची गरज का आहे ? त्याच्या पद्धती स्पष्ट करा.

४) नैसर्गिक साधनसंपदेच्या ऱ्हासास प्रतिबंध कसा करावा ?

५) नैसर्गिक संसाधनाचे जतन करण्यासाठी उपाययोजना सुचवा.

६) साधनसंपदा म्हणजे काय व त्याचे वर्गीकरण कोणते ते सांगा.

७) टिपा लिहा.

    अ) चिरंजीवी विकास

    आ) प्रदूषण व प्रदूषके

    इ) प्रदूषण प्रतिरोध

    ई) शासनाद्वारे प्रदूषण प्रतिबंधक उपाययोजना

    ऊ) नैसर्गिक साधनसामग्रीचा सांभाळ व विकास

प्रकरण ३

विकासाच्या समस्या
(Problems of Growth)

अर्थव्यवस्थेत विविध प्रकारच्या समस्या असतात. त्यातील काही समस्या इतक्या गंभीर असतात की तत्काळ परिणामकारक उपाययोजना करणे दुरापास्त असते. अशा समस्यांमुळे विकासात अडथळे निर्माण होतात. मग तो विकास उद्योगाचा असो वा देशाचा. बेरोजगारी, समांतर अर्थव्यवस्था, चलनफुगवटा, दारिद्र्य, प्रचंड लोकसंख्या, प्रदूषण अशा विविध समस्यांना सामोरे जावे लागते. ह्यापैकी निवडक समस्यांचा विचार आपण करणार आहोत.

३.१ बेरोजगारीची समस्या (Problem of Unemployment)

प्रस्तावना

९बेरोजगारी ही विशेषत: अविकसित देशातील एक महत्त्वाची समस्या बनली आहे. भारतासारख्या विकसनशील देशालासुद्धा ह्या समस्येच्या घोर चिंतेने ग्रासलेले आहे. एकीकडे शैक्षणिक सुविधा वाढत आहेत तर दुसरीकडे सुशिक्षित बेकारांची संख्यासुद्धा झपाट्याने वाढत आहे. त्यातूनच नैराश्य वाढते. वास्तविक राष्ट्रात प्रचंड संख्येने निराश युवक असणे ही सर्वात क्लेशदायक व दुर्दैवी बाब आहे. पदवीचे भेंडोळे हातात घेऊन नोकरीच्या शोधार्थ युवकांची भटकंती सुरू होते तेव्हा त्यांच्या असे लक्षात येते की नोकरीच्या शोधार्थ निघालेल्यांची बाजारपेठेत एकच भाऊगर्दी झालेली आहे. मागणीपेक्षा पुरवठा अधिक, अशी ही परिस्थिती. एखाद्या उमेदवाराला वारंवार नकारच मिळत राहिला तर त्याची स्वत:वरील श्रद्धा उडते. तो आत्मविश्वास गमावतो. विपन्नावस्थेचे ते एक मूर्तिमंत चित्र बनते.

बेरोजगारीची संकल्पना

प्रो. पिगू यांच्या मते, जी व्यक्ती कामावर नाही परंतु रोजगार मिळावा अशी

इच्छा बाळगते तिला 'बेरोजगार' म्हणता येईल.

ज्या विशिष्ट अवस्थेत काम करण्याची कुवत व इच्छा असलेल्या व्यक्तींना मजुरीच्या प्रचलित दरावर काम मिळावे म्हणून आवश्यक प्रयत्न केल्यानंतरही काम मिळत नाही, तेव्हा अशा आर्थिक अवस्थेला 'बेरोजगारी' म्हणतात.

सुप्रसिद्ध ब्रिटिश अर्थशास्त्रज्ञ लॉर्ड केन्स यांनी बेकारीच्या दोन संकल्पना मांडल्या त्या खालीलप्रमाणे-

(१) सक्तीची/अनैच्छिक बेकारी (Involuntary Unemployment) : "प्रचलित वेतनावर काम करण्याची इच्छा आणि पात्रता असूनही रोजगार मिळत नसेल, तर अशा व्यक्तीस 'सक्तीचा बेकार' असे संबोधले जाते." दैनंदिन व्यवहारात अशा बेकारीला फक्त 'बेकारी' असा शब्दप्रयोग केला जातो.

(२) ऐच्छिक बेकारी (Voluntary Unemployment) : जेव्हा एखाद्या व्यक्तीस प्रचलित वेतनावर रोजगार उपलब्ध असूनही तिला रोजगार नको असतो किंवा ती व्यक्ती काम करीत नाही, तेव्हा तिला 'ऐच्छिक बेकारी' असे म्हणतात. अर्थात ही खऱ्या अर्थाने बेकारी असू शकत नाही.

बेरोजगारीचे विविध प्रकार खालीलप्रमाणे आढळतात.

(१) तंत्रज्ञानजन्य बेरोजगार : उत्पादन कार्यात आधुनिकीकरण, यांत्रिकीकरण, स्वयंचलन व संगणकीकरण या कारणाने उत्पादन वाढ होते. परंतु मानवी श्रम-तास कमी होतात. त्यामुळे व्यक्तींना काम राहत नाही.

(२) संघर्षजन्य बेरोजगारी : श्रमाची मागणी व श्रमाचा पुरवठा यामध्ये जेव्हा मेळ बसत नाही तेव्हा आवश्यक तेथे, आवश्यक त्या प्रमाणात, आवश्यक कार्यक्षमतेची माणसे मिळत नाहीत. अज्ञान, गतिक्षमतेचा अभाव, काम न करण्याची प्रवृत्ती इ. कारणांमुळे श्रमाच्या मागणी-पुरवठ्यात समतोल राहत नाही. त्यामुळे संघर्षजन्य बेरोजगारी निर्माण होते.

(३) चक्रीय बेरोजगारी : व्यापार चक्रामुळे तेजी-मंदी अवस्था निर्माण होतात. मंदीच्या काळात मागणी कमी होते, किमती गडगडतात, उत्पादन ठप्प होते, कामगार कपात होते. या परिस्थितीतील बेरोजगारीला 'चक्रीय बेरोजगारी' अशी संज्ञा आहे.

(४) आर्थिक रचनेमुळे निर्माण होणारी बेरोजगारी : अर्थव्यवस्थेत रचनात्मक बदल झाले, उदा. शेतीचा ऱ्हास होणे, जुने व पारंपरिक उद्योग बंद पडणे, औद्योगिकीकरण अगर आधुनिकीकरण चळवळ इ. रचनात्मक बदलामुळे कामगार प्राविण्याच्या दृष्टीने कालबाह्य ठरतात. त्यामुळेसुद्धा बेरोजगारी निर्माण होते.

(५) हंगामी बेरोजगारी : हंगामी स्वरूपाच्या उद्योगात ज्या काळात हंगाम नसतो त्या काळात उत्पादनकार्य बंद असते व त्या काळापुरती बेरोजगारी निर्माण होते.

बेरोजगारीची निर्मिती विचारात घेतली तर ऐच्छिक बेरोजगारी, दृश्य बेरोजगारी, अर्ध बेरोजगारी, अदृश्य बेरोजगारी असे अन्य प्रकार सांगता येतात.

अदृश्य किंवा सुप्त बेरोजगारी किंवा अपूर्ण रोजगार (Under Employment) हे अविकसित अर्थव्यवस्थेचे एक प्रमुख लक्षण असते. या अर्थव्यवस्थेत शेती हा उपजीविकेचा प्रमुख मार्ग असतो. इतर क्षेत्रात रोजगार संधी उपलब्ध नसतात. तसेच, एकत्र कुटुंब पद्धतीमुळे संपूर्ण कुटुंबाचा भार शेतीवर पडतो. अनेक तज्ज्ञांनी 'सुप्त बेरोजगारी' ही कशी वेगळी व आव्हानात्मक समस्या आहे याचे प्रतिपादन केले आहे.

जॉन रॉबिन्सन यांच्या मते, 'कामावरून कमी केलेल्या कामगारांनी पूर्वीपेक्षा कमी दर्जाचे काम स्वीकारणे म्हणजे सुप्त बेरोजगारी होय !'

'कमी उत्पादकतेचा रोजगार' असाही उल्लेख काहींनी केला आहे. जेथे ४ व्यक्तींचे श्रम पुरेसे असतात. तेथे १०/१५ व्यक्ती तेच काम करीत राहतात. सकृद्दर्शनी त्या व्यक्ती बेरोजगार आहेत असे वाटत नाही. परंतु ६ ते ११ व्यक्तींचे श्रम मात्र वाया जातात. दुसऱ्या शब्दात, १५ व्यक्तींना केवळ अर्धरोजगार आहे. त्यांच्यापैकी कोणाचीच पूर्ण कार्यक्षमता उपयोगात आणता येत नाही. सुप्त बेरोजगारी ही अर्थव्यवस्था स्थिती, श्रमाची उपलब्धता, शहरीकरण, भांडवलाची कमतरता इ. कारणांमुळे निर्माण होते.

रोजन्स्टाईन वोडान, मॉरिस डॉब व नर्क्स या अर्थतज्ज्ञांनी आग्नेय आशियापर्यंत अनेक अर्थव्यवस्थांचा अभ्यास करून सुप्त बेरोजगारी ही भांडवलनिर्मितीचे साधन बनू शकते असे मत मांडले. शेतीत उपलब्ध तंत्राचा वापर करून शेतीच्या उत्पादनात कोणत्याही प्रकारची घट न होता शेतीवर काम करणाऱ्या जादा लोकसंख्येला भांडवली स्वरूपाच्या कार्यावर रोजगार देता येईल. धरणे बांधणे, रस्ते तयार करणे, रेल्वे, शिक्षण, आरोग्य इ. पायाभूत सुविधांचा समावेश होईल.

यातून निर्माण होणारे प्रश्न म्हणजे या अतिरिक्त लोकसंख्येला नवा रोजगार करण्यासाठी उपकरणे पुरविणे व मजुरी देणे होय. हे प्रश्न सरकारने पुढाकार देऊन बचती, कर, परकीय मदत इ. माध्यमातून सोडवावेत. सुप्त बेरोजगारीतून आर्थिक विकास सुरू होईल अशी ही मूळ कल्पना आहे.

नर्क्स यांच्या कल्पनेत काही अडचणी आहेत.

(१) राज्य (State) ही यातील महत्त्वाची संस्था आहे. राज्याला जादा अधिकार लागतील.

(२) शेतीवरील अतिरिक्त लोकसंख्या सहज दुसरीकडे वळेल असे नाही.

(३) बिगर शेतीची कामे काढण्यासाठी भांडवलपुरवठा मोठ्या प्रमाणात लागेल.

या अडचणी असल्या तरी नर्क्स यांच्या विवेचनामुळे सुप्त बेरोजगारीची समस्या सर्वप्रथम चर्चिली गेली हे सत्य होय.

भारतातील सुशिक्षित युवांच्या बेरोजगारीचा दर

(कंसातील आकडे एकूणाशी टक्केवारी दर्शवितात)

वर्ष	ग्रामीण	शहरी	एकत्रित	ग्रामीण	शहरी	एकत्रित
१९८३	२०.४	३०.०	२०.७	२५.०	२३.९	२४.४
	(२.५)	(१०.७)	(४.२)			
१९८७-८८	१५.९	१६.६	१६.२	२४.०	२०.७	२२.१
	(३.८)	(१२.१)	(५.४)			
१९९३-९४	१७.०	२०.८	१८.५	२९.०	२५.९	२७.३
	(२.९)	(१०.८)	(४.६)			
१९९९-२०००	१२.५	१८.३	१४.८	२२.८	२४.५	२३.७
	(३.७)	(११.२)	(५.४)			

(**संदर्भ :** Indian Economy - Ruddar Datt, K.P.M. Sundharam - 50th Edition)

(युवा म्हणजे वय वर्ष १५ ते २९)

भारतातील रोजगार आणि बेकारी (१९८३ ते २०००)

	१९८३	२००४-०५	२००९-१०	रोजगारवृद्धी दर (% प्रतिवर्ष)		
	(दशलक्ष व्यक्ती)			१९८३ ते १९९३-९४	१९९३-९४ ते २००९-१०	२००४-०५ ते २००९-१०
संपूर्ण भारत						
१) लोकसंख्या	७१८.२०	१०९२.८३	११७४.१	२.०	१.८५	१.४४
२) कर्मचारी बळ	२६१.३३	४१९.६५	४२८.९	२.४३	२०.९	०.४४
३) कार्यबळ	२३९.५७	३८४.९१	४००.८	२.७	१.८७	०.८१
४) बेकारांची संख्या (२-३)	२१.७६	३४.७४	२८.१	०.०८	५.०२	-४.१६
५) बेकारी दर % (४-१००)	८.३३	८.२८	६.६			
ग्रामीण						
लोकसंख्या	५४६.६१	६५८.८३	८२४.८	१.७९	१.५५	१.१३
कर्मचारी बळ	२०४.१८	२५५.३८	३०६.३	२.१५	१.६६	०.२०
कार्यबळ	१८७.९२	२४१.०४	२८५.४	२.४०	१.४०	०.५२
बेकारांची संख्या	१६.२६	१४.३४	२०.९	-१.१९	५.३१	-३.६०
बेकारी दर (%)	७.९६	५.६१	६.८			
शहरी						
लोकसंख्या	१७१.५९	२३४.९८	३४९.३	३.०४	२.६४	२.२१
कर्मचारी बळ	५७.१५	८०.६०	१२२.६	३.३३	३.३३	१.०३
कार्यबळ	५१.६४	७४.८०	११५.४	३.५९	३.२५	१.५५
बेकारांची संख्या	५.५१	५.८०	७.२	०.४९	४.३१	-६.६५
बेकारी दर (%)	९.६४	७.१९	५.९			

(**संदर्भ :** : Datt & Sundharam Indian Economy Gaurav Datt Ashwani Mahajan S. Chand 67th Revised Edition)

बेकारीची कारणे

बेकारीच्या प्रश्नाची तीव्रता समजून घेतल्यावर आता भारतातील बेकारीच्या कारणांचा आढावा घेऊ या.

(१) श्रमशक्तीत सातत्याने वाढ : आपल्या देशाची लोकसंख्या सातत्याने वाढतच आहे. त्यामुळे श्रमशक्तीत सातत्याने वाढ होत आहे. आधुनिक तंत्रज्ञानाच्या वापरामुळे रोजगार दर मात्र कमी होतो. रोजगार विनिमय केंद्रात नावनोंदणी करणाऱ्या युवाकांची संख्या प्रचंड आहे. मात्र या सर्वांनाच रोजगार उपलब्ध करून देणे अशक्य आहे. परिणामत: बेरोजगारीचे प्रमाण दिवसेंदिवस वाढतच आहे.

(२) भांडवलप्रधान उत्पादन तंत्र : उत्पादन करण्यासाठी श्रमप्रधान किंवा भांडवलप्रधान तंत्र वापरता येते. भारतासारख्या विकसनशील राष्ट्रात असलेली प्रचंड लोकसंख्या आणि भांडवलाची कमतरता विचारात घेता श्रमप्रधान तंत्र वापरले जावे, हा विचार आता मागे पडत चालला आहे. जागतिक स्पर्धेत टिकून राहण्यासाठी उद्योजकांनी भांडवलप्रधान तंत्राचा स्वीकार केला आहे. त्यातच भर पडलेली आहे संगणकाच्या प्रचंड वापराची. स्वेच्छानिवृत्ती योजना (Valuntary Retirement Scheme V.R.S.) आणि सक्तीची सेवानिवृत्ती योजना यामुळेच बेकारीत भर पडलेली आहे. अशा सेवानिवृत्ती योजना अमलात आणल्यानंतर त्या प्रमाणात नव्याने रोजगार संधी सहसा कुणाला उपलब्ध करून दिल्या जात नाहीत.

(३) सदोष शिक्षणपद्धती : भारतात एकीकडे शिक्षणाचा प्रसार वेगाने होत आहे. सुशिक्षितांची संख्या वाढत आहे. मात्र त्याचबरोबर सुशिक्षित बेरोजगारांची संख्यासुद्धा वाढत आहे. ह्यामागील मुख्य कारण म्हणजे विविध क्षेत्रात ज्या विशिष्ट कौशल्य प्राप्त केलेल्या श्रमदलाची आवश्यकता असते ते उपलब्ध होत नाही. औद्योगिक क्षेत्राच्या गरजा ह्या शिक्षणपद्धतीत कमी प्रमाणात विचारात घेतल्या जातात.

(४) मंद आर्थिक विकास : राष्ट्रीय उत्पन्नवाढीच्या दरास 'विकासदर' असे म्हणतात. आपल्या देशाच्या पंचवार्षिक योजनांनी ठरविलेला विकासदर सरासरी ५% होता. या विकासदरावरच गुंतवणूक, रोजगार या बाबी अवलंबून असतात. पंचवार्षिक योजनांत ठरविलेला विकास दर भारताने आतापर्यंत साध्य केलेला नाही. विकास दर कमी प्रमाणात साध्य केल्याने साहजिकच रोजगार निर्मिती मोठ्या प्रमाणात झाली नाही. परिणामत: बेकारीचे प्रमाण जास्त राहिले.

बेकारी कमी करण्यासाठी उपाय

भारतातील बेकारी कमी करण्यासाठी खालील उपाय सुचविता येतील:

(१) कुटुंब नियोजन : वरील चर्चेत हे स्पष्ट झालेले आहेच की वाढती लोकसंख्या

ही भारतातील वाढत्या बेकारीच्या समस्येचे महत्त्वाचे कारण आहे. राष्ट्राच्या विकासदरापेक्षा लोकसंख्यावाढीचा दर अधिक आहे. परिणामत: बेकारीचे प्रमाण जास्त आहे. सक्तीचे कुटुंबनियोजन हाच ह्यावरील रामबाण उपाय ठरू शकतो. अर्थात हा विचार बहुसंख्य लोकांच्या पचनी पडणे अवघडच आहे. ह्यासाठी सातत्याने समाजप्रबोधन, जाणीवजागृती अभियान यासारख्या उपाययोजना करायला हव्यात.

(२) व्यवसायाभिमुख शिक्षण पद्धतीचा अवलंब : बऱ्याचदा अशी टीका केली जाते की भारतातील शिक्षणपद्धती ही कारकून निर्माण करणारी आहे. ह्या टीकेत निश्चितच तथ्य आहे. म्हणून पारंपरिक शिक्षणपद्धती सोडून देऊन व्यावसायाभिमुख शिक्षणपद्धतीचा स्वीकार करणे गरजेचे आहे. बेकारी कमी करण्यासाठी याचा खचितच उपयोग होईल. आता जागतिक स्पर्धेच्या वातावरणात भारताला गरज आहे ती उच्च तांत्रिक ज्ञान, माहिती तंत्रज्ञान यांची. म्हणूनच ह्या अनुषंगाने प्रशिक्षित श्रमशक्ती निर्माण करण्याच्या दृष्टीने अधिक प्रमाणात तांत्रिक महाविद्यालये, माहिती व तंत्रज्ञान शिक्षण संस्थांची उभारणी होणे गरजेचे आहे.

(३) शेती विकासावर भर : आधुनिक तंत्रज्ञान, नवीन प्रकारची पिके, नावीन्यपूर्ण पद्धतीने शेती करणे, अशा विविध उपाययोजना केल्या गेल्या पाहिजेत. अधिकाधिक जमीन लागवडीखाली आणणे, शेतीसाठी कायमस्वरूपी मुबलक पाणी उपलब्ध करून देणे इ. उपाययोजना करणे गरजेचे आहे. असे झाले तर शेतीतूनही मोठ्या प्रमाणावर रोजगार निर्माण होईल.

(४) कृषी उद्योग व कुटीरोद्योगांचा विकास करणे : ग्रामीण भागात बेकारीचे प्रमाण मोठे आहे हे ह्या प्रकरणातील तक्त्यांवरून निदर्शनास येते. ग्रामीण भागातील बेकारीच्या प्रश्नाची तीव्रता कमी करण्यासाठी शेती उत्पादनांवर अवलंबून असणारे कृषी व कुटीरोद्योग सुरू केले पाहिजेत. ह्यामुळे ग्रामीण भागातच रोजगारनिर्मिती आणि शहरांकडे स्थलांतर कमी प्रमाणात होणे, असा दुहेरी फायदा होईल. शेतीला पूरक असलेले कुक्कुटपालन, वराहपालन, मत्स्यपालन, दुग्धव्यवसाय, रेशीम उद्योग असे अनेक व्यवसाय सुरू केल्यास बेकारीचे प्रमाण कमी होण्यास मदत होईल.

(५) शेतकऱ्यांच्या दृष्टिकोनात बदल : वास्तविक शेती क्षेत्रात मोठ्या प्रमाणावर संशोधन होते. नवीन प्रकारची पिके, नवीन पीक पद्धती, खते/बी-बियाणे, यंत्र इ. परंतु भारतातील बहुतेक शेतकऱ्यांची हे सारे बदल आत्मसात करण्याची मानसिकता नाही. शिवाय ते अल्पसंतुष्ट असतात. जर शेतकऱ्यांनी मानसिकता बदलली तर शेतीतील उत्पादन व उत्पन्न वाढेल आणि त्याचबरोबर रोजगारसंधी वाढतील. परिणामत: बेकारीचे प्रमाण कमी होईल.

(६) रोजगार मार्गदर्शन केंद्रांची स्थापना करणे : रोजगार संधी उपलब्धतेबाबतची माहिती देणारी रोजगार मार्गदर्शन केंद्रे मोठ्या प्रमाणावर उभारली जावीत. शैक्षणिक संस्थासुद्धा परिणामकारक 'प्लेसमेंट सेल' (समायोजन कक्ष) ठरू शकतील.

(७) ग्रामीण भागातून पायाभूत सुविधांचा विकास : भारतात आजही अनेक खेड्यांत कच्चे रस्ते आहेत. व्यवसायवृद्धीसाठी हा फार मोठा अडथळा ठरतो. राष्ट्राचा आर्थिक विकास व्हायचा असेल तर खेडी पक्क्या रस्त्यांनी शहरांशी जोडली गेली पाहिजेत. पाण्यासारख्या मूलभूत सुविधांपासून अनेक खेडी वंचित आहेत. संपर्क/दळणवळणाची साधने पुरेशा प्रमाणात नाहीत. ह्या पायाभूत सुविधा उपलब्ध करून दिल्यास ग्रामीण भागातही व्यवसाय वृद्धी होईल आणि लोकांना रोजगार संधी मिळून बेकारीचे प्रमाण कमी होईल. अलीकडेच रोजगार हमी योजनेची व्याप्ती वाढविण्यात आलेली असून ग्रामीण भागात रोजगार उपलब्ध करून दिला गेला आहे.

दारिद्र्याची समस्या (Problem of Poverty)

भारतीय अर्थव्यवस्थेतील एक ज्वलंत समस्या म्हणजे दारिद्र्य. भारताचे राष्ट्रीय उत्पन्न कमी असल्याने आणि लोकसंख्या सतत वाढत असल्याने येथील लोकांचे दरडोई उत्पन्न कमी आहे. राष्ट्रीय उत्पन्नाची विषम वाटणी, ही दारिद्र्याची समस्या निर्माण व्हायला कारणीभूत ठरली आहे. ज्या लोकांना आपल्या दैनंदिन जीवनातील मूलभूत गरजा पूर्ण करता येत नाहीत त्यांना 'गरीब' किंवा 'दरिद्री' असे म्हणतात. आर्थिक नियोजनाचा स्वीकार करून, तसेच अन्य उपाययोजना करूनही भारतीय समाजाला दारिद्र्याच्या समस्येने ग्रासलेले आहे.

> In human society too much wealth or too much poverty is a great impediment to the higher development of the soul. It is form the middle classes that the great ones of the world come. Here the forces are very equally adjusted and balanced.
>
> **- Swami Vivekanand**

दारिद्र्याची संकल्पना (Concept of 'Poverty')

सामान्यत: दारिद्र्य म्हणजे आर्थिक गरिबी असा अर्थ घेतला जातो. ह्या संकल्पनेची निश्चित काटेकोर व्याख्या करणे अवघड जाते. याचे कारण म्हणजे दारिद्र्याचा अर्थ

काळ, परिस्थिती, व्यक्ती व समाज यानुसार वेगवेगळा लावला जातो. म्हणूनच दारिद्र्याची एकच व्याख्या सर्वांनाच लागू होईल असे नाही. दारिद्र्याची संकल्पना विचारात घेताना खालीलप्रमाणे दोन दृष्टिकोनातून विचार केला जातो.

निरपेक्ष दारिद्र्याची संकल्पना (Concept of Absolute Poverty)

भारतात दारिद्र्य-रेषा निश्चित करताना तसेच विविध कार्यक्रमांच्या अंमलबजावणीसाठी दारिद्र्यातील कुटुंबे निश्चित करताना 'निरपेक्ष दारिद्र्य' हा दृष्टिकोन महत्त्वाचा मानला जातो. निरपेक्ष दारिद्र्य किंवा दारिद्र्याची व्याख्या करताना राहणीमानाचा किमान आवश्यक दर्जा आधारभूत मानला जातो. त्यानुसार निरपेक्ष दारिद्र्याच्या व्याख्या खालीलप्रमाणे केल्या जातात.

(अ) 'दारिद्र्य ही अशी अवस्था आहे की, ज्या अवस्थेत समाजातील काही गटांना अन्न, वस्त्र आणि निवारा या किमान अत्यावश्यक गरजासुद्धा पूर्ण करता येत नाहीत.' किमान अत्यावश्यक गरजांच्या परिमाणांचे चालू किमतीनुसार मूल्य काढतात. त्यानुसार एवढा किमान अत्यावश्यक उपभोग खर्च करण्याएवढे उत्पन्न ज्यांच्याकडे नाही ते दारिद्र्यरेषेखाली (Below Poverty Line) आहेत असे मानले जाते.

(ब) उष्मांक (Calories) : सहाव्या पंचवार्षिक योजनेत ग्रामीण आणि शहरी भागातील जनतेसाठी अनुक्रमे दररोज दरडोई २४०० आणि २१०० उष्मांक देणारा आहार किमान आवश्यक ठरविण्यात आला. ज्यांच्याकडे किमान उष्मांक मिळवून देणारा आहार घेण्याएवढे उत्पन्न नाही अशा व्यक्ती दारिद्र्यरेषेखाली आहेत असे समजले जाते.

(क) दारिद्र्य निर्मूलनाच्या कार्यक्रमांच्या अंमलबजावणीकरिता : ग्रामीण भागातील ज्या कुटुंबाचा वार्षिक उपभोग खर्च ६,४२० रुपयांपेक्षा कमी आहे तसेच शहरी भागातील ज्या कुटुंबाचा वार्षिक उपभोग खर्च ७३२० रुपयांपेक्षा कमी आहे अशी कुटुंबे सन १९८४-८५ मध्ये दारिद्र्यरेषेखाली आहेत असे मानले जात होते. यासाठी पाच सदस्यांचे कुटुंब विचारात घेतले जाते.

सापेक्ष दारिद्र्याची संकल्पना (Concept of Relative Poverty)

सापेक्ष दारिद्र्याची संकल्पना तुलनात्मक आहे. ही संकल्पना स्पष्ट करताना विविध उत्पन्न गटांनुसार लोकसंख्येची विभागणी केली जाते. उच्च उत्पन्न गटातील शेकडा ५ ते १० टक्के लोकसंख्येच्या राहणीमानाची तुलना तळातील उत्पन्न गटातील शेकडा ५ ते १० टक्के लोकांच्या राहणीमानाशी केली जाते. वरच्या उत्पन्न गटातील लोकसंख्येपेक्षा तळातील उत्पन्न गटातील लोकसंख्या सापेक्षपणे दारिद्र्यात आहे असे

मानले जाते. तसेच देशातील दोन कालखंडातील बदललेल्या राहणीमानाची तुलना करता येते. मात्र अशा तुलनेवरून योग्य असा निष्कर्ष निघेलच असे नाही. कारण राहणीमानाची पातळी देश आणि कालपरत्वे बदलत असते आणि म्हणूनच भारतातील दारिद्र्याचा विचार करताना सापेक्ष दारिद्र्यापेक्षा निरपेक्ष दारिद्र्याचाच विचार अधिक केला जातो.

भारतातील दारिद्र्याचे मोजमाप (Measurement of Poverty)

अनेक अर्थतज्ज्ञ आणि संघटनांनी भारतातील दारिद्र्याचा अभ्यास केलेला आहे आणि दारिद्र्याचे मोजमाप करण्याचा प्रयत्न केलेला आहे. त्यापैकी निवडक खालीलप्रमाणे -

(१) श्री. पी. डी. ओझा : श्री. ओझांच्या मते, दररोज दरडोई सरासरी २,२५० उष्मांक मिळवून देण्यासाठी (१९६०-६१ च्या किमतीनुसार) ग्रामीण भागात दरडोई माणशी ८-११ रुपये आणि शहरी भागात १५-१८ रुपये उपभोग खर्च आवश्यक आहे. मात्र हा उपभोग खर्च करण्याएवढे उत्पन्न नसलेली ग्रामीण भागातील ५१.८% तर शहरी भागातील ७.६% लोकसंख्या सन १९६०-६१ मध्ये दारिद्र्यात होती. १९६७-६८ मध्ये ग्रामीण भागातील दारिद्र्य रेषेखालील लोकसंख्येचे प्रमाण ७०% झाले. म्हणजेच ग्रामीण भागातील दारिद्र्यात वाढ झाली.

(२) दांडेकर आणि रिथ : डॉ. वि. म. दांडेकर आणि नीलकंठ रथ यांच्या मते, १९६०-६१ च्या किमतीनुसार २२५० उष्मांक असलेला आहार मिळण्यासाठी दरडोई दरवर्षी ग्रामीण भागात १८० रुपये आणि शहरी भागासाठी २७० रुपये आवश्यक आहेत. १९६८-६९च्या किमतीनुसार हा खर्च ग्रामीण भागासाठी ३२४ रुपये आणि शहरी भागासाठी ४८६ रुपये येतो. त्यांच्या मते, १९६८-६९ मध्ये ग्रामीण भागातील ४०% आणि शहरी भागातील ५०% अशी एकूण ४१% लोकसंख्या दारिद्र्यात होती.

(३) मिन्हास : बी. एस. मिन्हास यांच्या मते, ग्रामीण भागासाठी दरडोई दरवर्षी २४० रुपये उपभोग खर्च अनावश्यक आहे असे मानल्यास १९५६-५७ आणि १९६७-६८ यावर्षी ग्रामीण भागातील ६५% आणि ५०.६% लोकसंख्या दारिद्र्यात होती. म्हणजेच ग्रामीण भागातील दारिद्र्यात घट झाली.

(४) बर्धन : डॉ. पी. के. बर्धन यांच्या मते, १९६०-६१च्या किमतीनुसार ग्रामीण भागात दरडोई मासिक १५ रुपये उपभोग खर्च आवश्यक आहेत. त्यांच्या मते, ग्रामीण भागात १९६०-६१ मध्ये ३८% तर १९६८-६९ मध्ये ५४% लोकसंख्या

दारिद्र्यात होती. म्हणजेच ग्रामीण दारिद्र्यात वाढ झाली.

(५) मॉन्टेक सिंग अहलुवालिया : अहलुवालियांच्या मते, १९६०-६१ किमतीच्या संदर्भात ग्रामीण भागात मासिक १५ रुपये तर शहरी भागात २० रुपये किमान आवश्यक उपभोग खर्च गृहीत मानला; तर १९५६-५७ मध्ये ५४.१%, १९६५-६६ मध्ये ५३.९%, तर १९७३-७४ मध्ये ४६.१% लोकसंख्या दारिद्र्यात होती. म्हणजे १९५६-५७ ते १९७३-७४ या काळात दारिद्र्यातील लोकसंख्येत चढउतार आढळला.

(६) सातवा वित्त आयोग (१९७८) : सातव्या वित्त आयोगाच्या सर्वेक्षणानुसार १९७०-७१ मध्ये एकूण २७.७ कोटी लोकसंख्या म्हणजेच ५२% लोकसंख्या दारिद्र्यात होती. यापैकी ग्रामीण भागात २२.५ कोटी आणि शहरी भागात ५.२ कोटी लोकसंख्या दारिद्र्यात होती.

(७) सहावी पंचवार्षिक योजना : सहाव्या पंचवार्षिक योजनेत प्रत्येक व्यक्तीला ग्रामीण भागात दररोज २४०० उष्मांक आणि शहरी भागात २१०० उष्मांक मिळवून देणारा आहार किमान आवश्यक आहार मानण्यात आला. १९७९-८०च्या किमतीनुसार हा किमान आहार खरेदी करण्यासाठी प्रत्येक व्यक्तीला दरमहा ग्रामीण भागात ७६ रुपये तर शहरी भागात ८८ रुपये उत्पन्न मिळणे आवश्यक होते. एवढे उत्पन्न न मिळणारी ग्रामीण भागातील ५०.७% आणि शहरी भागातील ४०% लोकसंख्या १९७९-८० मध्ये दारिद्र्यात होती. १९८४-८५ मध्ये किमान अनावश्यक उपभोग खर्च प्रत्येक दरमहा ग्रामीण भागासाठी १०७ रुपये तर शहरी भागासाठी १२२ रुपये असा वाढविण्यात आला.

(८) जागतिक बँक : जागतिक बँकेने १९७० ते १९८८ अशा १८ वर्षांच्या कालावधीतील दारिद्र्याचे मोजमाप केले. ह्याकरिता जागतिक बँकेने सहाव्या पंचवार्षिक योजनेतील किमान आवश्यक उष्मांकाचा निकष स्वीकारला, मात्र दारिद्र्याची मोजणी करण्यासाठी राष्ट्रीय नमुना पाहणीद्वारे विकसित केलेला संकोचक वापरला. १९८९ मध्ये जागतिक बँकेने प्रसिद्ध केलेली भारतीय दारिद्र्याची आकडेवारी पुढील तक्त्यात दिलेली आहे.

भारतातील दारिद्र्यातील लोकसंख्या आणि प्रमाण

	संख्या (दशलक्ष)			दारिद्र्य रेषेखालील टक्केवारी		
	१९७०	१९८३	१९८८	१९७०	१९८३	१९८८
दारिद्र्य रेषेखालील						
ग्रामीण	२३६.८	२५२.१	२५२.२	५३.०	४४.९	४१.७
शहरी	५०.५	६४.७	७०.१	४५.५	३६.४	३६.६
एकूण	२८७.३	३११.७	३२२.३	५२.४	४२.५	३९.६
अतिदारिद्र्य रेषेखालील						
ग्रामीण	१३४.६	१२८.१	१२३.६	३०.१	२२.८	२०.४
शहरी	२८.४	३१.५	३२.९	२५.६	१७.७	१५.८
एकूण	१६३.०	१५९.६	१५६.५	२९.८	२१.८	१९.२
एकूण लोकसंख्या	५४७.६	७३३.२	८१३.७	१००.०	१००.०	१००.०

संदर्भ : India : Poverty, Employment and Social Services - World Bank (1989)

(१) **नियोजन मंडळ तज्ज्ञ गटाचा अहवाल** - प्रा. डी. टी. लकडावाला यांच्या अध्यक्षतेखाली सप्टेंबर १९८९ मध्ये नियोजन मंडळाने तज्ज्ञ गट नेमला. ह्या तज्ज्ञ गटाने आपला अहवाल जुलै १९९३ मध्ये सादर केला. ह्या तज्ज्ञ गटाने पुढीलप्रमाणे शिफारस केली. १९७३-७४ हे मूळ वर्ष मानावे, दारिद्र्य रेषा ग्रामीण भागात दरडोई दरमहा ४९ रुपये आणि शहरी भागात ५७ रुपये उत्पन्नासाठी निश्चित करावी. ह्या तज्ज्ञ गटाच्या मते, १९७३-७४ ते १९८७-८८ या काळात ग्रामीण दारिद्र्यात ५६.४% वरून ३९.१% म्हणजेच १७.३% ने तर शहरी दारिद्र्यात ४९.२% वरून ४०.१% म्हणजेच ९.१% ने अशी घट झाली. म्हणजेच शहरी दारिद्र्यापेक्षा ग्रामीण दारिद्र्यात अधिक घट झाली. त्यांच्या मते, वाढत्या शहरीकरणामुळे शहरी भागातील दारिद्र्यातील संख्या ६०.३ दशलक्षवरून ८०.३ दशलक्ष अशी वाढली. मध्य प्रदेश, प. बंगाल, महाराष्ट्र, बिहार आणि उत्तर प्रदेश या ५ राज्यांत दारिद्र्यरेषेखालील एकूण लोकसंख्येच्या ५८% लोकसंख्या आहे. तमिळनाडू, ओरिसा, बिहार, उत्तरप्रदेश आणि मध्यप्रदेश या राज्यातील दारिद्र्याची टक्केवारी राष्ट्रीय सरासरीपेक्षा अधिक आहे.

महाराष्ट्र राज्यातील वास्तव

१९६० साली महाराष्ट्र राज्याची लोकसंख्या केवळ ३ कोटी ९५ लाख होती आणि आज ती १० कोटींहून अधिक आहे. १९६० मध्ये प्रत्येक माणसाच्या वाट्याला जवळजवळ ८ हजार चौ.मी. जागा येत होती. आता दरडोई फक्त ३०० चौ.मी. क्षेत्र वाट्याला येते. म्हणजेच प्रत्येक माणसाच्या वाट्याला फक्त ५५ x ५५ मीटर एवढेच क्षेत्र येते. यात रस्ते, शाळा, विहिरी, तलाव, मैदाने, सार्वजनिक इमारती यासाठी जागा गेल्यानंतर राहायला जागा कशी उरणार? जागेच्या टंचाईमुळे उंच इमारती होऊ लागल्या. माणसे पक्ष्यांच्या खुराड्याप्रमाणे राहू लागली.

पूर्वी मोठी जमीन मालकीची असायची. आता वाटण्या झाल्या आणि वाट्याला जमिनीचा फक्त छोटा तुकडा आला. आता दरडोई १८ आर शेतजमीन वाट्याला येते. रोजगारासाठी लोक शहराकडे धाव घेऊ लागले. जमीन तुकड्या-तुकड्यात वाटली गेल्याने शेती व्यवसाय दुर्लक्षित झाला.

एक काळ असा होता की पाणीटंचाई कधीच नव्हती आणि आता प्यायलासुद्धा पाणी मिळेना.

- राज्यात दरवर्षी २० हजार वस्त्यांना तीव्र पाणीटंचाई जाणवते.
- दरवर्षी सरासरी ५५०० वस्त्यांना पाणीपुरवठा करावा लागतो.
- पाणीटंचाई काळात काही भागात महिलांना ४ ते ५ कि.मी. पायी जाऊन पाणी आणावे लागते.
- दरवर्षी एप्रिल ते जून या कालावधीत ८०% ग्रामीण व २०% शहरी जनता पिण्याच्या पाण्यासाठी भूजलावर अवलंबून असते.
- महाराष्ट्रात प्रचंड वाढणाऱ्या लोकसंख्येमुळे दरवर्षी जमिनीतील पाण्याची पातळी झपाट्याने खाली जात आहे.
- परिणामी सर्वत्र पाण्यासाठी भांडणे होताना दिसतात.

२००६-०७ मधील अंदाजे दारिद्र्य

	ग्रामीण	शहरी	एकूण
गरिबांची संख्या (दशलक्ष)	१७१	४९	२२०
गरिबांची टक्केवारी (%)	२१.१	१५.१	१९.३

(**संदर्भ** : Planning Commission, Tenth Five Year Plan (2002-07)

भारतातील दारिद्र्याची प्रमुख कारणे (Main Causes of Poverty in India)

भारतातील दारिद्र्याची अनेक कारणे आहेत. त्यापैकी प्रमुख कारणांची चर्चा येथे केली आहे.

(१) अतिरिक्त लोकसंख्येचा भार : भारतात ज्या प्रमाणात साधनसामग्री उपलब्ध आहे, त्या तुलनेत भारताची लोकसंख्या खूप जास्त आहे. ह्या लोकसंख्येत दरवर्षी सरासरी २.२%ने भर पडत आहे. परिणामत: एकूण राष्ट्रीय उत्पन्नातील वाढीपेक्षा दरडोई उत्पन्नातील वाढ खूपच कमी आहे. पिण्याचे पाणी, आरोग्य, सेवा, अन्न, राहण्यासाठी घर, शिक्षण सुविधा यासारख्या मूलभूत गोष्टींची दिवसेंदिवस तीव्र टंचाई निर्माण होऊन दारिद्र्यातील लोकांची संख्या वाढतच आहे. म्हणूनच वाढत्या लोकसंख्येमुळे दारिद्र्य आणि दारिद्र्यामुळे लोकसंख्येत वाढ असा अनुभव येत आहे.

(२) अल्प विकास : देशाचा विकास हा शेती क्षेत्र, औद्योगिक क्षेत्र आणि तृतीय क्षेत्र यांच्या विकासावर अवलंबून असतो. या क्षेत्रांचा जसजसा विकास होतो तसतसे देशाचे राष्ट्रीय उत्पन्न वाढत जाते आणि लोकांचे दरडोई उत्पन्न वाढते. परंतु भारताला स्वातंत्र्य मिळून ६६ इतकी वर्षे होऊन गेली तरीसुद्धा या क्षेत्रांचा अपेक्षित विकास झालेला नाही. शेतीक्षेत्राची उत्पादनक्षमता अन्य देशांच्या तुलनेत फारच कमी आहे आणि मुख्य म्हणजे आजही सुमारे ७० टक्के लोक शेती ह्या प्राथमिक क्षेत्रावरच अवलंबून आहेत. म्हणूनही दारिद्र्याचे प्रमाण वाढायला हातभार लागतो.

(३) बेकारीचे वाढते प्रमाण : बेरोजगारीचे प्रमाण वाढत असल्यामुळे दारिद्र्य वाढत आहे. आपल्या देशात ग्रामीण भागात अर्ध बेकारी व छुपी बेकारी मोठ्या प्रमाणावर आढळून येते, तर शहरी भागात सुशिक्षितांची बेकारी प्रामुख्याने अस्तित्वात आहे.

(४) दरडोई उत्पन्न कमी : भारतातील लोकांचे दरडोई उत्पन्न खूप कमी आहे. २००२ मध्ये भारतीय माणसाचे दरडोई उत्पन्न ४८० डॉलर्स होते. मोजक्याच देशांचा अपवाद वगळला तर जगात भारतीयांचे दरडोई उत्पन्न अतिशय कमी होते. २००२ मध्ये अन्य देशातील लोकांचे दरडोई उत्पन्न भारतीयांच्या दरडोई उत्पन्नाच्या किती पट होते याची आकडेवारी खालीलपमाणे -

स्वित्झर्लंड	७९ पट
जर्मनी	४७ पट
अमेरिका	७० पट
जपान	७० पट

(५) उत्पन्न आणि संपत्तीतील विषमता : ह्या विषमतेमुळे समाजात श्रीमंत आणि गरीब असे दोन वर्ग निर्माण होतात. श्रीमंतांकडून गरिबांचे शोषण होते. त्यामुळे गरिबांच्या गरिबीत दिवसेंदिवस आणखी वाढ होते. रिझर्व्ह बँक ऑफ इंडियाने जुलै १९९१ ते जून १९९२ या कालावधीसाठी संपत्ती वाटपातील विषमतेची पाहणी केली त्यानुसार ग्रामीण भागात २७% लोकांची मालमत्तेची मालकी २०,००० रुपयांपेक्षा कमी असून ती एकूण मालमत्तेच्या २.४% आहे. तसेच ७.५% लोकांची मालमत्ता २०,००० ते ५०,००० रुपये असून ती एकूण मालमत्तेच्या ७.५% आहे. ह्याचाच अर्थ असा की खालच्या स्तरातील ५१% लोकांकडे निव्वळ १०% संपत्ती आहे. याउलट वरच्या स्तरातील ९.६% लोकांकडे २.५ लाख रुपये किंवा त्यापेक्षा अधिक मालमत्ता असून ती एकूण मालमत्तेच्या ४९% आहे.

शहरी भागात ५०,००० रुपयांहून कमी मालमत्तेची मालकी असणारे ५०.७% लोक असून ती एकूण मालमत्तेच्या ५.३% आहे. याउलट २.५ लाख रुपये किंवा त्यापेक्षा अधिक मालमत्तेची मालकी असणारे १४.२% होते आणि ही मालमत्ता एकूण मालमत्तेच्या ६६% होती. म्हणजेच ग्रामीण भागापेक्षा शहरी भागातील मालमत्तेच्या मालकीतील विषमता अधिक विषम आहे.

(६) अल्प उत्पादकता : भारतातील दारिद्र्यामागील आणखी एक महत्त्वाचे कारण म्हणजे भारतीय शेती आणि शेतमजुरांची अल्प उत्पादकता होय. अन्य देशातील शेतीच्या उत्पादकतेशी जर भारतीय शेतीच्या उत्पादकतेची तुलना केली तर भारतीय शेतीची उत्पादकता अतिशय कमी आहे. ग्रामीण भागात लोक फार मोठ्या प्रमाणावर निरक्षर असतात. त्यामुळे त्यांची उत्पादनक्षमता कमी असते. शेतीसाठी आवश्यक त्या सर्व सुविधा उपलब्ध नसल्याने शेतीची उत्पादकता कमी असल्याचे दिसून येते. परिणामतः लोकांचे उत्पन्न कमी आणि दारिद्र्य मात्र वाढत जाते. भारतातील शेतीची उत्पादकता किती कमी आहे हे पुढील तक्त्यावरून ध्यानात येईल.

१९९९ मधील प्रतिहेक्टर क्विंटलमधील उत्पादन

क्विंटल/हेक्टर

	भारतीय उत्पादनाची संभाव्यता	भारतातील प्रत्यक्ष उत्पादन उत्पादन	जगातील सर्वाधिक प्रत्यक्ष	देश	जगातील सर्वोच्च उत्पादन	देश
तांदूळ (पॅडी)	४० ते ५८	२९.३	६३.२	चीन	८८.८	इजिप्त
गहू	६० ते ६८	२५.८	३९.७	चीन	८०.५	इंग्लंड
मका	६० ते ८०	१६.७	८३.९	अमेरिका	९६.९	इटली
साखर		६८०	६८६	ब्राझील	१,१९०	इजिप्त
भुईमूग	२० ते ३०	९.१	२७.९	चीन	३०.४	अमेरिका
कापूस	१५ ते २०	२.३	१०.२	चीन	१२.७	ऑस्ट्रेलिया
ताग	२५ ते ३०	२०.०	२०.०	भारत	२५.२	चीन

संदर्भ : FAO Production Year Book (1999); Agricultural Statistics at a Glance (2002)

(७) निरक्षरता : दारिद्र्यात जीवन जगणाऱ्या लोकांमध्ये निरक्षरतेचे प्रमाण अधिक आढळते. भारतात सुमारे २५% पुरुष आणि ४६% स्त्रिया निरक्षर आहेत. साक्षर लोकांच्या तुलनेत निरक्षर लोकांची कार्यक्षमता/उत्पादकता कमीच असते. मार्क ब्लॉक यांच्या मते, साक्षर लोकांना मिळणारा मोबदला निरक्षर लोकांना मिळणाऱ्या मोबदल्यापेक्षा अधिक असतो; निरक्षरांना मिळणाऱ्या मोबदल्यापेक्षा पदवीधरांना मिळणारा मोबदला सहापट अधिक असतो. प्राथमिक शिक्षण घेतलेल्यांना मिळणाऱ्या मोबदल्यापेक्षा पदवीधरांना मिळणारा मोबदला ३.५% पट असतो. यावरून निरक्षरता आणि दारिद्र्य यांचे अतूट नाते लक्षात येते.

(८) लोकांचे शहराकडे स्थलांतर : ग्रामीण भागात रोजगाराच्या संधी अत्यल्प प्रमाणात असल्याने ग्रामीण भागातील लोक रोजगाराच्या शोधार्थ शहरात स्थलांतर करतात. परिणामत: शहरी दारिद्र्यात वाढ होते. एकतर असे स्थलांतरित कमी मजुरीवर काम करतात किंवा त्यांना स्वयंरोजगारापासून कमी उत्पन्न मिळते. नोकऱ्यांच्या उपलब्धतेत

तुलनेने अपेक्षित वाढ होत नसल्याने शहरी भागातून सुशिक्षित बेकारांची संख्या वाढतच आहे असे आढळते.

(९) जमिनीचे असमान वाटप : आजही भारतात सुमारे ७० टक्के लोक ग्रामीण भागात राहतात. ग्रामीण भागात शेतीची वाटणी असमान प्रमाणात झाली असल्याचे दिसते. स्वातंत्र्योत्तर काळात जमीन सुधारणेच्या संदर्भात अनेक भू-सुधार कायदे केले, मात्र त्याचा अपेक्षेएवढा उपयोग झाला नाही. अगदी मूठभर श्रीमंत शेतकऱ्यांकडे जमिनीचा मोठा भाग तर फार मोठ्या संख्येने असणाऱ्या लहान शेतकऱ्यांकडे अतिशय कमी शेतजमीन आहे. परिणामत: मूठभर श्रीमंत आणि बहुसंख्य गरीब असे दारुण वास्तव निदर्शनास येते.

(१०) दारिद्र्याचे दुष्टचक्र : गरिबीच दारिद्र्याला कारणीभूत ठरते. भारतात दारिद्र्यात राहणाऱ्या बहुसंख्य जनतेत बचत करण्याची शक्ती अगदी कमी आहे. त्यामुळे भांडवल संचय, भांडवल गुंतवणूक, उत्पादन आणि लोकांचे उत्पन्न कमी राहून दारिद्र्यात भरच पडते.

(११) नवीन आर्थिक धोरण : सरकारी उद्योगांचे खासगीकरण, उदारीकरण, वित्तीय तूट कमी करणे इत्यादी उद्दिष्टे असलेल्या नवीन आर्थिक धोरणामुळे, बेकारी वाढल्याने दारिद्र्यरेषेखालील जीवन जगणाऱ्या लोकांच्या संख्येत वाढ झालेली आहे.

(१२) अन्य कारण : शासनाच्या दारिद्र्य निर्मूलन कार्यक्रमांचे अपयश, भ्रष्टाचार, किंमतवाढ, शासनाच्या प्रभावी इच्छाशक्तीचा अभाव, काळ्या पैशाची गंभीर समस्या इत्यादी कारणांमुळेसुद्धा दारिद्र्यात वाढ झालेली आहे.

दारिद्र्य निर्मूलनासाठी उपाय

भारतातील दारिद्र्याच्या महत्त्वाच्या कारणांचा आढावा आपण घेतला. हे दारिद्र्य कमी करण्यासाठी शासनाने विविध उपाययोजना केल्या. त्यांचा थोडक्यात आढावा खालील परिच्छेदातून घेतला आहे.

(१) लोकसंख्या नियंत्रण : लोकसंख्या नियंत्रण करण्याच्या दृष्टीने शासनाने विविध उपाययोजना केल्या आहेत. उदा. विवाहाचे वय वाढविणे, संतति-नियमनाच्या साधनांच्या वापराचा प्रसार, निर्बिजीकरण, गर्भपातासाठी कायदेशीर परवानगी देणे, कुटुंब नियोजन, संततिप्रतिबंधक शस्त्रक्रियांसाठी आर्थिक प्रलोभने, स्त्रीशिक्षणाचा प्रसार इत्यादी. अर्थात एवढ्या उपाययोजना करूनही भारतातील लोकसंख्या दिवसेंदिवस वाढतच आहे. भारताच्या वाढत्या लोकसंख्येचा अंदाज खालील आकडेवारीवरून सहज लक्षात येईल.

ग्रामीण व शहरी भागातील लोकसंख्या

वर्ष	लोकसंख्या (दशलक्ष)			एकूण लोकसंख्येची %	
	एकूण	ग्रामीण	शहरी	ग्रामीण	शहरी
१९५१	३६१.१	२९८.७	६२.४	८२.७	१७.३
१९६१	४३९.२	३६०.३	७८.९	८२.०	१८.०
१९७१	५४८.२	४३९.१	१०९.१	८०.१	१९.९
१९८१	६८५.२	५२५.७	१५९.५	७६.७	२३.३
१९९१	८४४.३	६२७.१	२१७.२	७४.३	२५.७
२००१	१०२७.०	७४२.०	२८५.०	७२.२	२७.८

(२) रोजगार निर्मिती : दारिद्र्य निर्मूलनासाठी रोजगार निर्मिती हा रामबाण उपाय ठरतो. पाचव्या पंचवार्षिक योजनेच्या ॲप्रोच डॉक्युमेंटमध्ये पुढील उल्लेख होता- 'दारिद्र्यरेषेखाली राहणाऱ्या लोकांना दारिद्र्यरेषेच्यावर आणण्याचा खात्रीशीर मार्ग म्हणजे रोजगार वाढविणे. पारंपरिक आर्थिक उपाययोजना दारिद्र्यनिर्मूलनाची समस्या सोडविण्याच्या दृष्टीने फार प्रभावी ठरणार नाहीत. दारिद्र्यरेषेखाली जीवन जगणाऱ्या दुर्बल लोकांना काम मिळून त्यांच्या उत्पन्नात वाढ व्हावी याकरिता केंद्र आणि राज्य शासनांनी ग्रामीण व शहरी भागांसाठी रोजगाराचे विविध कार्यक्रम सुरू केले. ग्रामीण भागात रोजगार उपलब्ध करून देण्याच्या दृष्टीने पुढील कार्यक्रम सुरू केले गेले.

- ग्रामीण रोजगारासाठी धडक कार्यक्रम
- ग्रामीण कामाविषयीचा कार्यक्रम,
- राष्ट्रीय ग्रामीण कार्यक्रम
- कामासाठी अन्नधान्य कार्यक्रम,
- जवाहर रोजगार योजना.

ग्रामीण भागाप्रमाणेच शहरी भागात बेकार युवकांना रोजगार उपलब्ध करून देण्यासाठीसुद्धा काही कार्यक्रम सुरू करण्यात आले, ते खालीलप्रमाणे -

- नेहरू रोजगार योजना
- पंतप्रधान रोजगार योजना

महाराष्ट्र शासनाने अकुशल श्रमिकांना रोजगार पुरविण्यासाठी 'रोजगार हमी योजना' (रोहयो) १९७२ पासून सुरू केली. अर्थात सर्व योजनांचा उद्देश खूप उदात्त

असला तरी त्या योजनांचे यश संबंधित लोक योजना किती 'प्रामाणिकपणे' राबवितात, यावरच अवलंबून आहे.

(३) साक्षरता प्रसार : कोणत्याही देशाच्या लोकसंख्येची गुणवत्ता शिक्षण प्रशिक्षणावर अवलंबून असते. शिक्षणाचा संबंध थेट उत्पन्नाशी असल्याचा उल्लेख आतापर्यंत केलेला आहेच. सरकारने सक्तीचे प्राथमिक शिक्षण, अनौपचारिक शिक्षण, स्त्री-शिक्षण इत्यादींवर भर दिलेला आहे. इ.स. २००७ पर्यंत आताची ६५.३८% साक्षर लोकसंख्या ७२% पर्यंत नेण्याचे भारत सरकारचे उद्दिष्ट आहे.

(४) भांडवल निर्मितीत वाढ करणे : दारिद्र्याच्या दुष्टचक्राला छेद देण्यासाठी भांडवलनिर्मितीत वाढ होणे अत्यंत गरजेचे आहे. देशांतर्गत बचतीची वाढ भांडवलनिर्मिती होण्याच्या दृष्टीने वाढली पाहिजे. अर्थात त्यासाठी बचतीला सुरक्षित असे वातावरण निर्माण होणे आणि बचतीला सुरक्षित असे वातावरण निर्माण होणे आणि बचतीवर आकर्षक उत्पन्न मिळणे गरजेचे आहे.

(५) औद्योगिकीकरण : नियोजनकारांना असा विश्वास होता की, जलद औद्योगिकीकरणामुळे रोजगारात वाढ होईल व पर्यायाने दारिद्र्यात घट होईल. परंतु आर्थिक विकासाचे फायदे सर्वसामान्य जनतेपर्यंत पोहोचले नाहीत. कुटिरोद्योग आणि लघुउद्योगांना अग्रक्रम देणारे आर्थिक विकासाचे 'गांधी प्रतिमान' स्वीकारण्यात आले.

(६) उत्पन्न आणि संपत्तीतील विषमता कमी करणे : सरकारने प्रगतिशील अशा कर-आकारणीच्या माध्यमातून उत्पन्नातील विषमता कमी करण्याचा प्रयत्न केला. जमीन सुधारणा कायद्यांद्वारे ग्रामीण भागातील शेतजमिनीच्या मालकीतील विषमता कमी करण्याचा प्रयत्न झाला. त्यामुळे भूमिहीन शेतजमिनीच्या मालकीतील विषमता कमी करण्याचा प्रयत्न केला गेला. परिणामत: भूमिहीन शेतमजुराला शेतजमिनीच्या रूपाने उपजीविकेचे हक्काचे साधन प्राप्त झाले.

(७) ग्रामीण विकास : ग्रामीण भागात दारिद्र्यरेषेखाली राहणाऱ्या लोकांची प्रचंड आकडेवारी लक्षात घेता दारिद्र्य निर्मूलनात ग्रामीण विकासाला असलेले महत्त्व पटते. ग्रामीण विकासासाठी शासनाने खालील उपाययोजना केलेल्या आहेत -

- ग्रामीण रोजगार पुरवठ्याच्या कार्यक्रमांची अंमलबजावणी.
- क्षेत्र विकास कार्यक्रम
- आदिवासी भाग विकास कार्यक्रम
- पिण्याचा पाण्याचा पुरवठा
- रस्ते विकास
- हरितक्रांती

(८) दारिद्र्य निर्मूलनाचे विविध कार्यक्रम : दारिद्र्य निर्मूलनासाठी सरकारने खालील कार्यक्रम सुरू केले.

- एकात्मिक ग्रामीण विकास कार्यक्रम (IRDP)
- ग्रामीण युवकांना स्वयंरोजगारासाठी प्रशिक्षण (TRYSEM) कार्यक्रम १९७९ मध्ये सुरू करण्यात आला. दारिद्र्यरेषेखालील युवक कार्यक्रमाचे लाभार्थी आहेत.
- लहान शेतकरी विकास संस्था (SFDA) आणि सीमान्त शेतकरी आणि शेतमजूर विकास संस्था (MFAL) लहान व सीमान्त शेतकऱ्यांना आधुनिक पद्धतीने शेती करण्यासाठी सवलतीच्या दराने कर्जपुरवठा आणि आर्थिक मदत देण्यासाठी १९७०-७१ मध्ये या संस्था सुरू करण्यात आल्या. ग्रामीण विकासाचे सर्व कार्यक्रम एका छत्राखाली आणण्याच्या कल्पनेतून १९७७-७८ मध्ये पथदर्शक प्रकल्प सुरू केलेला कार्यक्रम २ ऑक्टोबर १९८० पासून संपूर्ण देशात लागू करण्यात आला. ह्या कार्यक्रमांतर्गत उत्पादक जिंदगी खरेदी करण्यासाठी दारिद्र्यरेषेखालील लोकांना सवलतीच्या दराने कर्जे आणि आर्थिक मदत दिली जाणार होती. ग्रामीण भागातील ज्या कुटुंबांचे वार्षिक उत्पन्न रु. ६,४०० किंवा त्यापेक्षा कमी आहे अशी कुटुंबे दारिद्र्यरेषेखाली आहेत असे समजले गेले.

ग्रामीण भागातील स्त्रिया, बालके यांच्या विकासासाठी १९८२ मध्ये एक कार्यक्रम (DWCRA) हाती घेण्यात आला होता.

एकात्मिक ग्रामीण विकास कार्यक्रम, ट्रायसेम, ग्रामीण कारागिरांना सुधारित अवजारे पुरविण्याचा कार्यक्रम (SITRA) ग्राम कल्याण योजना व दशलक्ष विहिरी योजना (MWS) याच्याऐवजी १ एप्रिल १९९९ रोजी ग्रामीण भागातील गरिबांच्या उत्पन्नात सुधारणा करण्याच्या दृष्टीने 'स्वर्णजयंती ग्राम स्वरोजगार योजना (SGSY) सुरू करण्यात आली. गरीब स्त्रियांच्या कल्याणासाठी २० ऑगस्ट १९९५ रोजी 'इंदिरा महिला योजना' (IMY) सुरू करण्यात आली होती.

इ.स. २०००-०१ मध्ये सुरू केलेल्या 'प्रधानमंत्री ग्रामोदय योजना' अंतर्गत खेड्यातील गरिबांना पिण्याचे पाणी, मोफत आरोग्य सेवा, घरे आणि शिक्षण यांची सोय होती.

प्राथमिक शाळेतील मुलांना एक वेळचे मोफत जेवण देणे, ग्रामीण गट विमा योजना, राष्ट्रीय सामाजिक साहाय्यता योजना इ. योजनांमुळेही दारिद्र्याचे प्रमाण कमी होण्यास हातभार लागला.

(९) मा. राष्ट्रपती डॉ. ए.पी.जे. अब्दुल कलाम यांनी PURA (Providing Urban Amenities in Rural Area) हा कार्यक्रम सुचविला असून त्याची अंमलबजावणी व्यवस्थितपणे व्हायला हवी.

(१०) शहरी आणि ग्रामीण भागातील अल्प उत्पन्न गटातील लोकांना स्वयंरोजगारासाठी कर्ज उपलब्ध करून दिले जावे.

(११) मागास भागात अधिकाधिक शाळा सुरू करणे आणि मागासवर्गीयांसाठी शाळा सुरू करणे म्हणजे संधीतील विषमता दूर होईल. शिक्षण क्षेत्रातील गळतीचे प्रमाण कमी करणेसुद्धा महत्त्वाचे आहे.

नोकरशहा, जमीन-मालक, भांडवलदार आणि राजकारणी विळख्यातून ह्या योजना सोडवून घेऊन नागरिक विकास मंडळे स्थापन करून त्याद्वारा ह्या योजना परिणामकारकपणे राबवल्या जाव्यात, म्हणजे दारिद्र्य दूर होईल.

३.२ प्रादेशिक असमतोलाची समस्या (Problem of Regional Imbalance)

भारतासारख्या देशात संतुलित प्रादेशिक विकास होणे देशाच्या सुदृढ विकासाच्या दृष्टीने अत्यंत आवश्यक आहे. मात्र प्रचंड प्रमाणात प्रादेशिक विषमता हेच भारताचे वैशिष्ट्य आहे आणि ह्याचे निर्देशक म्हणजे दरडोई उत्पन्न दारिद्र्यरेषेखाली राहणाऱ्या लोकांचे प्रमाण, शेतीकाम करणाऱ्यांची लोकसंख्या, शहरी भागात राहणाऱ्या लोकसंख्येची टक्केवारी, उत्पादन उद्योगात काम करणाऱ्या कामगारांची टक्केवारी, इ. तुलनात्मकदृष्ट्या पाहिल्यास भारतातील काही राज्ये आर्थिकदृष्ट्या प्रगत आहेत तर काही राज्ये मागासलेली आहेत. अगदी एखाद्या राज्यातसुद्धा, काही प्रदेश विकसित आहे तर काही प्रदेश अविकसित आहेत.

> The co-existence of relatively developed and economically depressed states and even regions within each state is known as 'regional imbalance.'

निसर्गदत्त देणगीच्या असमान उपलब्धतेमुळे किंवा मानव-निर्मित म्हणजेच त्या विभागाकडे दुर्लक्ष केल्यामुळे किंवा गुंतवणूक आणि विकासाकडे दुर्लक्ष केल्यामुळे प्रादेशिक असमतोलाची समस्या उद्‌भवते. प्रादेशिक असमतोल आंतरराज्य किंवा राज्यांतर्गत असू शकतो; तो संपूर्ण किंवा क्षेत्रीय असू शकतो. शेतीवर जास्त लोकसंख्येचा ताण, शेतीवर जादा प्रमाणात अवलंबून असणे आणि परिणामत: ग्रामीण रोजगारावर बोजा पडणे, मोठ्या प्रमाणावरील शहरीकरणाचा अभाव, शेती आणि कुटिरोद्योग यांच्यात

कमी उत्पादकता अशी लक्षणे प्रादेशिक असमतोल असल्यास आढळतात.

प्रादेशिक असमतोलाचे निर्देशक (Indicators of Regional Imbalances)

प्रादेशिक असमतोलाचा मागोवा घेण्याच्या दृष्टीने १५ प्रमुख राज्ये विचारात घेतलेली आहेत. ह्यापैकी काही पुढारलेली तर काही मागासलेली राज्ये आहेत. १५ राज्यातील १९९१च्या लोकसंख्येतील पुढारलेल्या आणि मागासलेल्या राज्यातील अनुक्रमे ५०% आणि ४६% लोकसंख्या ह्या संदर्भात विचारात घेण्यात आली आहे.

(१) प्रादेशिक विषमतेचा निर्देशक (Net State Domestic Product) (NSDP)

प्रादेशिक विषमता दर्शविणारा (NSDP) हा अत्यंत महत्त्वपूर्ण निर्देशक आहे. सोयीसाठी राज्यांची विभागणी पुढारलेली आणि मागासलेली राज्ये अशी केली आहे. पुढारलेल्या प्रगत राज्यात पंजाब राज्य अग्रेसर आहे तर मागासलेल्या राज्यांत बिहार सर्वात तळात आहे. सोबतच्या तक्त्यावरून काही बाबी ठळकपणे निदर्शनास येतात.

(अ) १९८०-८१ या वर्षात १,१०,३४० कोटी रुपये इतक्या एकूण निव्वळ देशीय उत्पन्नापैकी ९ प्रगत राज्यांचा ५५% तर ६ मागासलेल्या राज्यांचा ३९% हिस्सा होता. मात्र १९९७-९८ या वर्षात ९ प्रगत राज्यांचा ५८% तर ६ मागासलेल्या राज्यांचा २७% हिस्सा होता. याचाच अर्थ असा आहे की, प्रगत राज्य अधिक श्रीमंत होत आहेत तर मागासलेली राज्ये अधिक मागासलेली आणि गरीब होत आहेत. हीच गोष्ट वार्षिक वृद्धीचे दर याबाबतही आढळून येते. प्रगत राज्यात १९८०-८१ ते १९९०-९१ या कालावधीत हा दर ५.२% होता तर १९९०-९१ ते १९९७-९८ या काळात ६.३% झाला. याउलट, मागासलेल्या राज्यात हाच दर या दोन कालावधीत अनुक्रमे ४.९% आणि ३.०% होता.

(State-wise Net State Domestic Product at Factor Cost)

(आधार १९८०-८१ किमती)

राज्य	रुपये-कोटी			वार्षिक सरासरी वृद्धि दर	
	१९८०-८१	१९९०-९१	१९९७-९८ ते	१९९८०-८१ ते १९९०-९१	१९९०-९१ १९९७-९८
प्रगत राज्ये					
पंजाब	४,४४९	७,५०५	१०,१४२	५.३	४.४
महाराष्ट्र	१५,१६३	२७,२४४	४२,१३२	६.०	६.७
हरियाना	३,०३२	५,७१९	७,५४५	६.५	४.०
गुजरात	६,५४७	१०,८३९	१८,४३३	५.२	७.९
प. बंगाल	९,५९४	१४,४५८	२२,७६७	४.२	६.७
कर्नाटक	५,५८७	९,११२	१३,६८३	५.०	६.०
केरळ	३,८२३	५,२६२	७,७८२	३.२	५.८
तामिळनाडू	७,२१८	१२,४२३	१८,१९३	५.६	५.६
आंध्रप्रदेश	७,३२४	११,७२३	१७,९३६	४.८	६.३
उपबेरीज	६२,७३७	१,०४,२६५	१,५९,४१३	५.२	६.३
मागास राज्ये					
मध्यप्रदेश	७,०१२	११,१०७	१४,७४८	४.७	४.१
आसाम	२,२९८	३,४२६	४,३०२	४.१	३.३
उत्तर प्रदेश	१४,०१२	२२,७८०	२७,३६५	५.०	२.६
राजस्थान	४,१२६	८,४७३	११,१३८	७.४	४.०
ओरिसा	३,४४३	४,४३५	६,०१३	२.३	४.७
बिहार	६,३४९	१०,२५३	१०,६५३	४.९	०.६
उपबेरीज	३७,२४० (३८.८)	६०,३८४ (३१.७)	७४,२१९ (२६.९)	४.९	३.०
अखिल भारत	१,१०,३४० (१००.०)	१,९०,२१८ (१००.०)	२,७५,८९५ (१००.०)	५.६	५.५

(संदर्भ : RBI Handbook of Statistics on Indian Economy (1999)

संपूर्ण भारताची आकडेवारी लक्षात घेता संपूर्ण भारताचा वार्षिक सरासरी वृद्धी दर सुधारणापश्चात कालावधीत ५.५ होता. (हाच दर आधीच्या कालावधीत ५.६ होता.) सुधारणापश्चात कालावधीत उत्तरप्रदेश आणि बिहार यांचा वार्षिक सरासरी वृद्धी दर अनुक्रमे २.६ आणि ०.६ होता. मागासलेल्या राज्यात हा सर्वाधिक दयनीय दर आहे. अन्य मागासलेल्या राज्यांनी मात्र ह्या दोन राज्यांच्या तुलनेत अधिक प्रगती साध्य केली आहे.

नियोजन प्रक्रियेत मागासलेल्या राज्यांना मदत देऊन प्रादेशिक विषमता दूर करण्याचा प्रयत्न केला होता. परंतु शिथिलीकरण आणि जागतिकीकरण यांचा जोर एवढा होता की मागासलेल्या राज्यांच्या तुलनेत प्रगत राज्यात अधिक प्रमाणात गुंतवणूक झाली. परिणामत: ह्या दोन प्रकारच्या राज्यातील तफावत आणखी जास्त प्रमाणात वाढली. हे पुढील मुद्द्यावरून स्पष्ट होईल.

(२) (Per Capita Net State Domestic Products (NSDP) as the Indicator of Regional Disparity) - १९९०-९१ मध्ये ओरिसात दरडोई (NSDP) सर्वाधिक कमी होते. मात्र २०००-०१ मध्ये बिहारमध्ये हे सर्वाधिक कमी होते. कर्नाटकचा वार्षिक सरासरी वृद्धी दर हा सर्वाधिक आहे. बिहारचा मात्र तो २.८% आहे. प्रगत राज्यात २.६% ते ६% तर मागास राज्यात ०.८ ते १.९% एवढी वृद्धी झालेली आढळते.

(३) गुंतवणूक आणि वित्तीय साहाय्याचे प्रवाह (Trends in Investment and Financial Assistance)

नियोजन मंडळाचे डॉ. एम. जे. कुरियन यांनी 'Widening Regional Disparities in India' ह्या विषयावर सखोल पाहणी केली. ह्या पाहणीनुसार सुमारे दोन तृतीयांश प्रस्ताव (६९.२%) हे सुधारणापश्चात कालखंडात केवळ प्रगत राज्यातीलच होते. अखिल भारतीय वित्तीय संस्थांनी आणि राज्य वित्तीय महामंडळांनी केलेल्या अर्थपुरवठ्याच्या बाबतीत सुद्धा हेच चित्र दिसून येते. हे सोबतच्या तक्त्यावरून स्पष्ट होत आहे. IDBI, IFCI, ICICI, UTI, LIC, GIC, IRBI आणि SIDBI या अखिल भारतीय वित्त संस्थांनी ३१ मार्च १९९७ अखेर केलेल्या वित्तीय साहाय्यापैकी ६७.३% वित्तीय साहाय्य केवळ प्रगत राज्यातून केले. ९ प्रगत राज्यांपैकीसुद्धा फक्त चारच राज्यांत, (महाराष्ट्र, गुजरात, तामिळनाडू आणि आंध्रप्रदेश) ५१% साहाय्य वाटप झाले. राज्य वित्तीय महामंडळांनी केलेल्या वित्तीय साहाय्यापैकीसुद्धा ७०% साहाय्य प्रगत राज्यातून दिले गेले. ह्यावरून हेच सिद्ध होते की, सुधारणा प्रक्रियेत, गुंतवणूक प्रस्ताव मंजुरी आणि वित्तीय साहाय्य यांच्या बाबतीत प्रगत राज्यांनाच झुकते माप दिले गेले आहे. परिणामत: आधीच प्रगत असलेली राज्ये आणखी प्रगत होऊ शकतात आणि मागासलेल्या राज्यात मात्र वृद्धीमधील अडथळ्याचा अनुभव येतो.

(४) पायाभूत सुविधांतील तफावत - पायाभूत सुविधांमधील प्रकर्षाने नजरेत भरेल अशी तफावत भारतात अनुभवास येते. खालील तक्त्यातील पुढील बाबी हीच वस्तुस्थिती सिद्ध करतात. दरडोई वीज वापर, दर हजारी नोंदविलेली वाहने, दर १०० चौ.कि.मी. क्षेत्रातील रस्त्यांची लांबी, दर १०० माणसांमागील दूरध्वनींची संख्या आणि ढोबळ पीक क्षेत्राशी असलेल्या सिंचन क्षेत्राची टक्केवारी.

पायाभूत विकासाची पातळी (Levels of Infrastructure Development)

	दरडोई वीज वापर २००७-२००८	३१ मार्च १९९७ रोजी हजार व्यक्तीं-मागील वाहनांची संख्या (२००६)	राज्याच्या क्षेत्राच्या प्रति १०० चौ.कि.मी. क्षेत्रातील रस्ते लांबी (२००८)	३१ मार्च २००९ रोजी प्रति १०० व्यक्तीं-मागील दूरध्वनी संख्या	ढोबळ पीक क्षेत्रापैकी खालील जमिनीची टक्केवारी (२००७-०८)	सापेक्ष पायाभूत सुविधा विकास निर्देशांक (१९९९)
प्रगत राज्ये						
पंजाब	११५५	१५४८	८९७	५.८३	९७.७	१८७.६
महाराष्ट्र	६८०	१०४६	७२६	३.७९	१९.६	११२.८
हरियाना	३०९	१३२४	६७२	४.३८	८६.०	१३७.५
गुजरात	१११६	१५६८	७४३	४.५२	४१.७	१२४.३
प. बंगाल	३२१	३३७	२३३६	२.२५	५६.९	१११.३
कर्नाटक	६६१	११०६	१३३१	४.५२	२९.४	१०४.९
केरळ	३५२	१०७०	५२६९	५.८५	१६.५	१७८.७
तामिळनाडू	८९६	१५४४	१३९३	५.०५	५५.९	१४९.१
आंध्रप्रदेश	६५१	८९४	१२५४	३.९६	४६.३	१०३.३
मागासलेली राज्ये						
मध्यप्रदेश	३९५	६९४	५३८	३.०१	३२.२	७६.८
आसाम	१२४	३१९	२९३७	२.०७	२.४	७७.७
उत्तर प्रदेश	२४१	८६७	११८२	२.४९	७५.५	१०१.२
राजस्थान	४४३	७६३	५०१	३.७२	३६.४	७५.९
ओरिसा	५२०	४९७	१३८३	२.३३	३६.७	८१.०
बिहार	४९	१५८	१२७६	२.२२	६०.६	८१.३
अखिल भारत	५०९	७६८	१२८८.७	३.३	४४.६	१००.०

(संदर्भ : Indian Economy-Ruddar Datt, KPM Sundharam-50th Edition):

(Per Capita Net State Domestic Product at Factor Cost)

(आधार १९९३-९४ किमती)

राज्य	१९९०-९१ (रु.)	२००४-०५ (रु.)	सरासरी वार्षिक वृद्धि दर १९९०-९१ ते २००४-२००५
प्रगत राज्ये			
पंजाब	११,७७६	१६,७५६	२.५
महाराष्ट्र	१०,१५९	१७,८६४	४.१
हरियाना	११,१२५	१६,८७२	३.०
गुजरात	८,७८८	१६,८७८	४.८
प. बंगाल	५,९११	१२,२७१	५.३
कर्नाटक	६,६२९	१३,३२०	५.४
केरळ	६,८५१	१३८२१	४.९
तामिळनाडू	७,८६४	१३,९९९	४.२
आंध्रप्रदेश	६,८७३	१२,३५२	४.३
मागासलेली राज्ये			
मध्यप्रदेश	६,३५०	८,२३८	१.८
आसाम	५,५७४	६,७२१	१.४
उत्तर प्रदेश	५,३४२	६,१३८	१.०
राजस्थान	६,७६०	९,८५३	२.७
ओरिसा	४,३००	७,१७६	३.७
बिहार	४,४७४	३,७७३	-१.२०
अखिल भारत	७,४३०	१२,५९५	३.९
कमाल आणि किमान Per Capita NSDP मधील गुणोत्तर	२.७	४.७३	

(संदर्भ : Datt & Sundharam Indian Economy Grurav Datt Ashwani Mahajan S.Chand 67th Edition) :

गुंतणूक प्रस्ताव आणि गुंतवणुकीसाठी साहाय्य वाटप
Investment Proposals and Distribution of Assistance for Investment

	ऑगस्ट १९९१ ते डिसेंबर १९९८ मधील गुंतवणूक प्रकल्पातील हिश्श्याची टक्केवारी	३१ मार्च १९९७ पर्यंत अखिल भारतातील वित्तीय संस्थांनी वाटप केलेल्या वित्तीय साहाय्यातील संचयी हिस्सा	३१ मार्च १९९७ पर्यंत राज्य वित्तीय महामंडळाकडून वाटप झालेले संचयी वित्तीय साहाय्य
प्रगत राज्ये			
पंजाब	३.४	२.४	३.६
महाराष्ट्र	१८.०	२१.०	११.५
हरियाना	३.६	२.५	४.८
गुजरात	१८.७	१३.५	९.३
प. बंगाल	३.३	३.९	२.५
कर्नाटक	५.६	६.१	१५.५
केरळ	१.१	१.७	४.४
तामिळनाडू	७.२	९.०	१०.६
आंध्रप्रदेश	८.३	७.२	७.८
उपबेरीज	६९.२	६७.३	७०.०
मागासलेली राज्ये			
मध्यप्रदेश	७.४	५.१	३.२
आसाम	०.७	०.५	०.५
उत्तरप्रदेश	९.४	७.९	११.१
राजस्थान	३.९	४.५	६.१
ओरिसा	२.२	१.८	३.७
बिहार	१.२	१.४	२.०
उपबेरीज	२४.८	२१.२	२६.६
अखिल भारत	१००.० (७३७५१६)	१००.० (३१२५०२)	१००.० (२०८९६)

(संदर्भ : Datt & Sundaharam Indian Economy Gaurav Datt Ashwani Mahajan S. Chand 67th Revised Edition):

या तक्त्यातील अन्य आकडेवारीसुद्धा भारतातील प्रादेशिक असमतोल सिद्ध करण्यासाठी पुरेशी बोलकी आहे.

३.५ सामाजिक पायाभूत संरचना आणि मानव विकास (Social Infrastructure and Human Development)

सोबतच्या तक्त्यात मानव विकासाबाबतचे काही निर्देशक सादर करण्यात आले आहेत. उदा. आयुर्मर्यादा, साक्षरता दर, बालमृत्यूदर, मृत्यूदर आणि जन्मदर. जर सर्व प्रकारच्या विकासाचा मूळ हेतू आयुष्याचा दर्जा सुधारणे हा असेल तर मानव विकास निर्देशक ही विकास प्रक्रियेतील अंतिम फलश्रुती होय. ह्या संदर्भातील राज्या-राज्यातील विषमता खालील तक्त्यावरून स्पष्ट होते.

मानव विकासाचे निवडक निर्देशांक
(Selected Indicators of Human Development)

राज्ये	अपेक्षित आयुर्मर्यादा (वर्षे) २००२-२००६	साक्षरता दर (२०११)			SRS चे Provisional Estimates 1997 (प्रति हजार)		
		एकूण	पुरुष	स्त्रिया	बाल-मृत्युदर	मृत्युदर	जन्मदर
प्रगत राज्ये							
पंजाब	६९.४	७६.७	८१.५	७१.३	३४	७.०	१६.६
महाराष्ट्र	६७.२	८२.९	८९.८	७५.५	२८	६.५	१७.१
हरियाना	६६.२	७६.६	८५.४	६६.८	४८	६.६	२२.३
गुजरात	६४.१	७९.३	८७.२	७०.७	४४	६.७	२१.८
प. बंगाल	६४.९	७७.१	८२.७	७१.२	३१	६.०	१६.८
कर्नाटक	६५.३	७५.६	८२.९	६८.१	३८	७.१	१९.२
केरळ	७४.०	९३.९	९६.०	९२.०	१३	७.०	१४.८
तामिळनाडू	६६.२	८०.३	८६.८	७३.९	२४	७.६	१५.९
आंध्रप्रदेश	६४.४	६७.६	७५.६	५९.७	४६	७.६	१७.९

		एकूण	पुरुष	स्त्रिया मृत्युदर	बाल-	मृत्युदर	जन्मदर
मागासलेली राज्ये							
मध्यप्रदेश	५८.०	७०.६	८०.५	६०.०	६२	८.३	२७.३
आसाम	५८.९	७३.२	७८.८	६७.३	५८	८.२	२३.२
उत्तर प्रदेश	६९.०	६९.७	७९.२	५९.३	६१	८.१	२८.३
राजस्थान	६२.०	६७.१	८०.५	५२.७	४८	६.८	२६.७
ओरिसा	५९.६	७३.४	८२.४	६४.४	६१	८.६	२०.५
बिहार	६१.६	६३.८	७३.४	५३.३	४७	६.८	२८.१
अखिल भारत	६३.५	७४.०	८२.१	६५.५	४७	७.२	२२.१

(संदर्भ : Datt & Sundharam Indian Economy Gaurav Datt, Ashwani Mahajan S.Chand 67th Revised Edition) :

विविध राज्यातील विलक्षण विषमता ह्या तक्त्यावरून निदर्शनास येते. आर्थिक विकास कमी झालेला असला तरी मानव विकास साधता येतो हे केरळ आणि काही प्रमाणात तमिळनाडू राज्याने दाखवून दिले आहे. मात्र दरडोई NSDP हे उच्च स्तरावरील मानव विकासावर अवलंबून असते. मानव विकास होण्यासाठी शिक्षण आणि आरोग्याच्या पायाभूत सुविधा वाढविण्याची नितांत गरज असते. मागासलेल्या राज्यांपैकी उत्तरप्रदेश, राज्यस्थान आणि मध्यप्रदेशामध्ये साक्षरतेचे प्रमाण अत्यंत कमी आहे, विशेषत: स्त्रियांच्या बाबतीत ! आरोग्याच्या सुविधा निर्माण करण्यातही ह्या राज्यांना अपयश आले आहे. परिणामत: कमी आयुर्मर्यादा, अधिक बालमृत्युदर आणि उच्च जन्मदर आढळून येतो. आर्थिक सुधारणांमधील खासगी क्षेत्राचा सहभाग फार मोठा असतो. हे क्षेत्र उच्च मध्यमवर्गीयांसाठी आणि श्रीमंत वर्गासाठी मोठमोठे दवाखाने काढतात. जादा शुल्क घेऊन शिक्षणसंस्था चालवितात; मात्र गरीब समाजाच्या कल्याणासाठी हे क्षेत्र फार काहीही करत नाही. एक तर खासगी क्षेत्राने शिक्षण आणि आरोग्य सुविधांसाठी काही करावे किंवा राज्य शासनाने तरी ह्या सुविधांसाठी गुंतवणूक करायला हवी. तरच प्रादेशिक विषमता दूर होईल.

निवडक प्रश्न

१. प्रो. पिगू यांची 'बेरोजगारी' संकल्पना स्पष्ट करा.

२. लॉर्ड केन्स यांची बेकारीविषयक संकल्पना स्पष्ट करा.

३. बेरोजगारीचे प्रकार स्पष्ट करा.

४. भारतातील सुशिक्षित युवकांच्या बेरोजगारीचा आढावा घ्या.

५. भारतातील बेकारीच्या कारणांची चर्चा करा.

६. बेकारीच्या समस्येची तीव्रता कमी करण्यासाठी उपाययोजना सुचवा.

७. 'दारिद्र्य' ही संकल्पना स्पष्ट करा.

८. निरपेक्ष दारिद्र्याची संकल्पना स्पष्ट करा.

९. दारिद्र्यरेषेखालील लोक म्हणजे काय?

१०. सापेक्ष दारिद्र्याची संकल्पना स्पष्ट करा.

११. 'भारतातील दारिद्र्याचे मोजमाप' यावर सविस्तर टीप लिहा.

१२. भारतातील दारिद्र्याची प्रमुख कारणे कोणती? ते सांगून त्याचे विश्लेषण करा.

१३. दारिद्र्य निर्मूलनाच्या समस्येवरील शासनाच्या विविध उपाययोजनांचा आढावा घ्या.

१४. प्रादेशिक असमतोल संकल्पना स्पष्ट करून प्रादेशिक असमतोलाचा विविध निर्देशक स्पष्ट करा.

१५. थोडक्यात टीपा लिहा

१) 'बेरोजगारी संकल्पना'च्या विविध छटा

२) सक्तीची आणि ऐच्छिक बेकारी

३) तंत्रज्ञानजन्य बेरोजगारी

४) संघर्षजन्य बेरोजगारी

५) हंगामी बेरोजगारी

६) बेकारीची कारणे

७) बेकारी कमी करण्यासाठी उपाय

८) दारिद्र्य संकल्पना

९) निरपेक्ष दारिद्र्याची संकल्पना

१०) सापेक्ष दारिद्र्याची संकल्पना
१६) प्रादेशिक असमतोल समस्या

३.३ चलन फुगवट्याची समस्या (Problem of Inflation)

प्रस्तावना

सर्वसामान्य भाषेत ज्याला 'भाववाढ' असे म्हणतात किंवा महागाई म्हणून ज्या स्थितीचा उल्लेख केला जातो ती स्थिती 'चलन फुगवट्याची' असते. महागाई ही अर्थव्यवस्थेतील महत्त्वाची समस्या आहे. जगातील असा आता कोणताच देश नाही की ज्याला महागाईने, भाववाढीच्या समस्येने ग्रासलेले नाही. जर वास्तव उत्पन्नात वाढ झाली, आर्थिक विकास झाला आणि त्याबरोबर काही प्रमाणात भाववाढ झाली तर त्या भाववाढीला 'चलन फुगवटा' असे म्हणता येणार नाही. मात्र जेव्हा वास्तव उत्पन्न स्थिर असते, पण केवळ चलनी उत्पन्न वाढते, खर्च वाढतो आणि किमती वाढतात तेव्हा त्याला 'चलन फुगवटा' किंवा 'चलन अतिवृद्धी' असे म्हणतात. आणखी काही पर्यायी संकल्पना ह्यासाठी वापरल्या जातात. आर्थिक तेजी, चलन विस्तार, चलनवृद्धी, भाववाढ, किंमतवाढ, इ.

चलनफुगवट्याची व्याख्या (Definition of Inflation)

चलन फुगवटा होतो तेव्हा वस्तू आणि सेवा यांच्या किमती सातत्याने आणि दीर्घकाळ वाढतात. म्हणूनच या अवस्थेला 'भाववाढ' असेही म्हणतात. जेव्हा किमती समतोल पातळीपेक्षाही अधिक वेगाने वाढू लागतात तेव्हा भाववाढ अस्तित्वात येते.

मिल्टन फ्रीडमन यांच्या मते, 'किमती वाढण्याची स्थिर आणि सातत्यपूर्ण प्रक्रिया म्हणजे चलन फुगवटा होय.'

सॅम्युएल्सन यांच्या मते, 'किमती आणि खर्च यांची सर्वसामान्य पातळी वाढत जाते. - ब्रेड, मोटारी, पेट्रोल तसेच जमिनीच्या किमती, वेतनाचे दर इ. सर्वच वाढत

जातात, तेव्हा चलन फुगवटा होत असतो.' अशा तऱ्हेने वस्तू आणि घटक यांच्या किमती वाढत जाणे हे चलन फुगवट्याच्या परिस्थितीचे गमक आहे. घटकांच्या किमती वाढतात तेव्हा खर्च वाढत असतो.

क्राऊथर यांच्या मते, 'चलन फुगवटा ही अशी अवस्था होय की, जिच्यात पैशाचे मूल्य कमी होते म्हणजेच किमती वाढतात.'

कोलबर्न यांच्या मते, 'खूप जास्त पैशाने खूप कमी वस्तूंचा पाठलाग करणे म्हणजे चलन फुगवटा होय.'

पॉल इन्झिग यांच्या मते, 'चलन-फुगवटा ही अशी एक असंतुलित अवस्था आहे की, ज्या अवस्थेत खरेदीशक्तीचा विस्तार झाल्याने किमती वाढतात अथवा वस्तूंच्या किमती वाढल्याने खरेदीशक्तीचा (पैसा) विस्तार होतो.'

ह्या व्यतिरिक्त आणखी वेगवेगळ्या व्याख्या करण्यात आल्या आहेत. ह्या सर्व व्याख्यांवरून, चलन-फुगवट्याची लक्षणे खालीलप्रमाणे सांगता येतील -

(अ) वाढत्या किमती ह्या चलन-फुगवटा दर्शवितात. मात्र चलन-फुगवट्याच्या प्रत्येक कालखंडातील वाढत्या किमती अनुभवास येत असल्या तरी प्रत्येक किंमतवाढ ही चलन-फुगवटा करणारी असतेच असे नाही. म्हणजेच अर्थव्यवस्थेच्या काही क्षेत्रात, काही कारणांमुळे तात्पुरती वाढ होऊ शकेल. मात्र ती चलन-वाढीचीच द्योतक आहे असे मानण्याचे कारण नाही. कारण आपण जेव्हा चलन-फुगवट्याचा विचार करतो तेव्हा त्या संदर्भातील भाववाढ ही नजरेत भरण्याजोगी आणि सातत्यपूर्ण असते. एकदा ही प्रक्रिया सुरू झाली की ती स्व-सामर्थ्यावरच पोसली जाते. तसेच स्वत: होऊन मर्यादा घालून न घेता सतत वाढत जाते.

(आ) चलन-फुगवटा अर्थव्यवस्थेच्या एखाददुसऱ्या क्षेत्रापुरता किंवा भौगोलिक दृष्ट्या एकाददुसऱ्या प्रदेशापुरता मर्यादित नसतो. म्हणजेच चलन-फुगवटा हा सार्वत्रिक आणि गतिमान असतो. तो संपूर्ण राष्ट्राला आणि त्यातील अर्थव्यवस्थेच्या सर्व क्षेत्रांना व्यापून टाकतो. चलन-फुगवटा गतिमान असतो म्हणजेच त्याची तीव्रता आणि स्वरूप ह्यामध्ये काळाच्या ओघात बदल होतात आणि बदल घडवून आणण्याची क्षमताही त्याच्यात असते, हे अनुभवास येते.

(इ) खरा/विशुद्ध चलन-फुगवटा हा पूर्ण रोजगार-पातळी गाठल्यावरच सुरू होतो.

(ई) चलन-फुगवटा सुरू होण्याचा काळ व तीव्रता यांचा आगाऊ अंदाज बांधता येत नाही.

(उ) किमतीतील वाढ किंवा मागणीतील वाढ अथवा बहुधा दोन्ही प्रकार एकाच वेळी होणे हे चलन-फुगवट्याचे एक लक्षण असते.

चलन फुगवट्याची कारणे (Causes of Inflation)

मागणी व पुरवठा यात अंतर पडले की, किमती वाढतात, म्हणजे पुरवठा कायम राहून मागणी वाढली अथवा मागणी कायम राहून पुरवठा घटला किंवा एकाच वेळी पुरवठा घटला आणि मागणी वाढली की, अशा प्रकारचे अंतर निर्माण होते, हे आपण पाहिले. परंतु मागणी-पुरवठ्यात अशा प्रकारचे बदल होण्यामागील कारणे कोणती? म्हणजेच चलन-फुगवट्याची कारणे कोणती? ह्या कारणांचा मागोवा आपण खालील परिच्छेदातून दोन भागात, म्हणजेच मागणीच्या आणि पुरवठ्याच्या दृष्टीने घेणार आहोत.

(अ) मागणीत वाढ घडवून आणणारे घटक

मागणीतील वाढीमुळे पुरवठ्यापेक्षा मागणीचे आधिक्य निर्माण होते. परिणामत: मागणी-ताण निर्मित भाववाढ होते. खालील कारणांनी वस्तू आणि सेवांची मागणी वाढते.

(१) सार्वजनिक खर्चात होणारी वाढ : युद्ध किंवा आर्थिक विकास यांच्यातील सरकारी खर्चात वाढ होते तेव्हा एकूण मागणी वाढते आणि किमती वाढू लागतात. नेहमीची मागणी कायम राहून ही जादा मागणी निर्माण झाल्याने एकूण मागणी वाढते.

(२) खासगी खर्चात वाढ : जेव्हा व्यवसायातील परिस्थिती आशादायक असते तेव्हा खासगी उद्योजक गुंतवणूक वाढवतात. परिणामत: भांडवली वस्तूंच्या मागणीत वाढ होते, तसेच उत्पादन-घटकांची मागणी वाढून त्यांना मिळणाऱ्या एकूण उत्पन्नात वाढ होते.

(३) लोकांच्या अपेक्षांमधील बदल : लोकांच्या अपेक्षा हा भाववाढीच्या अनुषंगाने अत्यंत महत्त्वाचा घटक ठरतो. जेव्हा तेजीची अपेक्षा असते तेव्हा उद्योग-व्यवसाय करणारे लोक गुंतवणुकीमध्ये वाढ करतात. त्यामुळे भांडवली वस्तूंची मागणी वाढते. भविष्यात भाववाढ होईल असे जर उपभोक्त्यांना वाटले तर पुढे लागणाऱ्या वस्तूसुद्धा आधीच घेऊन ठेवाव्यात, या विचाराने, उपभोक्त मागणी वाढवतात. परिणामत: उपभोग्य वस्तूंच्या मागणीत वाढ होते. मागणीमध्ये अशा प्रकारे होणारी वाढसुद्धा किंमतवाढीस कारणीभूत ठरते.

(४) विदेशी मागणीत वाढ : देशातील वस्तूंना परदेशात असणारी मागणी वाढते तेव्हा साहजिकच निर्यातवाढ होते. अशा परिस्थितीत देशांतर्गत असलेल्या मागणीच्या मानाने पुरवठा कमी पडला तरीसुद्धा किमतीत वाढ होते.

(५) कर कपात : सरकार जेव्हा आकारलेल्या करात कपात करते तेव्हा लोकांजवळ खर्चासाठी उपलब्ध होणारा उत्पन्नाचा भाग वाढतो. परिणामत: उपभोग्य

वस्तूंच्या मागणीत वाढ होते आणि त्यांच्या किमती वाढतात.

(६) अंतर्गत कर्जाची परतफेड : जेव्हा सरकार पूर्वी घेतलेल्या कर्जाची परतफेड करते तेव्हा लोकांमध्ये जादा क्रयशक्ती येते. परतफेडीतून मिळणाऱ्या काही रकमा पुन्हा गुंतवल्या जाण्याची शक्यता असते. मात्र त्यातील काही भाग वस्तू आणि सेवा यांच्यावर खर्च होण्याची शक्यता असते. त्या प्रमाणात ही परतफेड भाववाढीस कारणीभूत ठरते.

(७) पतनिर्मितीत वाढ : जेव्हा व्यापारी बँका अवास्तव प्रमाणात पतविस्तार करतात तेव्हा ते भाववाढीचे कारण ठरते.

(८) काळ्या पैशाचा वापर : सार्वत्रिक निवडणुकांदरम्यान मोठ्या प्रमाणात काळा पैसा व्यवहारात येतो. त्यामुळे व्यवहारात वापरावयाच्या चलनात वाढ होऊन मागणी ताण निर्मित भाववाढ होते.

(ब) पुरवठ्यात घट घडवून आणणारे घटक

(१) नैसर्गिक आपत्ती : अनावृष्टी अथवा अतिवृष्टी यामधून उद्भवणारा दुष्काळ, वादळ, भूकंप, टोळधाड, रोगांच्या साथी इ. कारणांमुळे उत्पादनात घट होते. उदाहरणार्थ, दुष्काळामुळे शेतीचे उत्पादन घटले तर अन्नधान्य आणि शेतीवर अवलंबून असणारी कापड, साखर, तागाच्या वस्तू इ. उत्पादने यांच्या पुरवठ्यात घट होते. रोगांच्या साथीमुळे कामगारांच्या गैरहजेरीत वाढ होते. त्यामुळेसुद्धा उत्पादन घटते. उत्पादनात घट झाली की किमती वाढतात.

(२) व्यापाऱ्यांची साठेबाजीची प्रवृत्ती : वस्तूंची दुर्मिळता आणि वाढत्या किमतीची परिस्थिती यांची चाहूल लागताच, आणखी किमती वाढल्या तर आपल्या नफ्यात वाढ होईल या अपेक्षेने व्यापाऱ्यांच्या साठेबाजीच्या प्रवृत्तीला चालनाच मिळते. ते कमी माल विक्रीला काढतात. वस्तू भूमिगत झाल्याने वास्तव टंचाई नसली तरी कृत्रिम टंचाई निर्माण होते. परिणामतः किमती वाढू लागतात आणि टंचाई जर खरोखरच असेल तर ती अधिक तीव्र होते; किंमतवाढीचा वेग अधिक प्रमाणात वाढतो.

(३) उत्पादन-घटकांची दुर्मिळता : उत्पादनाचे विविध घटक असतात. त्यापैकी एखाद्या घटकाची जरी टंचाई निर्माण झाली तरी त्यामुळे उत्पादन-वाढीच्या मार्गात अडथळे निर्माण होतात. ह्याचा परिणाम म्हणून पुरवठा कमी होतो आणि भाववाढ होऊ लागते.

(४) पूरक सोयींची दुर्मिळता : अनेकदा उत्पादनासाठी आवश्यक ते सर्व असूनसुद्धा पूरक सोयी वेळच्या वेळी उपलब्ध होत नाहीत. म्हणून पुरवठ्यामध्ये घट येते. उदा. दगडी कोळसा, लोखंड हे दोन्ही घटक उपलब्ध असूनही वाहतूक करण्यासाठी रेल्वे वॅगन्स नसतील तर पोलादाचे उत्पादन होऊ शकणार नाही. कर्जाच्या अडचणी,

वाहतुकीच्या अडचणी, सरकारी धोरणाची दिरंगाई इत्यादी कारणांनी जेव्हा पूरक सोयी अपुऱ्या पडतात तेव्हा पुरवठ्यात अडथळे येतात, तेव्हा किमती वाढतात.

(५) अन्य घटक : संप, टाळेबंदी, घटत्या उत्पादन फलाचा अनुभव इत्यादींमुळे सुद्धा पुरवठ्यात घट होते.

चलन-फुगवट्याचे परिणाम (Consequences of Inflation)

चलन-फुगवट्याचे होणारे परिणाम उत्पादनावर, विभाजनावर, समाजातील विविध गटांवर होत असतात. ह्या परिणामांची चर्चा खालील परिच्छेदातून करण्यात आली आहे -

(अ) उत्पादनावरील परिणाम

उत्पादनावर चलन-फुगवट्याचे होणारे परिणाम अतिशय महत्त्वाचे असतात. चलन-फुगवटा सौम्य असेल आणि अपूर्ण रोजगाराची स्थिती असेल तोवर चलन-फुगवटा उपकारक ठरू शकतो. उत्पादन घटक बेकार राहिल्यामुळे उत्पादनाच्या खर्चात फारशी वाढ होत नाही, परंतु किमती मात्र वाढत असतात. अशा परिस्थितीत नफा वाढत जाऊन उद्योजक गुंतवणूक वाढवितात. परिणामत: रोजगार वाढतो आणि उत्पादनही वाढते. पूर्ण रोजगार प्रस्थापित होईपर्यंत उत्पादनवाढीच्या प्रक्रियेत व्यत्यय येत नाही. मात्र पूर्ण रोजगाराची पातळी ओलांडल्यानंतर चलनी मागणी वाढत राहिली तर भाववाढीला वेग येतो. वेगाने होणारा चलन-फुगवटा अर्थव्यवस्थेला अतिशय घातक ठरू शकतो. चलन-फुगवटा उत्पादनाच्या दृष्टीने तर फारच अनिष्ट ठरतो. वेगाने होणाऱ्या भाववाढीचे उत्पादनावर खालील मार्गांनी अनिष्ट परिणाम होतात.

(१) भाववाढीच्या काळात उत्पादनापेक्षा साठेबाजी, सट्टेबाजी हेच अधिक किफायतशीर वाटू लागतात. विविध कटकटी आणि समस्यांना सामोरे जाऊन उत्पादन करण्यापेक्षा जमिनी, घरे, सोने, तयार मालाचे साठे इ. खरेदी करून जादा किमतीला विकून नफा मिळविण्याकडे काहींचा कल असतो. उत्पादन करून एवढा नफा कदाचित मिळाला नसता. आपला पैसा झटपट वाढण्याच्या ह्या आकर्षणामुळे उत्पादनाच्या क्षेत्रातील भांडवल सट्टेबाजीकडे, साठेबाजीकडे वळते. परिणामत: उत्पादन तर खुंटतेच; पण भाववाढीचा वेग अधिक असेल तर उत्पादनात घट यायला सुरुवात होते.

(२) भाववाढीच्या काळात अनिश्चिततेचे वातावरण निर्माण होते. त्यामुळे व्यवसायातील जोखीम पत्करायला लोक सहसा धजावत नाहीत. उद्योजकांवर याचा प्रतिकूल परिणाम होतो. पर्यायाने उत्पादनावर प्रतिकूल परिणाम झाल्याशिवाय राहात नाही.

(३) भाववाढीचा उत्पादन रचनेवर होणारा परिणाम अतिशय महत्त्वाचा असतो.

जेव्हा भाववाढ होते, त्या काळात नफा मिळविणाऱ्या वर्गाचे उत्पन्न वाढते. प्लॉट्स, शेतजमिनी, घरे किंवा महत्त्वाच्या भांडवली वस्तू असे दुर्मिळ घटक ज्यांच्याकडे असतात, त्यांना भाववाढीमुळे प्रचंड प्रमाणात पैसा मिळतो. मात्र याउलट श्रमिक वर्ग, मध्यम वर्गातील अल्प उत्पन्न-गटाचे वास्तव उत्पन्न घटते आणि म्हणूनच गरिबांच्या आवश्यक गरजासुद्धा पूर्ण होत नाहीत. याउलट श्रीमंत वर्गाचे उत्पन्न वाढत असल्याने चैनीच्या वस्तूंची मात्र मागणी वाढते. मागणीप्रमाणे पुरवठा होत असल्याने आवश्यक वस्तूंचे उत्पादन कमी होऊन चैनीच्या वस्तूंचे उत्पादन मात्र वाढत जाते. उत्पादनाच्या रचनेवरील हा परिणाम अनिष्ट मानला जातो. कारण समाजाच्या आवश्यक गरजा भागल्याशिवाय चैनीच्या वस्तूंचे उत्पादन करण्यात राष्ट्राची साधनसंपदा खर्च पडणे सर्वस्वी चुकीचे आहे.

(४) भाववाढीच्या परिस्थितीत विविध कारणांनी उत्पादन-क्षेत्रातील गुंतवणूक घटते आणि साहजिकच उत्पादन घटते. पैशाची किंमत कमी होत असल्याने लोकांची बचत करण्याची एकूण प्रवृत्तीच कमी होऊन भांडवल संचय कमी होतो. परकीय भांडवलाची किंमत घटत असल्यामुळे तेही देशाबाहेर जाऊ लागते. परिणामत: भांडवल गुंतवणूक कमी होऊन त्याची परिणती होते उत्पादनावर प्रतिकूल परिणाम होण्यात.

(५) जेव्हा भाववाढीचे चटके बसायला लागतात, तेव्हा साहजिकच कामगारवर्गात असंतोष निर्माण होतो आणि वेतनवाढीसाठी संप, मोर्चे, निदर्शने, घेराओ इ. मार्ग अवलंबिले जातात. ह्या सर्वांचाच उत्पादनावर प्रतिकूल परिणाम होतो.

(६) चलन-फुगवट्यामुळे किंमत यंत्रणेच्या कार्यात अडथळे निर्माण होतात. किंमत-यंत्रणा कार्यक्षम असणे उत्पादनाच्या दृष्टिकोनातून आवश्यक असते. याही कारणामुळे उत्पादनावर विपरीत परिणाम होतो.

(७) भाववाढीच्या काळात आणखी एक अनुभव येतो आणि तो म्हणजे वस्तू आणि सेवांची सार्वत्रिक टंचाई जाणवणे. यामुळे वस्तू व सेवा यांचा दर्जा खालावतो. तुलनेने निकृष्ट दर्जाचे उत्पादन केले तरी खपते. म्हणूनच भाववाढीच्या काळात निकृष्ट प्रतीच्या वस्तूंची रेलचेल बाजारात झालेली आढळते.

(ब) विभाजनावरील परिणाम

चलन-फुगवट्यामुळे राष्ट्रीय उत्पन्नाचे फेरवाटप होते. त्यामुळे समाजातील काही घटकांचा उत्पन्नातील वाटा वाढतो. एकूण वास्तव उत्पन्न वाढत नसल्याने इतर गटांचा उत्पन्नातील वाटा घटणे हे अपरिहार्य असते. श्रीमंतांची श्रीमंती वाढते तर गरिबांची गरिबी अधिक वाढते. विविध क्षेत्रातील उद्योजक, व्यावसायिक, व्यापारी, सटोडिये यांचे उत्पन्न वाढते आणि चलनी उत्पन्न स्थिर असलेल्या मजूर, पगारदार वर्गाच्या, पैशाच्या घटत्या मूल्यामुळे वास्तव उत्पन्नातसुद्धा घट होते. समाजातील विविध घटकांवर

चलन-फुगवट्याचे परिणाम खालीलप्रमाणे होतात -

(१) धनको आणि ऋणको : चलन-फुगवट्याच्या काळात धनकोचे म्हणजेच कर्ज देणाऱ्या वर्गाचे नुकसान होते. याचे कारण म्हणजे कर्ज देताना असलेली रुपयाची किंमत ते परत मिळते तेव्हा घटलेली असते आणि याउलट ह्याच परिस्थितीमुळे ऋणकोंचा म्हणजे कर्ज घेणाऱ्यांचा मात्र फायदा होतो.

(२) कामगार व पगारदारांचा वर्ग : चलन-फुगवट्याच्या काळात नुकसान होते ते पैशात निश्चित उत्पन्न मिळवणारे कामगार आणि पगारदार यांचे. सुसंघटित कामगारांना, शासकीय कर्मचाऱ्यांना नियमाप्रमाणे महागाई भत्ता, पगारवाढ मिळू शकते. (अर्थात विशेषत: चलन-फुगवट्याच्या काळात भाववाढ आणि महागाई भत्त्यातील वाढ यांच्या शर्यतीत भाववाढीची दौड नेहमीच अधिक असते.) असंघटित कामगारांचे अतिशय हाल होतात, कारण त्यांना सुसंघटित कामगारांप्रमाणे महागाई भत्ता, पगारवाढ याचे लाभ मिळू शकत नाहीत. स्थिर उत्पन्नगटातील लोकांचे वास्तव उत्पन्न घटते. पेन्शन किंवा घरभाडे, व्याज यांसारख्या उत्पन्नावर उदरनिर्वाह करणाऱ्यांच्या वास्तव उत्पन्नात तर आणखी जास्त वेगाने घट होत जाते.

(३) गुंतवणूकदार वर्ग : गुंतवणूकदारांचे दोन प्रकार आढळतात. (१) बाँड, कर्जरोखे अथवा अशा निश्चित दराने व्याज मिळणाऱ्या प्रकारात गुंतवणूक करणारे आणि (२) भाग (शेअर) भांडवलात गुंतवणूक करणारे. चलन-फुगवट्याच्या परिस्थितीत पहिल्या प्रकारच्या गुंतवणूकदारांचे नुकसान होते. दुसऱ्या प्रकारच्या गुंतवणूकदारांचा म्हणजे भागधारकांचा मात्र लाभांश वाढत जाऊन वास्तव उत्पन्नाच्या दृष्टीने लाभच होतो.

(४) शेतकरी : चलन-फुगवट्याच्या काळात शेतकरी वर्गाचे उत्पन्न वाढते. मुळातच शेतमालाचा पुरवठा कमी लवचीक असतो. भाववाढ झाल्यावर त्वरित उत्पादन वाढू शकत नाही. दरम्यान किमती आणखी वाढत राहतात. शिवाय, जेव्हा भाववाढ होते तेव्हा सर्वप्रथम अन्नधान्याच्या किमती वाढतात. विकसनशील राष्ट्रात हा अनुभव नेहमीच येतो. ह्या पार्श्वभूमीवर लहान शेतकऱ्यांचा नाही पण मोठ्या शेतकऱ्यांचा मात्र प्रचंड फायदा होतो. कारण लहान शेतकऱ्यांकडे विक्रेय वाढावा कमी प्रमाणात असतो.

(क) इतर परिणाम

चलन-फुगवट्याचे इतर परिणाम खालीलप्रमाणे होतात -

(१) परकीय माल तुलनेने स्वस्त वाटून आयात वाढते. त्याच वेळी स्वदेशातील वस्तू महागल्याने निर्यात घटते. परिणामत: व्यवहार समतोलाचे (Balance of Payment) गंभीर प्रश्न निर्माण होतात. व्यवहारामधील तोल संतुलित राखण्यासाठी आयातीवर निर्बंध

लादले तर चोरटी आयात वाढण्याचा धोका असतोच.

(२) चलन-फुगवट्याच्या काळात अगदी सर्रास किमती वाढतात. परंतु काही वस्तूंचा पुरवठा लवचीक असतो. तुलनेने त्यांच्या किमती कमी प्रमाणात वाढतात. अलवचीक पुरवठा असलेल्या वस्तूंच्या किमती मात्र जास्त वाढतात. परिणामत: सबंध किंमत-व्यवस्था बदलली जाऊन साधनसंपत्तीचे वाटप बिघडते.

(३) चलन-फुगवटा मर्यादित असतो तेव्हा विमा कंपन्या, बँका, वित्तसंस्था यांच्या वाढीला चालना मिळते. परंतु वेगाने किमती वाढू लागताच लोकांच्या बचतीवर परिणाम होतो आणि या वित्तसंस्था अडचणीत येतात.

(४) जर चलन-फुगवटा फार वेगाने होत असेल तर लोकांचा चलनावरील विश्वास उडतो आणि जणूकाही पैशाचे अवतारकार्यच संपते आणि अशा वेळी संपूर्ण अर्थव्यवस्थाच धोक्यात येते. हा चलन-फुगवट्याचा सर्वात गंभीर परिणाम होय.

(५) आर्थिक नियोजन आणि सार्वजनिक खर्च यांच्यावर चलन-फुगवट्याचे अतिशय गंभीर परिणाम होतात. मुळातच भाववाढीने लोक त्रस्त झालेले असतात. त्यांच्यावर जादा करभार लादणे कठीण असते. परंतु किमती वाढत असल्याने सरकारचा खर्च पण वाढतो. सार्वजनिक क्षेत्रात खूप मोठी गुंतवणूक करावी लागते. भाववाढीमुळे लोकांची बचतक्षमताही कमी झालेली असते. व्याजाच्या रकमांचे मूल्य घटते; म्हणून सरकारला कर्ज उभारणेही कठीण होते. तुटीचा अर्थभरणा करावा तर आणखी चलन-फुगवटा होतो. ह्या सर्व पार्श्वभूमीवर अखेर सार्वजनिक हिताच्या अनेक कार्यक्रमांना कातरी लावावी लागते. तसेच विकास योजना बारगळतात. आरोग्य, शिक्षण, संशोधन यासारख्या लोककल्याणाच्या योजनासुद्धा स्थगित कराव्या लागतात. चलन-फुगवट्याचा हा अतिशय अनिष्ट असा परिणाम आहे.

(६) जनतेमध्ये असंतोष वाढतो. ह्याचा परिणाम म्हणून सरकारवर सत्ता सोडण्याचीसुद्धा वेळ येऊ शकते.

(ड) आर्थिकेतर परिणाम

आतापर्यंत उल्लेख केलेल्या परिणामांव्यतिरिक्त चलन-फुगवट्याचे सामाजिक, राजकीय असे इतरही अनेक दूरगामी गंभीर परिणाम होतात. गरीब आणि श्रीमंत यांच्यातील दरी रुंदावते आणि सामाजिक असंतोषाचा उद्रेक होतो. कष्टकरी अधिक गरीब होतात आणि इतर मात्र श्रीमंती उपभोगतात, हे पाहून समाजातील सामंजस्याला तडे जातात. प्रामाणिकपणाची अप्रतिष्ठा होते. सामाजिक-व्यावसायिक नीतिमत्तेची जोरदार घसरण सुरू होते. ह्याच परिपाक म्हणून झटपट श्रीमंत होण्यासाठी कोणत्याही मार्गाचा अवलंब करण्यास लोक कुठलाही विधिनिषेध पाळत नाहीत. सट्टा, जुगार, लूटमार, मटका, चोऱ्या

इ. वाढीस लागतात तर हिंसाचारही बळावतो. खंडणी मागण्याच्या प्रकरणांमध्ये वाढ होते. राजकीय स्थैर्य धोक्यात येते. भ्रष्टाचार पराकोटीला पोहोचतो. ह्याचे दुष्परिणाम विविध क्षेत्रात जाणवतात.

चलन-फुगवट्याचे नियंत्रण करणे गरजेचे ठरते. त्यासाठी चलनविषयक उपाय (Monetary Measures) आणि राजकोषीय उपाय (Fiscal Measures) योजना येतात. त्याव्यतिरिक्त पुढील उपाययोजनासुद्धा करता येतात. उत्पादनवाढ, चलनाचे अधिमूल्यन (Over Valuation), वेतनविषयक धोरण निश्चित करणे, किंमत-नियंत्रण, रेशनिंग, साठेबाज आणि काळाबाजारवाले यांच्याविरुद्ध कडक उपाययोजना, आयात वाढ व निर्यात घट इ.

३.४ समांतर अर्थव्यवस्थेची समस्या (Problem of Parallel Economy)

भारतीय अर्थव्यवस्थेतील समांतर अर्थव्यवस्थेची समस्या अतिशय गंभीर आहे. काळा पैसा अथवा बेहिशेबी संपत्ती हा समांतर अर्थव्यवस्थेचा पाया आहे. अर्थव्यवस्थेत मान्यता नसलेले क्षेत्र कार्यरत असल्याचे समांतर अर्थव्यवस्था सूचित करते. ह्या अशा अर्थव्यवस्थेची उद्दिष्टे, मान्य असलेल्या सामाजिक उद्दिष्टांना छेद देणारी, समांतर अशी आणि परस्परविरुद्ध असतात. समांतर अर्थव्यवस्थेसाठी विविध संकल्पना वापरण्यात येतात. उदा. 'काळी अर्थव्यवस्था' (Black Economy), 'बेहिशेबी अर्थव्यवस्था' (Unaccounted Economy), 'बेकायदेशीर अर्थव्यवस्था' (Illegal Economy) 'भूमिगत अर्थव्यवस्था' (Subterranean Economy), किंवा 'मान्यताविरहित अर्थव्यवस्था' (Unsanctioned Economy). समांतर अर्थव्यवस्थेत कायदेशीर आणि बेकायदेशीर क्षेत्रांच्या उद्दिष्टांबाबत विचार केला जातो.

If the "Parallel Economy" poses a serious threat to stability and growth of the official economy, surely it stems from the fact that the magnitude of "black-money" is large and rigged deals are growing in volume and complexity at an alarming rate. Apart from the wide ramifications of the "parallel economy", one might also be alive to the fact that "black incomes" are accentuating the inequalities in income and wealth and breeding a new class of "black" rich in a society which is already harshly stratified."

D. K. Rangnekar

भारतीय अर्थव्यवस्थेतील समांतर अर्थव्यवस्थेमुळे प्रचंड प्रमाणात काळा पैसा निर्माण होतो. त्यामुळे शासनाला एरवी कर-रूपाने जे उत्पन्न मिळाले असते ते बुडते. म्हणूनच काळा पैसा कमी करणे गरजेचे असते. त्यामुळे अर्थव्यवस्थेला अनेक मार्गांनी फायदा होईल. शासनालासुद्धा भरपूर उत्पन्न मिळेल.

काळी अर्थव्यवस्था आणि दुसरे जागतिक युद्ध

काळ्या अर्थव्यवस्थेचा उगम दुसऱ्या जागतिक युद्धाच्या दरम्यान झाला. तेव्हा ठरावीक अत्यावश्यक वस्तूंचा तुटवडा निर्माण झाला होता. म्हणून नियंत्रण आणि रेशनिंग अंमलात आणणे गरजेचे ठरले होते. मात्र दुसऱ्या जागतिक युद्धानंतर हे संपुष्टात आणणे अपेक्षित होते. परंतु, स्वातंत्र्यप्राप्तीनंतर आणि नियोजनाच्या अंमलबजावणीमुळे, अनेक मोठ्या उद्योगांमधील गुंतवणुकीची क्षेत्रे खुली झाली. मिश्र अर्थव्यवस्थेमुळे खासगी क्षेत्र आणि सार्वजनिक क्षेत्र यांचे सह-अस्तित्व उदयास आले. दोन्ही क्षेत्रांकडून गुंतवणूक आणि उत्पादन अपेक्षित होते. सार्वजनिक क्षेत्राच्या बाबतीत निकष होता 'सामाजिक लाभ'; आणि म्हणूनच त्या क्षेत्राने रस्ते, रेल्वे, कालवे, हायड्रो-इलेक्ट्रिक प्रकल्प, अवजड उद्योग विकास, पायाभूत आणि संरक्षण उद्योग, आरोग्य व शिक्षण यासारख्या आर्थिक पायाभूत सुविधांच्या निर्माणावर लक्ष केंद्रित केले. बाकी क्षेत्रांचा विकास खासगी क्षेत्रावर सोपविण्यात आला.

स्वातंत्र्योत्तर काळात काळे क्षेत्र प्रचंड प्रमाणात वाढले; इतके की ह्या क्षेत्राने अर्थव्यवस्थेत महत्त्वाची भूमिका बजावायला सुरुवात केली. राज्याची धोरणे घडविणे, उत्पादन रचना ठरविणे, काळ्या पैशातून सत्ता प्राप्त करणाऱ्यांचा वर्ग निर्माण करणे इ. अनेक अनिष्ट गोष्टी ह्यामुळे घडायला लागल्या. साहजिकच, काळ्या पैशाचे धंदे करणाऱ्यांच्या ह्या प्रचंड प्रमाणामुळे समांतर अर्थव्यवस्था निर्माण झाली. नवीन 'काळ्या' श्रीमंतांचे नजरेत भरणारे उपभोग, डामडौल आणि समृद्धी यांचे हिडीस प्रदर्शन, वित्तावर असलेले त्यांचे अमर्याद नियंत्रण, विविध ठिकाणी आणि विविध देशांत त्यांनी गुंतविलेला पैसा, महत्त्वाच्या ठिकाणचा ह्या लोकांचा दबदबा हे आता सर्वज्ञात आहे.

काळ्या अर्थव्यवस्थेचा प्रभाव जाणून घेण्यासाठी भारतातील काळ्या उत्पन्नाचे अंदाज अभ्यासणे सयुक्तिक ठरेल.

भारतातील काळ्या उत्पन्नाचे अंदाज

भारतातील काळ्या उत्पन्नाचा अभ्यास करण्याचे अनेकांनी प्रयत्न केले आहेत. ढोबळमानाने असे म्हणता येईल की, असा अभ्यास करताना, काळ्या पैशाचा अंदाज बांधताना दोन पद्धती अंमलात आणल्या जातात - (१) एन. कॅल्डर यांची पद्धती -

आयकरातील सूट मर्यादेपलीकडे प्राप्त झालेल्या वेतनेतर उत्पन्नाची मोजदाद आणि (२) एडगर एल. फिग यांची पद्धती - चलन ठेव गुणोत्तराच्या (Currency deposit ratio) आधारे व्यवहारात झालेले उत्पन्न ठरविणे आणि त्यापासून अर्थव्यवस्थेतील काळे उत्पन्न शोधून काढणे. एन. कॅल्डर यांची पद्धती भारतीय कर सुधारणांमध्ये वापरली गेली आहे. त्याचबरोबर प्रत्यक्ष कर चौकशी समितीकडूनही काही फेरफार करून याचा वापर करण्यात आला.

भारतातील काळ्या पैशाची समस्या किती भयानक गंभीर आहे, हे पुढील तक्त्यांवरून सहज ध्यानात येईल.

भारतातील काळ्या उत्पन्नाचा अंदाज

वर्ष	बाजारपेठ किमतींना स्थूल राष्ट्रीय उत्पादन मूल्य	एन. कॅल्डर	वांछु समिती	डी. के. रांगणेकर	ओ. पी. चोप्रा	पी. गुप्ता आणि एस्. गुप्ता	नॅशनल इन्स्टिट्यूट ऑफ पब्लिक फायनान्स ॲंड पॉलिसी (NIPFP)	सूरज बी गुप्ता
१९५३-५४	९९९३	६००(६.०)						
१९६०-६१	१४९४६				९१६ (६.१)			
१९६१-६२	१५८७९		७००(४.४)	११५०(७.२)	७१६ (४.५)			
१९६२-६३	१६९११				८३७ (४.९)			
१९६३-६४	१९५४४				१४५२ (७.४)			
१९६४-६५	२२८९७				१५६४ (६.८)			
१९६५-६६	२३४९८		१०००(४.२)	२३५०(८.८)	१४३९ (६.४)			
१९६६-६७	२७४६१				१६८५ (६.१)			
१९६७-६८	३२०३६				१८१६ (५.७)	३०३४ (९.५)		
१९६८-६९	३३०२४		१४००(४.२)	२८३३(८.६)	१३१८ (४.०)	४५०५ (१३.४)		
१९६९-७०	३६५८०			३०८० (८.४)	२७१४ (७.४)	५४५९ (१४.९)		
१९७०-७१	४०१७७				२०६२ (५.१)	८९०० (२२.२)		
१९७१-७२	४३२६६				१३९२ (३.२)	१२३५५ (२८.६)		

१९७२-७३	४७७५०				१७१५ (३.८)	१५११५ (३१.८)		
१९७३-७४	५८८६३				४७५७ (८.१)	१५८१५ (८.१)		
१९७४-७५	६१७५५				८६११ (१२.३)	१४५१८ (२०.८)		
१९७५-७६	७२६१८				७२१२ (१०.०)	१८४५८ (२५.४)		
१९७६-७७	७६१३७				८०१८ (१०.५)	३००१५ (३१.०)		
१९७७-७८	८६८६०					३४३३५ (३१.५)		
१९७८-७९	१६०८०					४६८६७ (४८.८)		
१९७५-७६							११५८ ते ११८७० (१५ ते १८)	
१९८०-८१	१२२२२६						२०३६२ ते २३६७८ (१८ ते २१)	५०१७७ (४१.७)
१९८३-८४	१८५१११						३१५८४ ते ३६७८४ (१८ ते २१)	८५२०४ ४५.८
१९८७-८८	२१४४०८							१४१२१७ (५०.७)

संदर्भ : Datt & Sundharam Indian Economy Gaurav Datt, Ashwani Mahajan S. Chand 67th Revised Edition

भारतातील काळ्या उत्पन्नाचा सर्वंकष अंदाज (कोटी रुपये)

		१९७५-७६	१९८०-८१
१.	व्यक्तिगत स्थूल उत्पन्नातून	३७४१	९८१३
२.	कमी प्रमाणात उत्पादन दाखवून	३३१८ ते ४९७८	५७१३ ते ८७५०
३.	स्थावर संपत्ती कमी प्रमाणात नोंदणी करून	२२५६	३६६४
४.	सार्वजनिक क्षेत्रातील गुंतवणुकीतील गळती	३३५ ते ५०३	७२० ते १०७१
५.	खासगी निगम क्षेत्रातील गुंतवणुकीतील गळती	१६९ ते २५३	२१७ ते ३२५
६.	बीजकात निर्यात कमी दर्शविणे	१३९	२३५
७.	एकूण काळे उत्पन्न	९९५८ ते ११८७०	२०३६२ ते २३६७८
८.	सध्याच्या किमतींना निव्वळ घटक परिव्ययानुसार स्थूल राष्ट्रीय उत्पादन मूल्य	६६३७०	११४२७१
९.	स्थूल राष्ट्रीय उत्पादनाशी काळ्या पैशाची टक्केवारी (७/८x१००)	१५ ते १८	१८ ते २१

(संदर्भ : Aspects of Black Economy in India, p. 431)

सूरज बी. गुप्तांचा काळ्या उत्पन्न निर्मितीचा अंदाज (कोटी रुपये)

	उगमस्थान	१९८०-८१	१९८३-८४	१९८७-८८
१.	आयकर बुडविणे	१४६६५	२२३१९	३४३२९
२.	कंपनी कर बुडविणे	३९३	७४३	१०३०
३.	स्थावर संपदेतील काळा फायदा	५२६०	९०८९	१८८४७
४.	अबकारी कर चुकविणे	४३३३	६८१५	१०९५१
५.	सीमाशुल्क चुकविणे	१४६३	२४२४	५९५३

	उगमस्थान	१९८०-८१	१९८३-८४	१९८७-८८
६.	चोरट्या आयातीतील काळे उत्पन्न	१२००	७०००	१२०००
७.	निर्यातीतून काळे उत्पन्न	१००७	१४६६	२३६१
८.	राज्य कर चुकविणे	५६७४	८४४७	१६१३१
९.	सार्वजनिक खर्चातून काळे उत्पन्न (अ) राज्ये (ब) केंद्र शासन	 ४०९३ १८६१	 ५६८२ ३१०२	 ११५८० ४९५०
१०.	खाजगी उद्योग क्षेत्रातील गुंतवणुकीतून काळे उत्पन्न	५३१	१०१०	१७२४
११.	एकूण (१ते१०)	५०९७७	८५२०८	१४९२९७
१२.	सध्याच्या किमतींना-निव्वळ घटक परिव्ययानुसार स्थूल राष्ट्रीय उत्पादन मूल्य	१२२२२६	१८५९९१	२९४४०८
१३.	क्र. ११ची क्र. १२शी टक्केवारी	४१.७१	४५.८१	५०.७१
१४.	निव्वळ घटक परिव्ययानुसार स्थूल राष्ट्रीय उत्पादन मूल्य (कृषी क्षेत्र)	४६६४९	६७४९८	९२३७९
१५.	निव्वळ घटक परिव्ययानुसार स्थूल राष्ट्रीय उत्पादन मूल्य (कृषी क्षेत्राव्यतिरिक्त)	७५५७७	११८८९३	२०७०२९
१६.	क्र. ११ची क्र. १५ शी टक्केवारी	६७.४५	७१.९१	७२.११

(**संदर्भ :** Black Income in India-Suraj B. Gupta)

काळ्या उत्पन्नाच्या अभ्यासातील ठळक निष्कर्ष

(१) काळ्या पैशात केवळ निरपेक्ष मूल्यानुसारच वाढ होत आहे असे नव्हे तर स्थूल राष्ट्रीय उत्पादन मूल्याच्या टक्केवारीतील सापेक्ष मूल्यातही वाढ होत आहे.

(२) १९७५-७६ पर्यंत काळ्या पैशाचे प्रमाण स्थूल राष्ट्रीय उत्पादन मूल्याच्या

१०% पेक्षासुद्धा कमी होते. मात्र त्यानंतर त्यात वेगाने वाढ व्हायला लागली. नॅशनल इन्स्टिट्यूट ऑफ पब्लिक फायनान्स अँड पॉलिसीच्या पाहणीनुसार हीच टक्केवारी १९८३-८४ मध्ये १८ ते २१ टक्क्यांपर्यंत वाढली. डॉ. सूरज बी. गुप्तांच्या अंदाजानुसार हेच प्रमाण १९८३-८४ मध्ये ४६% होते तर १९८७-८८ मध्ये ते ५१% पर्यंत पोहोचले.

(३) काळ्या पैशाच्या वाढीचा दर हा स्थूल राष्ट्रीय उत्पादन मूल्याच्या वाढीच्या दरापेक्षा अधिक आहे.

(४) करांचे दर प्रचंड असल्यामुळेच व्यावसायिक आणि उद्योगपती कर चुकवेगिरी करण्यास प्रवृत्त होतात.

(५) राजकीय यंत्रणेने वाढत्या काळ्या पैशाकडे दुर्लक्ष केले. बेहिशेबी उत्पन्नात घट घडवून आणण्यासाठी कोणतीही ठोस/प्रभावी उपाययोजना केली नाही.

आर्थिक आणि सामाजिक रचनांवर काळ्या उत्पन्नाचे परिणाम

प्रचंड प्रमाणात वाढणाऱ्या काळ्या पैशामुळे निर्माण झालेल्या समांतर अर्थव्यवस्थेचे भारतीय अर्थव्यवस्थेतील विविध क्षेत्रांवर अतिशय गंभीर परिणाम झालेले आहेत. त्याचे आर्थिक आणि सामाजिक रचनांवर काय परिणाम झालेले आहेत, हे समजून घेणे उचित ठरेल.

(१) काळ्या उत्पन्नाचा पहिला सर्वात महत्त्वाचा थेट परिणाम राज्याच्या तिजोरीवर प्रत्यक्ष आणि अप्रत्यक्ष कर चुकवेगिरीमुळे घडतो. शिवाय कर चुकवेगिरीच्या ह्या प्रकरणात बेकायदेशीर उत्पादन अथवा उघड न केलेले उत्पादन गृहीत धरले जात नाही, ते वेगळेच.

(२) व्यावसायिक, भांडवलदार यांच्याकडील काळ्या पैशामुळे त्यांचे उत्पन्न आणि अन्य लोकांचे उत्पन्न यात प्रचंड दरी निर्माण होते. सहज आलेला पैसा सहज मार्गाने खर्चही होतो. अग्रक्रम आवश्यक असलेल्या वस्तूंच्या उत्पादनाऐवजी चैनीच्या वस्तू अधिक प्रमाणात तयार होतात.

(३) दागदागिने, सोने, हिरेमाणके यांच्यात काळा पैसा गुंतवला जातो. ह्याचा अर्थव्यवस्थेवर अनिष्ट परिणाम होतो.

(४) काळ्या पैशामुळे स्थावर संपदेमध्ये आणि आलिशान घरांमध्ये गुंतवणूक करण्यासाठी लोकांना प्रेरणा मिळते. स्थावर संपदेच्या किमती कमी दाखवल्या जातात आणि काळा पैसा पांढरा केला जातो. काळे पैसेवाले जमिनी खरेदी करतात आणि साहजिकच ह्या किमती वाढल्यामुळे मध्यमवर्गीयांना जमीन खरेदी करणे अवघड होऊन बसते. शासनाचेसुद्धा मोठे नुकसान होते.

(५) काळ्या पैशाचा काही हिस्सा रोख स्वरूपात असतो तर बराचसा हिस्सा सोनेनाणे, चांदी, हिरेमाणके यांच्या स्वरूपात असतो. याला 'काळी रोखता' म्हणतात.

याचेही अर्थव्यवस्थेवर दुष्परिणाम होतात.

(६) भारतातून परदेशात भांडवल जाणे हाही मोठा धोका काळ्या पैशामुळे निर्माण होतो. ह्यामध्ये परकीय चलन नियंत्रणातील नियमांचे उल्लंघन केले जाते. इंगो वॉल्टर यांच्या 'Secret Money - The Shadow World of Tax Evasion and Capital Flight by Fraud' ह्या आंतरराष्ट्रीय अभ्यासात असे निदर्शनास आणून देण्यात आले की १९७५ ते १९८३ या काळात १२० अब्ज डॉलर्स म्हणजे १५५००० कोटी रुपयांपेक्षा जास्त रक्कम विकसनशील राष्ट्रातून परदेशात गुप्त पद्धतीने गुंतवण्यात आली. दिल्ली येथील इंडियन इन्स्टिट्यूट ऑफ फायनान्सचे संचालक प्रा. जे. डी. अगरवाल यांनी 'Finance India' हा संशोधन अभ्यास डिसेंबर १९९६ मध्ये प्रसिद्ध केला असून त्यात धक्कादायक अशी आकडेवारी दिलेली आहे. त्यांच्या मते, १९९३, १९९४ आणि १९९५ या तीन वर्षात भारतातून अमेरिकेत भांडवलाचे पलायन (Capital Flight) १५.८ अब्ज अमेरिकन डॉलर्स इतके (५७००० कोटी रुपये) झाले होते. ह्याचा दुष्परिणाम परकीय चलनावर झाला आणि त्यामुळे १३.११५ अब्ज अमेरिकन डॉलर्स एवढी व्यापार तूट भारताला सहन करावी लागली.

(७) काळ्या पैशाला संरक्षण मिळण्यासाठी गुंड, दलाल आणि मध्यस्थ हे कायद्याची लढाई लढण्यासाठी तर दुसरीकडे आयकर सल्लागार, चार्टर्ड अकाऊन्टंट्स कार्यरत असतात. ह्या सर्व प्रकरणात काही संपर्क साधून देणारी माणसे असतात. ते वरिष्ठ शासकीय अधिकारी आणि राजकीय पुढारी ह्यांच्याशी संधान साधून देण्याचे काम करतात आणि त्या मोबदल्यात काळ्या पैशाची लाच स्वीकारतात. परिणामत: व्यवसाय जगतात नवीनच अशी काळ्या पैशाची संस्कृती विकसित झालेली आहे.

(८) काळ्या पैशाने आपली राजकीय व्यवस्था पार भ्रष्ट करून टाकलेली आहे. राजकीय पुढारी खुलेपणाने निधी गोळा करतात. स्थानिक पातळीवर स्थानिक नेते, उद्योजक आणि व्यावसायिकांकडून निधी गोळा करतात. राज्य पातळीवर मुख्यमंत्री आणि अन्य मंत्री मोठ्या उद्योगांना गाठतात. १९६८ मध्ये इंदिरा गांधी सरकारने, कंपन्यांनी राजकीय पक्षांना देण्यात येणाऱ्या देणग्यांवर कायद्याने बंदी घातली; त्यानंतर काळ्या पैशाचा प्रभाव येथील राजकीय क्षेत्रावर फार मोठ्या प्रमाणात पडला.

काळ्या पैशाच्या राजकारणाने भारतीय राजकारणातील नीतिमत्ता पार ढासळली.

> "It is no exaggeration to say that black money is like a cancerous growth in the country's economy which, if not checked in time, is sure to its (Indian economy and polity) ruination."
>
> **Wanchoo Committee**

काळा पैसा निर्माण होण्यास जबाबदार घटक

काळा पैसा निर्माण होण्यास अनेक घटक जबाबदार आहेत. त्यापैकी महत्त्वाचे घटक खालीलप्रमाणे -

(१) प्राप्त होणारे उत्पन्नाचे निव्वळ प्रमाण आणि कायद्याने मान्य असलेले उत्पन्नाचे निव्वळ प्रमाण यातील तफावत : असा एक मतप्रवाह आहे की प्राप्त होणारे उत्पन्नाचे निव्वळ प्रमाण आणि कायद्याने मान्य असलेले उत्पन्नाचे प्रमाण यात प्रचंड तफावत असल्यानेच काळ्या पैशाची निर्मिती होते. ह्या संदर्भात कराचे प्रचंड दर याला फार महत्त्व आहे. सर्व चेंबर्स ऑफ कॉमर्स अॅण्ड इंडस्ट्रीजचे एकमत आहे की ठरावीक मर्यादेपलीकडे असलेल्या उत्पन्नावरील उच्च दराचे कर हे जणू त्या उत्पन्नाची मालकी काढून घेण्यासारखे आहे. (एके काळी तर हा दर ९७.५% होता. म्हणजेच जणूकाही ठरावीक मर्यादेपलीकडील उत्पन्नाचे चक्क राष्ट्रीयीकरणच !) अनेक वित्त तज्ज्ञ तर भारताचे वर्णन 'सर्वाधिक कर लादणारे राष्ट्र' असेच करतात.

मात्र दुसरा वेगळा मतप्रवाह असणाऱ्यांचा वर्गसुद्धा आहे. त्यांच्या मतानुसार जाहीर केलेल्या उत्पन्नावरील कराचे दर हे, सीमांतिक कराच्या दरापेक्षा (Marginal rate of taxation) जास्त नसतात. त्यांचे असेही मत आहे की, कराचे दर कमी केल्याने कर-चुकवेगिरी कमी होणार नाही, तर केवळ कर चुकविणाऱ्यांना दिलासा मिळेल.

(२) नियंत्रणे, परवाना पद्धती यांचा परिणाम म्हणून निर्माण होणारा काळा पैसा : नियंत्रणे, परवाना, कोटा, परमिट इत्यादींमुळे ज्या वस्तूंचा तुटवडा असतो, त्यांच्या वितरणात गैरव्यवहार होऊन काळा पैसा निर्माण होतो.

(३) राजकीय पक्षांना देणग्या : १९६८ पासून राजकीय पक्षांना देण्यात येणाऱ्या देणग्यांना बंदी घालण्यात आली; त्यामुळे काळ्या पैशाच्या साहाय्याने राजकीय पक्षांना देणग्या देण्यास, (विशेषत: सत्तेवरील पक्षाला) व्यावसायिकांना प्रवृत्त केले. वास्तविक हा निर्णय घेण्यात आला होता तो बड्या व्यवसायांचा निवडणुकांवरील प्रभाव कमी करण्यासाठी; परंतु प्रत्यक्षात घडले ते उलटेच. बड्या व्यावसायिकांना आता हे पक्के ठाऊक आहे की राजकीय पक्षांना काळ्या पैशातून निधी दिला की राजकीय नेते केवळ आरडाओरड करतील परंतु दुखापत मात्र करणार नाहीत. काळा पैसा आणि राजकीय सत्ता यांची साखळी तोडल्याशिवाय काळ्या पैशाची निर्मिती किंवा गुन्ह्यांशी काळ्या पैशाचा संबंध यावर नियंत्रण ठेवणे शक्य होणार नाही.

(४) करविषयक कायद्यांची अपरिणामकारक अंमलबजावणी : शासनाकडे आयकर, विक्रीकर, मुद्रांक शुल्क, अबकारी कर इत्यादींबाबतच्या कायद्यांचे शस्त्र

असूनही, संबंधित खात्यातील भ्रष्टाचारामुळे ह्या कायद्यांची परिणामकारक अंमलबजावणी होऊ शकत नाही. करांच्या प्रचंड दरांमुळे होणारे व्यवहार नोंद न करण्यास व्यावसायिक प्रवृत्त होतात. करचुकवेगिरीतूनच काळा पैसा निर्माण होतो तो घाऊक व्यापार, किरकोळ व्यापार आणि उत्पादन या टप्प्यात.

(५) सार्वजनिक क्षेत्रातील काळ्या पैशाचा उगम : प्रत्येक पंचवार्षिक योजनेत, सार्वजनिक क्षेत्रातील गुंतवणूक अधिक-अधिक प्रमाणात योजली गेली. सार्वजनिक क्षेत्रातील प्रकल्पांवर शासकीय नोकरशहा देखरेख ठेवतात. ह्या प्रकल्पांसाठी निविदा (टेंडर्स) मागविण्यात येतात; आणि त्या राजकीय पुढाऱ्यांच्या सल्लामसलतीने मंजूर केल्या जातात. साहजिकच राजकीय पुढारी, शासकीय नोकरशहा आणि कंत्राटदार यांच्यात एक प्रकारचे सूचक असे नातेसंबंध निर्माण होतात; कृत्रिमरीत्या किमती/दर वाढविले जाऊन गैरव्यवहारातून काळ्या पैशाची निर्मिती होते. राजकारणातील अस्थिरतेने याला आणखी चालना दिली. मंत्री बदलणे, वगळणे किंवा मंत्रिमंडळात फेरबदल वेगाने होतात, त्याचीही भर या समस्येत पडते. आपल्या मंत्रिपदाच्या कालावधीबाबत मंत्र्यांना ठाम शाश्वती नसल्याने आणि बऱ्याचजणांच्या बाबतीत मंत्रिपदाचा कालावधी खूप कमी असल्याने ' Make hey while the sun shines' हे तत्त्व आचरणात आणले जाते.

भ्रष्टाचार (Corruption)

Transparency International (TI) ह्या संस्थेने भ्रष्टाचार आकलन निर्देशांक काढताना असे निदर्शनास आले की त्यात २००० मध्ये भारताचा क्रमांक ९० देशांपैकी ६९वा होता आणि तोच २००२ मध्ये १०२ देशांपैकी ७१वा होता. भारताचा १९९८ मध्ये हा निर्देशांक २.९ होता, तोच २००२ मध्ये २.७ झाला.

भारताचा भ्रष्टाचार आकलन निर्देशांकानुसार अनुक्रम (१९९५-२०००)

वर्ष	देशांची संख्या	भ्रष्टाचार आकलन निर्देशांक	अनुक्रम
१९९५	४१	२.७८	३५
१९९६	५४	२.६३	४६
१९९७	५२	२.७५	४५
१९९८	८५	२.९०	६६
१९९९	९९	२.९०	७२
२०००	९०	२.८०	६९

वर्ष	देशांची संख्या	भ्रष्टाचार आकलन निर्देशांक	अनुक्रम
२००१	९१	२.७०	७१
२००२	१०२	२.७०	७१
२००५	१५८	२.९०	८८
२००६	१६३	३.३	७०
२००७	१८०	३.५	७०
२००९	१८०	३.४	८४
२०११	१८२.	३.१	९.५

(**संदर्भ:** Corruption Perception Index, Transparency International, Berlin)

वरील तक्त्यावरून हे सिद्ध होते की, भारत भ्रष्टाचाराच्या बाबतीत फारच पुढे गेलेला आहे. सरकारकडून भ्रष्टाचार कमी होण्याच्या दृष्टीने कोणतीही गंभीर उपाययोजना केली नाही. १९९७ मध्ये त्या काळचे भारताचे मा. राष्ट्रपती के. आर. नारायणन यांनी लोकसभेला उद्देशून केलेल्या भाषणात खालील उद्‌गार काढले -

"Sheer opportunism and valueless power politics have taken over the place of principles and idealism, relationship between people, groups and parties.... and corruption is corroding the vitals of politics and our society."

भयानक वास्तव : Transparency International ने असा अंदाज बांधला आहे की, भारतातील विविध स्तरांवरील अधिकारी जनतेकडून भ्रष्टाचार म्हणून २६७६८ कोटी रुपये लुबाडतात. ह्यामध्ये पुढील क्षेत्रातील अधिकारी असतात - शिक्षण, आरोग्य, वीज, दूरध्वनी, रेल्वे, जमीन आणि इमारत, प्रशासन, न्यायसंस्था आणि सार्वजनिक वितरण यंत्रणा (आणि आता अगदी लाचलुचपत प्रतिबंधक खात्याचाही यात समावेश करावा लागेल.)

भ्रष्टाचाराची व्याख्या

भ्रष्टाचाराची व्याख्या करणे कठीण आहे. मात्र संक्षेपाने असे म्हणता येईल की, भ्रष्टाचार हा 'लाच देणे-घेणे' याच्याशी संबंधित आहे आणि तो विविध मार्गांनी केला जातो.

(१) दिलेले काम करण्यासाठी किंवा चाकोरीबाहेर जाऊन काम करून देण्यासाठी जनतेकडून आर्थिक स्वरूपात मागणी करणे आणि स्वीकारणे (ह्यात सार्वजनिक अधिकारी आणि राजकारणी दोहोंचाही समावेश होतो);

(२) अयोग्य अथवा चाकोरीबाहेर जाऊन काही मेहेरबानी करण्यासाठी लाच देऊ करणे;

(३) सार्वजनिक पैशांचा अपहार किंवा तो मध्येच झिरपणे;

(४) व्यक्तिगत आर्थिक लाभासाठी सार्वजनिक कचेरीचा वापर करणे;

(५) कमिशन मागणे आणि स्वीकारणे इ.

भ्रष्टाचाराची कारणे

भ्रष्टाचाराच्या कारणांचा अनेकांनी अभ्यास केलेला आहे. ह्या कारणांपैकी काही ठळक कारणे खालीलप्रमाणे -

(१) जेव्हा वस्तू आणि सेवांचा तुटवडा असतो, तेव्हा भ्रष्टाचार डोके वर काढतो. तुटवडा असलेल्या वस्तू आणि सेवा यांची विक्री गरजूंना केली जाते आणि त्यांच्या किमतीत जादा रकमेचा समावेश केलेला असतो.

(२) नियंत्रणे आणि परवाने ह्या यंत्रणांमुळे शासकीय नोकरशहांना पैसा कमावण्याची संधीच प्राप्त झाली. स्वातंत्र्योत्तर भारतात याचा विशेष जोर वाढला.

(३) ठरावीक मान्यता आणि परवाने यासाठी असलेले किचकट कायदे आणि प्रक्रिया, यामुळे अप्रामाणिक नोकरशहांना जनतेची छळवणूक करणे आणि त्यांच्याकडून पैसा उकळणे याची संधी आपोआपच मिळते.

(४) शासकीय कर्मचाऱ्यांचे, विशेषतः कनिष्ठ स्तरावरील कर्मचाऱ्यांचे पगार खूप कमी असतात, त्यामुळे धारिका (फाईल) पुढे मार्गी लावण्यासाठी ते लाच स्वीकारतात.

(५) राजकारण्यांकडून मतदारांची मते प्राप्त करण्यासाठी लाच दिली जाते.

(६) नोकरशाहीतील उच्चपदस्थ जनतेकडून लाच स्वीकारून ती राजकारण्यांना वाटतात.

(७) अवैध कॉलनीज निर्माण करणे, इमारत बांधकामाचे नियम धाब्यावर बसवून केलेली बांधकामे नियमित करणे, झोपडपट्टीवासियांना अवैधपणे पाणी, वीज इ. मोफत उपलब्ध करून देणे हेसुद्धा शासकीय अधिकारी आणि राजकारणी यांच्यासाठी भ्रष्टाचाराचे साधन बनले आहे.

(८) उद्योगपती आणि व्यावसायिकांनी वीज चोरी करायची आणि त्या बदल्यात संबंधित खात्याच्या अधिकाऱ्यांनी तसेच संबंधित राजकारण्यांनी लाच स्वीकारायची.

(९) निवडणूक प्रचार आणि निवडणूक लढवणे यांचा खर्च प्रचंड असतो. हेसुद्धा भ्रष्टाचारासाठी एक कारण ठरू शकते. व्यावसायिक संस्था राजकारण्यांना पैसा

पुरवतात आणि त्या मोबदल्यात राजकारणी व्यावसायिकांवर मेहेरबानी करतात, त्यांची 'कामे' करून देतात.

(१०) 'भ्रष्टाचार हाच जणू शिष्टाचार', 'हे असेच चालायचे' अशासारख्या प्रवृत्तींमुळेसुद्धा भ्रष्टाचाराला खतपाणी मिळते.

थोडक्यात, भ्रष्टाचारामुळे विकासाचा खर्च वाढतो, निकृष्ट दर्जाचे उत्पादन करणे आणि अकार्यक्षमता सिद्ध होणे या गोष्टी घडतात - उदा. सार्वजनिक बांधकाम विभागाने बांधलेले निकृष्ट दर्जाचे रस्ते, जलप्रकल्प, निकृष्ट दर्जाची बांधलेली घरे इ. भ्रष्टाचार काळी अथवा समांतर अर्थव्यवस्था निर्माण करते.

काळा पैसा शोधून काढण्यासाठी केलेल्या उपाययोजनांचा मागोवा

(१) करचुकवेगिरी रोखण्यासाठी उपाययोजना : काळ्या उत्पन्नाची निर्मिती आणि नंतर ते पांढऱ्या पैशात रूपांतरित करणे किंवा काळ्या संपत्तीत रूपांतर करणे यामागील सर्वात महत्त्वाचे कारण म्हणजे करचुकवेगिरी. म्हणून कायद्यातील पळवाटा लक्षात घेऊन अनेक कायदेशीर आणि प्रशासकीय उपाययोजना केल्या गेल्या. यातील बहुतेक उपाययोजना विविध समित्या आणि कमिशन यांनी सुचविल्या होत्या. यातील बहुतेक उपाययोजना ह्या करविषयक कायद्यातील सुधारणांच्या संदर्भात होत्या. अर्थात आयकरातून वसूल होणाऱ्या उत्पन्नासाठी राज्य शासनाची भूमिका महत्त्वाची असते. १९७४-७५ मध्ये ८७४ कोटी रु. असलेले हेच उत्पन्न १९७५-७६ मध्ये १२१४ कोटी रु. म्हणजेच ३९% नी वाढले. तेव्हा राज्यशासनाचा पाठिंबा असल्याने संबंधित अधिकाऱ्यांचे मनोबलही वाढलेले होते. राज्यशासनाने असा पाठिंबा काढून घेतल्याबरोबर हे उत्पन्न घसरले. ही वस्तुस्थितीसुद्धा फारच बोलकी आहे.

(२) नोटांचे चलन बंद करणे (Demonetization) : १९४६ मध्ये नोटांचे चलन बंद करण्याची म्हणजेच चलनी नोटा बाद करण्याची उपाययोजना केली गेली. त्या वेळी १२३५.९३ कोटी रुपयांपैकी फक्त १४३.९७ कोटी रुपयांच्या नोटा बाद करण्यात आल्या. १६ जानेवारी १९७८ पासून १००० रुपये, ५००० रुपये आणि १०,००० रुपयांच्या नोटा बाद करण्यात आल्या. अर्थात ही उपाययोजना अपेक्षेएवढी परिणामकारक ठरली नाही, कारण काळा पैसा केवळ रोख रकमेच्या माध्यमातून साठवला जात नाही.

(३) स्वेच्छा प्रकटीकरण योजना (Voluntary Disclosure Scheme) : वेळोवेळी शासनाकडून अशा प्रकारच्या योजना जाहीर करण्यात आल्या. त्यातून फारसे यश प्राप्त झाले नाही. मात्र १९७५ मध्ये, आणीबाणीमुळे असेल कदाचित, पण ७४६ कोटी रुपये शासकीय तिजोरीत जमा झाले. मात्र त्यानंतर १९७७ मध्ये आणि १९८० मध्ये सत्तेवर आलेल्या अनुक्रमे जनता सरकारला आणि काँग्रेस सरकारला ह्या संदर्भात

यश आले नाही.

(४) विशेष धारक बाँड योजना (Special Bearer Bond Scheme) : बेहिशेबी पैसा अधिक उत्पादक उद्देशासाठी वापरण्याच्या हेतूने १९८१ मध्ये ही योजना जाहीर करण्यात आली. १९८२-८३ मधील अंदाजपत्रकातील आकडेवारीनुसार ह्या योजनेखाली ९६४ कोटी रुपयांचे बाँड लोकांनी खरेदी केले. ह्या बाँडवर टीका करण्यात आली.

(५) स्वेच्छा प्रकटीकरण योजना (Voluntary Disclosure Scheme 1997) : वित्तमंत्री पी. चिदंबरम् यांनी १९९७-९८ चे अंदाजपत्रक सादर करताना त्यातील स्वेच्छा प्रकटीकरण योजना जाहीर केली. ह्या योजनेनुसार वर्ष, पैशाचा उगमस्रोत, कोणताही असो, तसेच जाहीर केलेले उत्पन्न हे रोकड, प्रतिभूति (Securities) किंवा मालमत्ता, मग ती भारतात असो अथवा विदेशात असो, त्यावर ३०% कर भरून (व्यक्तीच्या बाबतीत) किंवा ३५% (कंपनीच्या बाबतीत) कर भरून ह्या योजनेचा लाभ घेता येणार होता. पुढील तक्त्यातील आकडेवारी स्वेच्छा प्रकटीकरण योजनेचे फलित स्पष्ट करण्यास पुरेशी आहे.

स्वेच्छा प्रकटीकरण योजनेअंतर्गत झालेले प्रकटीकरण

	योजना	प्रकरणांची संख्या	जाहीर केलेले उत्पन्न (कोटी रु.)	जमा झालेला कर (कोटी रु.)
१.	व्ही.डी.एस. १९५१	२०९१२	७०.२	१०.९
२.	व्ही.डी.एस १९६५	११६२२७	१९७.२	५०.३
३.	व्ही.डी.एस १९७६	२४५५७० १३४२२	७४६.१* ८४४.७**	२४९.० ७.७
४.	विशेष प्रतिभूति बाँड (१९८१)			९६४.३
५.	व्ही.डी.एस १९८५	१५३९९८७* ५३६८४३**	२९४०.४ ७८३८.०	३८८.० ७०.८
	एकूण (१ ते ५)	१९२२६९६* ५४०२६५**	३९५३.८ ८६८२.७	६९८.२ ७८.५
६.	व्ही.डी.एस. १९९७	४६६०३१	३३०००	१०.५००

* आयकरासाठी ** संपत्ती करासाठी

(**संदर्भ** : वित्त मंत्रालय, भारत सरकार)

भारतातील समांतर अर्थव्यवस्थेवर नियंत्रण ठेवण्यासाठी उपाययोजना

भारतातील समांतर अर्थव्यवस्थेवर नियंत्रण ठेवण्यासाठी पुढील उपाययोजना सुचविण्यात येत आहेत -

(१) कर-रचनेत सुसूत्रीकरण (Rationalisation of tax structure) : ह्यामध्ये प्रामुख्याने कर कमी करण्याची शिफारस अनेकांकडून करण्यात येते. तसेच कर वाचविण्यासाठी अधिकाधिक सनदशीर मार्ग उपलब्ध व्हावेत, असेही सुचविले जाते. कर-चुकवेगिरीकरिता मोठा दंड करावा, प्रत्येक करदात्याला कायमस्वरूपी आयकर खाते क्रमांक द्यावा आणि त्याचबरोबर केंद्रीय कर खाते-पुस्तिका देऊन त्यात सर्व नोंदी कराव्यात, (उदा. आयकर, उत्पन्न, उत्पन्नाचे स्रोत, संपत्ती, बक्षीस म्हणून केलेले हस्तांतरण, स्थावर संपदेची, कारखाना आणि साधनांची विक्री इ.) हिशेबतपासणीचे राष्ट्रीयीकरण करणे (म्हणजे हिशेब तपासनीस केवळ खुणा करणार नाहीत तर त्यांची भूमिका अधिक अर्थपूर्ण बजावतील), करचुकवेगिरी करणाऱ्यांवर धाडी, छापे टाकणे, कर-चुकवेगिरी करणाऱ्या नोकरशहांवर अत्यंत कडक कारवाई करून शिक्षा करावी इ. सूचना केल्या जातात.

(२) अनावश्यक नियंत्रणे हटविणे (Removal of Controls that are considered unnecessary) : अनावश्यक नियंत्रणामुळे उत्पादकतेवर विपरीत परिणाम होतो, बाजारपेठेत खुले वातावरण नसते आणि म्हणूनच अनावश्यक नियंत्रणे दूर करावीत.

(३) स्थावर संपदेमध्ये काळ्या पैशाच्या केलेल्या गुंतवणुकीत मिळालेल्या कायद्याचा विनियोग (Appropriation of the gains of investment of black income in real estate) : काळ्या पैशाच्या स्थावर संपदेतील गुंतवणुकीचे प्रमाण लक्षणीय आहे. शहरी भागात स्थावर गुंतवणुकीत पैसा गुंतवण्याचे प्रमाण प्रचंड आहे. ह्या गुंतवणुकीतून प्रचंड भांडवली फायदा होतो. डॉ. अमित भादुरी यांनी असे सुचविले आहे की प्रत्येक राज्यात एक महामंडळ स्थापन करावे आणि ग्राहक आणि विक्रेते यांनी त्यांच्या स्थावर संपदेचे सर्व व्यवहार महामंडळाच्या मार्फतच करावेत. म्हणजेच शहरातून होणाऱ्या सर्वच खासगी स्थावर संपदेच्या व्यवहारांचे राष्ट्रीयीकरण होईल. डॉ. के. एन. काब्रा यांनी असे सुचविले आहे की महामंडळानेच स्थावर संपदा खरेदी करून व्यवहार करावेत.

(४) राजकीय पक्षांना आणि निवडणूक सुधारणांसाठी देणग्या (Donations to political parties and electoral reforms) : वाढत्या राजकीय अस्थैर्यामुळे आणि चलन-फुगवट्यामुळे राजकीय पक्षांचा निवडणुकांचा खर्च प्रचंड प्रमाणात वाढलेला आहे. त्यामुळे व्यापारी, व्यावसायिक, उद्योगपती, वाहतूक व्यावसायिक यांच्याकडून राजकीय पक्ष देणग्या स्वीकारतात. परंतु १९६८ पासून अशा

प्रकारे देणग्या स्वीकारण्यावर बंदी घालण्यात आली. परिणामत: काळ्या पैशाची दारे खुली झाली. हे बंद होणे गरजेचे आहे.

(५) सार्वजनिक क्षेत्राचा विस्तार करणे आणि कार्यक्षमतेत सुधारणा करणे (Expansion and improving the efficiency of the public sector) : गेल्या चार दशकांचा इतिहास असे दर्शवितो की सार्वजनिक क्षेत्राने खासगी क्षेत्राला पूरक अशीच भूमिका पार पाडलेली आहे- पायाभूत सुविधा, कोळसा, पोलाद, स्वस्त वीज, वाहतूक इत्यादींसारख्या बाबींचा पुरवठा करून. परंतु ह्या सार्वजनिक क्षेत्रातील संस्थांच्या कामकाजाबद्दल शंका घेतल्या जातात. उदा. दिल्ली डेव्हलपमेंट ॲथॉरिटीने बांधलेल्या घरांचा दर्जा हेच दर्शवितो की भ्रष्टाचार झालेला आहे, काळ्या पैशांचा व्यवहार झालेला आहे. अशीच परिस्थिती अन्यत्रही आढळते. यात सुधारणा होणे गरजेचे आहे.

(६) लोक-आयुक्तांच्या संस्थेची स्थापना (Establishment of the Institution of Ombudsman) : राज्यस्तरीय लोकआयुक्तांची नेमणूक विविध राज्यात केलेली आहे. परंतु अनेक राज्यात अनुभव असा आहे की त्यांचे कार्य परिणामकारक नाही. लोकांचीसुद्धा मूळ प्रवृत्ती भ्रष्टाचाराकडे वळणारी असल्याचे दिसते. लोकआयुक्तांचे कार्यालय अधिक प्रभावी ठरावे, अशी अपेक्षा आहे. तसेच, शासनाचेसुद्धा लोकआयुक्तांना पूर्णपणे सहकार्य असायला हवे.

सामाजिक अन्याय (Social Injustice)

भारतासारख्या देशात सामाजिक अन्यायाची समस्या दिवसेंदिवस गंभीर बनत चाललेली आहे. श्रीमंत अधिक श्रीमंत होत असून गरीब अधिकच गरीब होत असून उभयतातील दरी वाढतच चाललीय. इकॉनॉमिक कमिशन फॉर एशिया ॲण्ड दी पॅसिफिक (ESCAP) ने त्यांच्या २००६च्या अहवालात केलेला पुढील उल्लेख निश्चित गंभीर आहे. ''आशिया आणि पॅसिफिक विभागात मोठ्या वाढीपाठोपाठ येणारी, वाढत जाणारी असमानता ही चिंतेची बाब आहे. भारतासारख्या विकसनशील देशात तर ही खचितच जास्तच चिंतेची बाब आहे. भारतात जो काही विकास होत आहे त्याची फळे श्रीमंत वर्गच चाखतोय आणि गरिबांचा मात्र संपूर्ण भ्रमनिरास होत आहे. त्यांच्यापर्यंत ह्या विकासाच्या फळांचा हिस्सा पोहोचतच नाही आहे. त्याला विशेष करून कॉर्पोरेट क्षेत्र जबाबदार आहे असे म्हटल्यास वावगे ठरणार नाही. केवळ वीस प्रमुख कार्यकारी अधिकारी पगार आणि कमिशनपोटी जवळजवळ २०० कोटी रुपयांपर्यंत उत्पन्न मिळवितात.''

ह्या पार्श्वभूमीवर सामाजिक स्थैर्याचा प्रश्न ऐरणीवर आला आहे. नक्षलवाद्यांचा उदय हा त्याचाच परिपाक आहे. भारतातील गरिबांमध्ये अशी भावना निर्माण झालेली आहे की ते होणाऱ्या विकासाचे बळी बनलेले आहेत. भारत २०२० पर्यंत महासत्ता

बनणार. परंतु ह्या महासत्तेत गरिबांचे स्थान काय? गरीब शेतकऱ्यांच्या जमिनी गेल्या आणि धरणाच्या नावाखाली ते विस्थापित झाले. चुकीच्या धोरणामुळे बड्या कंत्राटदारांच्या जंगलातील प्रवेशामुळे आदिवासी जमातीवरसुद्धा घाला घातला गेला, त्यांच्या चरितार्थाच्या साधनावर गदा आली. परिणामत: सामाजिक अन्याय दिवसागणिक अधिकाधिक तीव्र होत चाललाय.

तांत्रिक ज्ञान आणि माहितीचा अभाव
(Lack of Technical Knowledge and Information)

तांत्रिक ज्ञान आणि माहितीचा अभाव ही आणखी एक महत्त्वाची समस्या आहे. उपलब्ध तंत्रज्ञांचा पुरेसा वापर करून घेण्यात आपल्या देशाला अपयश आले आहे. कारण प्रचंड पैसा खर्च करून अभियांत्रिकी/तांत्रिक ज्ञान ज्यांना दिले जाते अशांपैकी दोन लाखांहून अधिक तंत्रज्ञ रोजगार विनिमय केंद्रात नाव नोंदवून नोकरीच्या प्रतीक्षेत आहेत. म्हणजेच हे लोक राष्ट्राच्या अर्थव्यवस्थेला अपेक्षित योगदान देऊ शकलेले नाहीत. आर्थिक महासत्ता होण्यासाठी परकीय तंत्रज्ञानावर अवलंबून राहता येणार नाही. याउलट देशी तंत्रज्ञान उपलब्ध व्हायला हवे. जपानने स्वत:चे तंत्रज्ञान विकसित करण्यावर भर दिला आणि प्रगती करून घेतली. भारतालासुद्धा ह्या अनुषंगाने भरीव पावले उचलावी लागतील.

निवडक प्रश्न

१. चलन फुगवट्याची समस्या स्पष्ट करा.
२. चलन फुगवटा संकल्पनेची व्याख्या सांगून चलन फुगवट्यामागील कारणे स्पष्ट करा.
३. चलन फुगवट्याचे परिणाम विशद करा.
४. समांतर अर्थव्यवस्था म्हणजे काय हे सांगून ह्या समस्येवर सविस्तर विवेचन करा.
५. काळ्या उत्पन्नाच्या संदर्भात सविस्तर टीप लिहा.
६. आर्थिक आणि सामाजिक रचनांवर काळ्या पैशाचा विपरीत परिणाम होतो. चर्चा करा.
७. काळा पैसा निर्माण होण्यास जबाबदार घटक कोणते ते सांगा.
८. भ्रष्टाचार म्हणजे काय? त्यामागील कारणे आणि उपाय सांगा.
९. भारतातील समांतर अर्थव्यवस्थेवर नियंत्रण ठेवण्यासाठी कोणत्या उपाययोजना कराव्यात ते सुचवा.
१०. 'सामाजिक अन्याय' ह्या समस्येवर विवेचन करा.
११. 'तांत्रिक ज्ञान आणि माहितीचा अभाव' ह्या समस्येवर भाष्य करा.

प्रकरण ४

उद्योजक
(Entrepreneur)

प्रस्तावना

गेल्या चार दशकात व्यवस्थापन शिक्षणास जे महत्त्व प्राप्त झाले तेच महत्त्व ह्या दशकात उद्योजकता विकासाला लाभलेले आहे आणि म्हणूनच आगामी दशक हे 'उद्योजकांचे दशक' असेल. राष्ट्र विकसनशील असो, अविकसित असो अथवा विकसित असो, प्रत्येक राष्ट्रास उद्योजकता विकासाला यथायोग्य महत्त्व द्यावेच लागते. भारतासारख्या देशात औद्योगिक विकास, प्रादेशिक समतोल आणि रोजगार निर्मिती ही उद्दिष्टे उद्योजकांचा पुरवठा होण्यावरच अवलंबून आहेत आणि म्हणूनच उद्योजकता विकासाला विशेष महत्त्व आहे. राष्ट्राचा आर्थिक कणा कणखर बनविण्यासाठी मोठ्या प्रमाणावर उद्योजकांची आवश्यकता असते.

जगाचा गेल्या पन्नास वर्षांचा इतिहास पाहिला तर आर्थिक वाढीसाठी उद्योजकांनी फार मोठा हातभार लावला आहे, असे दिसेल. युरोपमधील प्रगत राष्ट्रे, अमेरिका, जपान, कोरिया, सिंगापूर ही सर्व राष्ट्रे घेतली तर जेथे जेथे उद्योजकांची संख्या मोठी आहे, तेथे प्रगती झाली आहे असे दिसेल. जपानच्या प्रगतीचे रहस्य तेथील आधुनिक तंत्रज्ञानाला जसे द्यावे लागेल तसे तेथील अनेक क्षेत्रात देदीप्यमान कामगिरी करणाऱ्या असंख्य जपानी उद्योजकांनाही द्यावे लागेल. अमेरिकेत तर उद्योजकांना मुक्त वाव आहे. जरा कोठे कोणी नवीन उपक्रमशीलता दाखविली की त्याचे प्रचंड कौतुक होते. वास्तविक भारतीय उद्योजकांची फार मोठी परंपरा आहे. येथील उद्योजक कोणत्याही देशातील उद्योजकांच्या तोडीचे आहेत. फक्त त्यांना मुक्त वाव हवा, सरकारकडून नि समाजाकडून प्रोत्साहन हवे. अशा ह्या उद्योजक व उद्योजकता याचाच अभ्यास आपण करणार आहोत.

नोकर म्हणजे गुलामगिरी : वास्तविक नोकरीत माणूस दुसऱ्यासाठी काम करतो, दुसऱ्याला जसे काम हवे आहे तसेच काम त्याला नोकरीत करावे लागते. एखादे काम जशा पद्धतीने करण्याची आपली इच्छा असते त्या इच्छेला नोकरीत बिलकुल वाव नसतो, आपल्या इच्छेला नोकरीत मुरड घालावी लागते. चरितार्थासाठी नोकरी पत्करायची ठरवले तर उद्योगसंस्थांचे उंबरठे झिजवावे लागतात आणि तरीसुद्धा नोकरी मिळण्याची शाश्वती नसतेच. नोकरी म्हणजे गुलामगिरी. वास्तविक नोकरी करण्यातच काही आयुष्याची इतिकर्तव्यता नाही.

स्वावलंबन ही सर्वोत्कृष्ट मदत असेल तर स्वयंरोजगार हा सर्वोत्कृष्ट रोजगार ठरतो. 'उद्योजकता' तर स्वयंरोजगाराच्या सर्वोच्च पातळीवरील 'उत्साहवर्धक कळसच' म्हटला पाहिजे. 'योजकता' आणि 'उपक्रमशीलता' यांचा संगम म्हणजेच 'उद्योजकता' आणि हा संगम ज्या व्यक्तीमध्ये झालेला आढळेल ती व्यक्ती म्हणजे 'उद्योजक'.

जी व्यक्ती पूर्वनियोजित उद्दिष्ट साध्य करण्याच्या दृष्टिकोनातून, जोखीम पत्करून स्वत:चा उद्योग सुरू करण्याचे धाडस करते ती 'उद्योजक'. उद्योजक नेहमी कल्पना लढवण्यात पुढाकार घेतो, योजना तयार करतो, संसाधने संघटन करतो आणि पूर्वनियोजित उद्दिष्ट साध्य करण्यासाठी योजनेची अंमलबजावणी करतो.

साहसी वृत्ती, संभाव्य धोक्यांना सामोरे जाण्याची तयारी व जबाबदारी पेलण्याची क्षमता या वैशिष्ट्यातच उद्योजकता सामावलेली आहे. उद्योजक स्वत:साठी नव्या संधी निर्माण करीत असतो. आज राष्ट्राला या प्रकारच्या गुणवत्तेची नितांत गरज आहे. केवळ सार्वजनिक व खासगी क्षेत्रातच नव्हे तर संपूर्ण राष्ट्रीय जीवनातच अशा प्रकारच्या उपक्रमशीलतेला चालना मिळायला हवी. राष्ट्र विकसनशील असो अथवा विकसित असो, प्रत्येक उद्योजकाच्या विकासाला यथायोग्य महत्त्व द्यावेच लागते. कोणत्याही राष्ट्राच्या विकासात त्यातील उद्योजकांनी फार मोठा हातभार लावलेला असल्याचे दिसून येईल.

आपल्या राष्ट्राचे आकारमान पाहता शाळा, महाविद्यालये, विद्यापीठे यातून शिक्षण घेऊन बाहेर पडणाऱ्या सर्वांनाच आवडीची नोकरी वर्षानुवर्षे पुरवणे केवळ अशक्य आहे. नोकऱ्या पुरविणे ही काही सरकारचीच जबाबदारी नव्हे. सरकारने अगदी प्रयत्नांची पराकाष्ठा केली तरी ती केवळ अशक्यच आहे. ('सुशिक्षित बेरोजगारांना रोजगार उपलब्ध करून देऊ' अशा निवडणूकपूर्व प्रचाराला बळी न पडण्यातच शहाणपणा आहे.)

'पदवी घेतल्यानंतर पुढे काय करायचे ते नंतर पाहू', अशी संपूर्ण चुकीची प्रदीर्घ परंपरा अजूनही चालूच आहे. वास्तविक हीच वेळ आहे वाजवी साहस पत्करण्याची किंवा उद्योग विश्वात पदार्पण करण्याची ! अनेकदा विद्यार्थ्यांना असे सांगितले जाते की त्यांनी त्यांच्या शिक्षणावरच सारे लक्ष केंद्रित करून नोकरी मिळवावी. उद्योजकतेचा धोका अजिबात पत्करू नये. 'जेनू काम तेनूच थाय, बिजा करे तो गोता खाय' असेही ऐकवले जाते. मानसशास्त्रज्ञ, समाजशास्त्रज्ञ यांनी समाजातील कुठल्याही थरातील, कुठल्याही घरातील

लहान मुलांमध्ये उद्योजकीय गुण असतात असे अनेकदा सिद्ध केले आहे. तरीसुद्धा ही 'उद्योजकी वृत्ती' मारली जाते व याला बहुधा सामाजिक वातावरण जबाबदार असते.

आता सुदैवाने सर्व प्रकारचे प्रशिक्षण अनेक संस्था देऊ लागल्या आहेत. माणसाच्या एकूणच आवडी-निवडी, कल, अंत:प्रवृत्ती, हिंमत, कल्पकता, जोखीम स्वीकारण्याची तयारी, निर्मितीक्षमता, स्वभाव, उद्यमशीलता, बुद्धिकौशल्य, स्वातंत्र्याची आवड, नेतृत्व करण्याची आवड या साऱ्यांचा मानसशास्त्रीय दृष्टिकोनातून शोध घेऊन उद्योजकता अजमावता येते. आपल्या राष्ट्राला विकसित राष्ट्रांच्या पंक्तीत जाऊन बसायचे असेल तर अशा उद्योजकाला वाव मिळालाच पाहिजे.

बड्या उद्योगांची सुरुवात लहानातूनच होते. एखादा निराशावादी असे म्हणेल की सर्वजण किर्लोस्कर, कल्याणी होणार आहेत का? परंतु ह्या सर्वांनीसुद्धा शून्यातूनच विश्व निर्माण केले आहे. तेही कोणतीही उद्योजकीय पार्श्वभूमी नसताना. प्रारंभी अत्यल्प भांडवल असलेल्या उद्योजकांची नंतर कोट्यवधी रुपयांची उलाढाल चाललेली आहे अशी काही उदाहरणे आहेत. परंतु राष्ट्राच्या गरजेच्या तुलनेत ही संख्या अगदीच नगण्य आहे. विद्यार्थी मित्रांनो, आता तुमच्या उज्ज्वल भवितव्याच्या दृष्टिकोनातून, तुमच्यावर फार मोठी जबाबदारी आहे उद्योजक बनण्याची. उद्योजकतेचा दिवा युवा पिढीच्या मनात प्रदीप्त करण्यासाठीच ह्या पुस्तकाचा प्रपंच. आता आपण उद्योजक/उद्योजकता ह्या संकल्पनांचा विस्ताराने अभ्यास करणार आहोत.

उद्योजक, उद्योजकता ह्या संकल्पनांचे अर्थ व स्वरूप

अर्थशास्त्रातील इतर संकल्पनांप्रमाणेच 'उद्योजक' व 'उद्योजकता' ह्या संकल्पनांवरसुद्धा बरीच उलट-सुलट चर्चा केली जाते. ह्या संकल्पना अनेक तऱ्हांनी आणि अनेक अर्थांनी वापरल्या जातात. कधी कधी उद्योजकाला 'व्यवस्थापक' म्हणून संबोधले जाते तर कधी कधी 'नवीन शोध लावणारा' तर कधी कधी 'भांडवलदार' तर कधी कधी ह्या सर्वांचाच मिलाफ अथवा संयोग असलेली व्यक्ती म्हणजेच 'उद्योजक' असे मानले जाते. उद्योजक ह्या संकल्पनेला अनेक पैलू आहेत. विकसित आणि विकसनशील दोन्ही राष्ट्रांमध्ये उद्योजकतेला आर्थिक आणि औद्योगिक विकास करणाऱ्याची भूमिका पार पाडावी लागते. ह्या संकल्पना कालमानानुसार, पर्यावरणातील घटकात होणाऱ्या बदलांनुसार बदलत आलेल्या आहेत. प्रत्येक तज्ज्ञ त्या त्या विशिष्ट कालमानानुसार वेगवेगळ्या कार्यावर भर देऊन निरनिराळ्या प्रकारे व्याख्या करतो.

उद्योजकता : बहुचर्चित विषय

उद्योजकाचा अभ्यास समाजशास्त्रज्ञ, मानसशास्त्रज्ञ, अर्थशास्त्रज्ञ, एवढेच काय तत्त्वज्ञानाचा अभ्यास करणारी मंडळीसुद्धा सध्या करीत आहेत. हे सर्वजण ह्या विषयाचा

विविध अंगांनी अभ्यास करीत आहेत. त्यासंबंधी विविध माहिती संकलित करीत आहेत. मार्क्सवादी पंडितांनी उद्योजक म्हणजे समाजाची पिळवणूक करणारा व त्याला अर्थव्यवस्थेत स्थानच नाही अशी टोकाची भूमिका घेतली. याउलट आता मात्र औद्योगिक विकासाला दिशा देण्यासाठी उद्योजकाची आवश्यकता आहे असे मानले जाते. एक गोष्ट मात्र निश्चित की, उद्योजक नसेल तर निदान मुक्त अवस्थेत तरी आर्थिक नि औद्योगिक प्रगती होणे कठीण होईल. नैसर्गिक साधनसंपत्ती, कुशल कामगार, भांडवल जरी मुबलक प्रमाणात उपलब्ध असले तरी उद्योजकाने या सर्वांना एकत्र आणण्यासाठी नवीन कल्पना पुढे आणणे, या सर्व उत्पादनाच्या घटकांना एकत्र आणून एका सूत्रात गोवणे, नवीन प्रकल्प उभा करणे, त्याची कार्यक्षमतेने कार्यवाही करणे हे अतिशय महत्त्वाचे आहे. म्हणून उत्पादन क्षेत्रात उद्योजकांचे स्थान अनन्यसाधारण आहे. न पेक्षा सर्व सोयीसवलती असून, साधने असून 'योजकस्तत्र दुर्लभ:' अशीच अवस्था दिसावयाची! अशा या उद्योजकाला नेमक्या शब्दांच्या व्याख्येत पकडणे अवघड आहे. त्याचे फार तर वर्णन करता येईल. इतरांपेक्षा वेगळा विचार करणारा, महत्त्वाकांक्षी, नवनवीन स्वप्ने पाहणारा, पण नुसतीच स्वप्ने पाहत न बसता व्यावहारिक शक्याशक्यतेचा विचार करून त्याप्रमाणे आपल्या कल्पना प्रत्यक्ष अमलात आणणारा, त्यासाठी जरूर ते धोके सावधपणे पत्करणारा, नेतृत्वाचे गुण असणारा असे उद्योजकाचे वर्णन करता येईल; असा हा उद्योजक फक्त कारखानदारीतच असेल असे नाही. नेहमीपेक्षा वेगळ्या चाकोरीने जाणाऱ्या अशा कोणालाही ही संज्ञा लावता येईल.

अनेक ज्ञानशाखांतील तज्ज्ञांचे लक्ष 'उद्योजक', 'उद्योजकता' ह्या संकल्पनांनी आकर्षून घेतलेले आहे. उत्पादन साधनांचा अथवा आर्थिक साधनसंपत्तीचा संघटक या अर्थाने उद्योजक ओळखला जातो. एका अर्थाने उद्योजक ही संकल्पनाच अलीकडील असून आंत्रप्रेन्युअर (Entrepreneur) ह्या पाश्चिमात्य संकल्पनेच्या अर्थाने मराठीत वापरली जाते. योजकता आणि उपक्रमशीलता यांचा संगम म्हणजेच उद्योजकता आणि हा संगम ज्या व्यक्तीमध्ये झालेला आहे, ती व्यक्ती उद्योजक असे सर्वसामान्यपणे मानले जाते. आपल्या नेहमीच्या ज्ञान असलेल्या व्यापारी वृत्तीपासून उद्योजकता अगदी भिन्न आहे, विस्तृत आहे. व्यापारी वृत्ती ज्याच्यामध्ये बाणलेली असते ती व्यक्ती चलाख, हुशार, चाणाक्ष, सुयोग्य संधीचा/परिस्थितीचा लाभ उठवणारी असावी लागते. अर्थात ह्यासाठी त्या व्यक्तीला सभोवतालच्या परिस्थितीकडे काकदृष्टीनेच नजर ठेवावी लागते. 'उद्योजकता' ही मात्र एक आगळीच वृत्ती आहे. उद्योजकामध्ये व्यापारी वृत्तीसाठी आवश्यक असणारे गुण तर अंगी असावे लागतातच परंतु त्यांच्याच बरोबरीने नवनिर्मितीची आणि नित्य परंपरेपासून काही वेगळे करून दाखविण्याची ईर्षा त्याच्यामध्ये असते. नवनिर्मितीची योजनापूर्वक सांगड जर उद्योगविषयक ज्ञानाशी घातली तर उद्योजकतेचा आविष्कार दिसून येतो.

उद्योजकता सर्वच क्षेत्रात

उद्योजकतेविषयी एक गैरसमज होण्याची दाट शक्यता असते. हा गैरसमज म्हणजे उद्योजकता ही केवळ उद्योगाशी संबंधित असते. वास्तविक उद्योजकता कोणत्याही क्षेत्रात असू शकते. दूरदृष्टीने सर्वंकष विचार करून काही नवनिर्मिती करणाऱ्यांमध्ये, उपक्रम करणाऱ्यांमध्ये उद्योजकता आहे असे आपण म्हणू शकू. उद्योजकाच्या कृतीमुळे कुणाचे तरी हित साधणे, संसाधनांचा सुयोग्य वापर करणे अपेक्षित आहे. उद्योजकता ही काही ठरावीक वर्गाची मक्तेदारी नाही. सुशिक्षित, अशिक्षित, श्रीमंत, गरीब ह्या सर्वांमध्येच ती असू शकते. नोकरी मिळत नाही म्हणून उद्योजक बना हा आणखी एक गैरसमज.

> Entrepreneurs are those who understand that there is little difference between obstacle and opportunity and are able to turn both to their advantage.

तरुणांची प्रतिज्ञा

मी आणि माझा भारत देश
या देशाचा तरुण नागरिक या नात्याने
आणि तंत्रज्ञान, ज्ञान व देशप्रेम यांच्यासह
मी जाणतो की छोटी उद्दिष्टे डोळ्यांसमोर
ठेवणे म्हणजे जणू गुन्हा करणे.
मी मोठी उद्दिष्टे डोळ्यांसमोर ठेवेन
त्यांच्या परिपूर्तीसाठी घाम गाळेन
भारत देशाला विकसित देश म्हणून पुढे आणेन
त्यासाठी आर्थिक आणि मूल्यप्रणाली
या दोन शक्ती माझ्याकडे असतील
मी.... या देशातल्या अब्जावधींपैकी एक आहे
फक्त एक दृष्टिकोन देशातली अब्ज मने
प्रज्वलित करू शकतो
ती ठिणगी माझ्या हृदयात पडली आहे
प्रज्वलित झालेला आत्मा हा या पृथ्वीवरचाच नव्हे,
तर ब्रह्मांडातला आणि पाताळातला महाप्रचंड
असा स्रोत आहे
मी ज्ञानदीप सतत उजळवत ठेवीन
भारताचे विकसित देशात रूपांतर करण्यासाठी !
(माजी राष्ट्रपती डॉ. ए.पी.जे. अब्दुल कलाम यांच्या कवितेचा स्वैर अनुवाद)

४.१ उद्योजक - व्याख्या आणि व्याप्ती

अगदी प्रारंभी मोहिमांचे नेतृत्व करणारी व्यक्ती या अर्थाने उद्योजक ही संकल्पना १६व्या शतकात फ्रेंच भाषेत वापरण्यात आली. त्यानंतर इतर क्षेत्रातील मोहिमा अथवा धाडसांसाठी ही संकल्पना वापरण्यात आली. व्यवसाय क्षेत्रातील धाडसांसाठी १७व्या शतकानंतर उद्योजक ह्या संकल्पनेचा वापर केला गेला. फ्रान्समध्ये सरकारी रस्ते, तटबंदी, पूल, बंदरे यांच्या बांधकामाची कामे पार पाडणाऱ्या कंत्राटदारांनाच उद्योजक म्हटले जात होते.

ऑक्सफर्ड इंग्लिश शब्दकोशात (१८९७) उद्योजकाची व्याख्या पुढीलप्रमाणे केलेली आहे -

'उद्योजक म्हणजे सार्वजनिक संगीत संस्थेचा संचालक किंवा व्यवस्थापक. विशेषत: जो संगीतविषयक कार्यक्रम सादर करतो.' १९३३ मध्ये मात्र उद्योजक संकल्पनेला विशेष महत्त्व प्राप्त झाले. ह्या व्याख्येनुसार भांडवल व कर्मचारी यांच्यातील मध्यस्थ म्हणजे उद्योजक. विशेषत: जी व्यक्ती कंत्राटदार म्हणून एखादा उपक्रम चालवते.

आर्थिक विकासाच्या अभ्यासात उद्योजकता ही संकल्पना प्रथम १८व्या शतकात आली. तेव्हापासूनच अर्थतज्ज्ञ, मानसशास्त्रज्ञ, समाजशास्त्रज्ञ, सामाजिक मानसशास्त्रज्ञ, मानवशास्त्रज्ञ आणि इतिहासाचे अभ्यासक हे उद्योजकतेचे विश्लेषण करण्याचा प्रयत्न करीत आहेत. परंतु त्यांच्यात अद्यापही एकमत झालेले नाही. अद्यापही ही संज्ञा वादग्रस्त व संदिग्ध आहे. उद्योजकाच्या अंगचे गुण कोणकोणते, उद्योजक बनण्यासाठी उद्योजकांच्या अंगी कोणकोणत्या क्षमता असतात, त्यांची महत्त्वाची कार्ये, आर्थिक विकासात ते नेमकी कोणती भूमिका पार पाडतात, उद्योजकीय वर्ग कसा वाढवायचा इत्यादी बाबतीत तज्ज्ञांची मते भिन्न भिन्न आढळतात.

व्याख्या

गेल्या दोन शतकात विविध विचारवंतांनी उद्योजकतेच्या क्षेत्रात मोलाची भर घातलेली आहे. हे सोबतच्या तक्त्यावरून स्पष्ट होईल. Entrepreneur ही संज्ञा फ्रेंच entreprendre या क्रियापदाचे रूप आहे. त्याचा अर्थ 'सर्वप्रथम एखादी गोष्ट करणे.' उद्योजक ही संज्ञादेखील उद्+योजक या संस्कृत शब्दातून निर्माण झाली. उद् हा उपसर्ग आहे. 'नवी कल्पना व संधी शोधून, व्यावसायिक अनिश्चिततेत आर्थिक धोका पत्करून, स्वत:च्या अंगातील संघटन कौशल्याने, सुनियोजित पद्धतीने उपक्रम अस्तित्वात आणणे व यशस्वी करणे म्हणजे उद्योजकता होय.' ही कार्ये पार पाडणारी व्यक्ती म्हणजे उद्योजक होय. ही उद्योजकता कोणत्याही क्षेत्रात असू शकते. उद्योग-व्यापार, शेती, सेवा, प्रशासन,

संरक्षण, उपयोजित कला इ. उद्योजकतेची ही संकल्पना गेल्या तीन दशकात कशी उत्क्रांत होत गेली हे अभ्यासणे उद्बोधक ठरणार आहे.

उद्योजकतेसंबंधी तज्ज्ञ व अभ्यासकांचे विचार

(कंसात संबंधित अभ्यासकांच्या कार्याचा / ग्रंथाचा उल्लेख आहे.)

सनातन सिद्धान्त (Classical Theory)

१७२५ : रिचर्ड कँटिलॉन - फ्रेंच अर्थतज्ज्ञ;

१८०३ : जे. बी. से.; १८७६ : फ्रान्सिस ए. वॉकर, आल्फ्रेड मार्शल.

(या तीन अभ्यासकांनी कँटिलॉन यांनी मांडलेल्या कल्पनेचा आणखी विस्तार केला.)

नवसनातन सिद्धान्त (Neo-classical Theory)

१९१२-३४ : जोसेफ ए. शुम्पीटर

(The Theory of Economic Development)

१९३० : अलेक्झांडर गर्शेनकॉर्न

(Economic Backwardness in Historical Perspectives)

आधुनिक सिद्धान्त (Modern Theory)

१९५८ : हेगन (On Theory of Social Change:) हीजिन्स, स्टेपनेक (How Economic Growth Begins?)

१९६१ : डेव्हिड सी. मॅक्लेलंड (The Achieving Society)

१९६४ : पीटर एफ. ड्रकर

(Innovation and Entrepreneurship)

व्याख्यांचे वर्गीकरण

विविध तज्ज्ञांनी उद्योजक संकल्पनेच्या अनेक व्याख्या केलेल्या आहेत. त्यामध्ये उद्योजकाची विविध अर्थविषयक कार्ये वर्णन केलेली आहेत. काही तज्ज्ञांनी असा विचार मांडला की, उद्योजक हे मूलत: नवनिर्मिती करणारे आहेत. काहींना असे वाटते की, ते

जोखीम पत्करणारे आहेत तर काहींच्या मते भांडवल गोळा करणारे आणि भांडवलाचा वापर करणारे असा आहे. विविध व्याख्यांचे वर्गीकरण (१) सनातन विचार (Classical Views) (२) नवसनातन विचार (Modern Classical Views) आणि (३) आधुनिक विचार (Modern Views)

सनातन सिद्धान्त (Classical Theory)

उद्योजक ही संकल्पना प्रथमत: एक फ्रेंच बँकर, **रिचर्ड कँटिलॉन**

(Richard Cantillon) यांनी १८व्या शतकाच्या प्रारंभी वापरली. त्यांच्या मते, उद्योजक म्हणजे ठरावीक किमतीला उत्पादनाची संसाधने खरेदी करून त्यांचे उत्पादन बनवून ते अनिश्चित किमतीला विकणारी व्यक्ती. त्यांच्या मते, उद्योजकाचे कार्य हे अनिश्चित वातावरणातील आहे. उद्योजक ही व्यक्ती उत्पादन कार्यात मग्न असते आणि उत्पादन घटकांचा योग्य मोबदला संबंधितांना देते. मात्र उद्योजकाला खुद्द स्वत:ला मिळणारा मोबदला अनिश्चित असतो. रिचर्ट कॅन्टिलॉन यांच्या मते, उद्योजक सदैव अनिश्चिततेला सामोरा जातो. त्यांनी जोखीम आणि अनिश्चितता यावरच अधिक भर दिला आणि उद्योजकतेच्या अन्य पैलूंचा त्यात समावेश केला नाही अशी टीका केली गेली. रिचर्ड कॅन्टिलॉन यांनी उत्पादक, शेतकरी आणि व्यापारी यांची उदाहरणे त्यांच्या व्याख्येत अभिप्रेत असलेल्या उद्योजकतेच्या अनुषंगाने दिलेली आहेत.

प्रोफेसर फ्रॅन्क एच नाईट (Prof. Frank H. Night) : यांनीसुद्धा ह्याच धर्तीवरील व्याख्या दिली. त्यांच्या मते, 'जी व्यक्ती जोखीम आणि अनिश्चिततेच्या परिस्थितीत निर्णय घेते ती व्यक्ती म्हणजे उद्योजक.' नाईट यांच्या मते, उद्योजकाला असंख्य धोक्यांना सामोरे जावे लागते. त्यांनी सामान्य जोखीम आणि अनिश्चितता यात फरक केलेला आहे तो असा की, ज्या जोखमीसाठी विम्याद्वारे सुरक्षितता प्राप्त करून घेता येते ती सामान्य जोखीम. याउलट अनिश्चितता म्हणजे असा धोका की ज्याची किंमतही ठरवता येत नाही आणि विमाही उतरवणे शक्य नसते. नाईट यांच्या मते, उद्योजक हा आर्थिक कार्य करणारा असतो. तो अशी जबाबदारी पत्करतो की, जिच्या मूळ वैशिष्ट्यांमुळेच तिचा विमा उतरवणे अशक्य असते. इतरांकडून करवून घेतलेल्या कामांचा ठरावीक मोबदला देण्याची खात्री मात्र तो देतो.

ॲडम स्मिथ (Adam Smith) : यांच्या लिखाणातसुद्धा उद्योजकतेचा उल्लेख आढळतो. त्यांच्या मते, उद्योजक म्हणजे जबाबदारी स्वीकारणारा मालक किंवा व्यापारी होय. स्मिथ यांच्या मते, ही व्यक्ती भांडवल गोळा करते आणि त्याच्या साहाय्याने जमीन खरेदी करते, कर्मचारी नेमते. अशा प्रकारे उत्पादनाच्या प्रक्रियेपासून ती जोखीम पत्करते. परंतु यातही ती उद्योगाचे पर्यवेक्षण व व्यवस्थापन अशा पद्धतीने करते की, जेणेकरून

तिला सर्वाधिक फायदा होईल. येथे मात्र आपल्याला समृद्ध भांडवलदार किंवा कार्यक्षम व्यवस्थापक आणि उद्योजक यांच्यात फरक करणे अडचणीचे आहे.

जे. बी. से. (J.B.Say) रिचर्ड कॅन्टिलॉन ह्यांनी उद्योजकतेवर एकांगानेच प्रकाश टाकला. त्यात थोडी भर घालून अधिक व्यापक व्याख्या १७१५ मध्ये से यांनी केली. से असे पहिलेच तज्ज्ञ होते की ज्यांनी 'उद्योजक हा संघटक असतो' ह्या उद्योजकतेच्या अंगावर प्रकाश टाकला. त्यांनी भांडवलदार आणि उद्योजक यांच्यात सुस्पष्ट फरक केला. त्यांच्या मते, 'उद्योजक म्हणजे असा मध्यस्थ की, जो उत्पादनाची संसाधने संघटित करतो, गुंतवलेल्या भांडवलाचे व्याज, मजुरी व भाड्याची पुनर्स्थापना तयार वस्तूंच्या मूल्यांद्वारे करतो. तसेच स्वत:साठी नफासुद्धा मिळवतो.' से यांच्या मते, 'उत्पादनासाठी लागणारी साधनसामग्री एकत्रित करणे आणि धोका पत्करणे ह्या जबाबदाऱ्या उद्योजकांवर असतात. तसेच उद्योजकांच्या अंगी निर्णयशक्ती, उद्योगाचे व जगाचे ज्ञान असणे हे गुण असले पाहिजेत. तसेच देखरेख व प्रशासन करण्याची कलासुद्धा त्याच्या अंगी असावी.' ह्यावरून उद्योजक हा अर्थव्यवस्थेतील मध्यस्थ असतो. उत्पादनाची संसाधने म्हणजेच श्रम, भांडवल आणि जमीन/जागा एकत्र करणे/संघटित करणे हे त्याचे प्रमुख कार्य आहे. समाजोपयोगी वस्तूंचे उत्पादन तो यातून करतो. ही उत्पादने बाजारपेठेत तो अशा किमतीला विकतो की जेणेकरून कामगारांना वेतन, भांडवलदारांना व्याज आणि जागेचे भाडे देता येईल. उरलेली रक्कम अर्थातच त्याचा नफा असतो. थोडक्यात, 'से' यांनी उद्योजकाच्या कार्यात संघटना, एकसूत्रीकरण आणि देखरेख या कार्याची भर घातली.

जे. एस्. मिल (J. S. Mill) : हे 'से' यांच्या विचारांनी प्रभावित झाले. उद्योजकीय कार्याच्या विश्लेषणात त्यांनी व्यवस्थापन, नियंत्रण, पर्यवेक्षण, संचालन आणि जोखीम पत्करणे यावर विशेष भर दिला. ही सर्व कार्ये कार्यक्षमतेने पार पाडण्यासाठी उद्योजकाजवळ निव्वळ सामान्य कौशल्य असता कामा नये असे त्यांचे मत होते. परंतु त्यांच्या व्याख्येत केवळ व्यवस्थापनाची आणि प्रशासनाची कार्ये यांचाच उल्लेख आहे आणि त्यांचा उद्योजक हा निव्वळ व्यवस्थापक असतो. हे व्यवस्थापक पगारी कर्मचारी असतात आणि ते व्यवसायातील विविध धोक्यांमध्ये सहभागी होत नाहीत.

याउलट त्या काळाच्या इतर अनेक लेखकांप्रमाणे मिल यांनी संचालनाबरोबरच जोखीम पत्करणे हे महत्त्वपूर्ण उद्योजकीय कार्य असल्याचे सांगितले.

नवसनातन सिद्धान्त (Neo-Classical Theory)

ह्या वर्गातील उद्योजकीय विचार हे प्रामुख्याने आधीच्या विचारांच्या धर्तीवरच विकसित झाले. मात्र भांडवलदार आणि उद्योजक यांच्यात स्पष्टपणे फरक करण्यात आला तो या काळातच. व्यवसायाला भांडवल पुरवठा करणाऱ्या बदलत्या पद्धतींमुळे

अशी उदाहरणे निर्माण झाली की, ज्यामध्ये भांडवलदार 'उद्योजक' नव्हता आणि उद्योजक हा भांडवलदार व उद्योजक हे एकसारखीच कार्ये पार पाडीत होते.

वॉल्र्स (Warls) : यांनी उद्योजकाची व्याख्या पुढीलप्रमाणे केली आहे. 'कच्चा माल इतर उद्योजकांकडून, जागा-मालकाकडून भाड्याने, वैयक्तिक कौशल्ये कर्मचाऱ्यांकडून, भांडवली मालमत्ता भांडवलदारांकडून खरेदी करून ह्या सर्वांचा मिलाफ घडवून आणून उत्पादन तयार करून त्याच्या विक्रीद्वारे नफा मिळविणारा मध्यस्थ.' व्याख्येच्या विश्लेषणावरून असे आढळते की त्यांनी फक्त उत्पादन प्रक्रिया पार पाडण्यासाठी उत्पादनाचे सर्व घटक एकत्र आणणारा संघटक म्हणून उद्योजकाला मान्यता दिली आणि जोखीम पत्करणे आणि अनिश्चित वातावरणात काम करणे ह्या उद्योजकतेच्या अत्यंत महत्त्वाच्या बाजूंकडे दुर्लक्ष केले.

आल्फ्रेड मार्शल (Alfred Marshall) : यांनी उद्योजकतेची अधिक व्यापक व्याख्या बनवली आणि जोखीम पत्करणे आणि व्यवस्थापन ही उद्योजकाची प्रमुख दोन कार्ये असल्याचे मत मांडले. त्यांच्या मते, 'जी व्यक्ती धाडस करते किंवा जोखीम पत्करते, कामासाठी आवश्यक असलेले भांडवल आणि कर्मचारी एकत्र आणते, योजनेची व्यवस्था करते किंवा योजना जुळवून आणते आणि बारीक-सारीक तपशिलांवर देखरेख ठेवते ती व्यक्ती म्हणजे उद्योजक.' मार्शल यांच्या व्याख्येवर टीका करण्यात आली ती अशी, की ही व्याख्या लघुउद्योगाला लागू पडणारी आहे. अशा लघुउद्योगात उद्योजक ही खुद्द ती व्यक्ती असते. याउलट मोठ्या उद्योगात उद्योजक इतरांच्या साहाय्याने उद्योगाची व्यवस्था पाहतात. ते केवळ जोखीम पत्करणारे किंवा व्यवस्थापकच असतात असे नव्हे तर संस्थापक आणि नवनिर्माता असतात. आधुनिक उद्योगात, लोकांची संघटना, विश्वस्तसंस्था, कंपनी किंवा अगदी सरकारसुद्धा उद्योजक असू शकेल. भारतासह अनेक राष्ट्रात, सरकारसुद्धा व्यवसाय व उद्योग स्थापन करण्यात महत्त्वपूर्ण भूमिका बजावत आहे.

कॅन्टिलॉनपासून ते मार्शलपर्यंत सर्वच अर्थतज्ज्ञांनी स्थिर परिस्थितीच्या संदर्भातील उद्योजकतेचे चित्र रंगवले. मात्र जोसेफ ए. शुम्पीटर (Joseph A. Schumpeter) यांनी आपल्या 'The Theory of Economic Development' या ग्रंथात उद्योजकतेचा सिद्धान्त नव्या दृष्टिकोनातून सूक्ष्मपणे मांडला. राष्ट्राचा विकास आणि आर्थिक उपक्रम यांचा संबंध त्यांनी जोडला. शुम्पीटर यांनी अतिशय गतिशील संकल्पना मांडली. त्यांच्या मते, जेव्हा अर्थव्यवस्थेच्या स्थिर समतोलाला धक्का बसतो तेव्हा विकास होतो; हा बदल किंवा धक्का नवनिर्मितीच्या स्वरूपात येतो. त्यांच्या मते, उद्योजक म्हणजे नावीन्य आणणारा, नवीन गोष्टी घडवून आणणारा, नवनिर्मिती करणारा किंवा अगोदरच केल्या गेलेल्या गोष्टी नवीन पद्धतीने करणारा. त्यांच्या मते तो दुर्दम्य इच्छाशक्ती असलेला, आर्थिक

दृष्टिकोनातून नेतृत्व करणारा, अत्यंत हुशार, प्रेरणा लाभलेला असतो. आर्थिक विकासाच्या प्रक्रियेत उपयोगी पडणारा घटक म्हणून उद्योजक कामगिरी बजावतो. शुम्पीटर यांच्या मते, उद्योजक हा अर्थव्यवस्थेतील महत्त्वाचा घटक असून नवनिर्मितीच्या साहाय्याने त्याच्या नफ्याचे प्रमाण अधिकाधिक वाढवण्याचा प्रयत्न करतो. नवनिर्मितीमध्ये समस्या सोडविण्याच्या कलेचा समावेश असतो आणि उद्योजक हा समस्या सोडवणारा असतो.

शुम्पीटर यांच्या मते, नवनिर्मिती खालील पाच प्रकारात आढळते -

(१) **नवीन वस्तूंची निर्मिती :** अशा वस्तूंची निर्मिती की ज्या वस्तू आतापर्यंत ग्राहकांनी वापरलेल्याच नाहीत किंवा संपूर्णपणे नवीन दर्जाच्या वस्तू.

(२) **उत्पादनाच्या नव्या पद्धतीचा वापर सुरू करणे :** अशी उत्पादन पद्धती की जी आतापर्यंत कुणीही हाताळली नसेल.

(३) **नवीन बाजारपेठ शोधून काढणे :** अशी बाजारपेठ शोधून काढणे की, ज्या बाजारपेठेत अशा प्रकारच्या उत्पादनाने आतापर्यंत प्रवेशच केलेला नव्हता.

(४) **कच्चा माल अथवा अर्धवट पक्का माल नव्या माध्यमातून स्वस्त दरात प्राप्त करणे** : मग ते माध्यम कदाचित आधीपासूनच अस्तित्वात असेल किंवा नव्याने निर्माण करावयाचे असेल.

(५) **उद्योजकाची नवीन संघटना अमलात आणणे** : उदा. मक्तेदारी निर्माण करणे किंवा मक्तेदारीची परिस्थिती मोडून काढणे.

म्हणजेच शुम्पीटर यांच्या मते, उद्योजक ह्या व्यक्तीला भविष्यातील संधी आधीच दिसतात आणि नवीन उत्पादने, नवीन उत्पादनपद्धती, नवीन बाजारपेठ, नवीन मालपुरवठ्याची माध्यमे, नवीन उत्पादन घटकांचे नवीनच एकत्रीकरण करून त्या भविष्यकालीन संधीचा तो पुरेपूर फायदा उठवतो. तो भांडवलदार अथवा व्यवस्थापकच असण्याची गरज नाही. शुम्पीटर यांच्या मते, उद्योजकता हे मालकीपेक्षासुद्धा नेतृत्व आहे, असे म्हणणे अधिक श्रेयस्कर. शुम्पीटर यांच्या मते, शोध (Invention) आणि नवनिर्मिती (Innovation) यात फरक आहे. शोधक फक्त कल्पनेचा शोध लावतात तर उद्योजक त्यांची उत्पादन प्रक्रियेत अंमलबजावणी करतो.

शुम्पीटर यांच्या संकल्पनेत विस्तृत तसेच संकुचित असे दोन्ही अर्थ आहेत. विस्तृत अशा अर्थाने की शुम्पीटर यांच्या मते, उद्योजक म्हणजे केवळ स्वतंत्र व्यावसायिकच नव्हे तर कंपनीतील सर्व व्यवस्थापक, संचालक आणि कंपनीवर अवलंबून असणारे इतर सर्व कर्मचारी यांचासुद्धा समावेश होतो. कारण ते सुद्धा उत्पादन कार्यात बदल घडवून आणतात आणि संयोग घडवून आणतात. याउलट व्याख्या संकुचित आहे ती अशा अर्थाने की, प्रस्थापित उद्योग जे चालवतात त्या सर्व उद्योगसंस्था किंवा व्यवस्थापक

किंवा सर्व उद्योगपती आणि कर्मचारी यांच्या गरजांचा समावेश व्याख्येत केलेला आहे. शुम्पीटर यांच्या प्रणालीमध्ये उद्योजकता हा निर्मितीक्षम उपक्रम असल्याने तो सामान्य व्यवसायात दिसत नाही. ही निश्चितच अशी अपूर्व गोष्ट आहे की ती नेतृत्वाच्या विशाल दृष्टिकोनाखाली येते.

शुम्पीटर यांनी आपले विचार प्रथमतः १९१२ मध्ये मांडले. या काळापर्यंत बहुसंख्य उद्योजकीय कार्ये ही खासगी व्यक्तींच्या हातात होती आणि सरकार व खासगी नोकर मंडळी यांची भूमिका आर्थिकदृष्ट्या महत्त्वपूर्ण उद्योगात अगदीच दुय्यम व मर्यादित होत. शुम्पीटर यांनी आपले विचार व्यक्त केल्यापासून आजतागायत जगाच्या औद्योगिकदृष्ट्या पुढारलेल्या राष्ट्रात प्रमुख उद्योजकीय कार्ये पार पाडण्यासाठी बऱ्याच उद्योगसंस्था आणि संघटित व्यवसाय संस्था उदयास आल्या आहेत. समाजवादी राष्ट्रातून तसेच विकसनशील राष्ट्रातील अनेक महत्त्वपूर्ण उत्पादन शाखांतून सरकार नियंत्रित बड्या उद्योग संस्थांतून सरकारी अधिकाऱ्यांनीसुद्धा ही कार्ये करण्यास प्रारंभ केलेला आहे.

असीम चौधरी यांच्या मते, गेल्या काही दशकांत विशेष करून आशिया खंडातील तुलनेने कमी विकसित राष्ट्रे आणि आफ्रिका येथील घडून आलेले ठोस विकास कार्य ध्यानात घेऊन शुम्पीटर यांची व्याख्या बदलणे आवश्यक आहे. शुम्पीटर यांना अभिप्रेत असलेले नवनिर्माते अशा राष्ट्रातील व्यावसायिकांपैकी अपवादानेच आढळतात आणि आतापर्यंत ज्या प्रदेशाचा बाजारपेठ म्हणून अजूनही शोध घेतला नाही अशा ठिकाणी जाणारी स्वप्नाळू अशी एकही व्यक्ती त्यांच्यात नसते. ते सर्वजणच अनुकरण करणारे असतात. विकसित राष्ट्रात आर्थिकदृष्ट्या फायदेशीर असल्याचे अनुभवांनी सिद्ध झालेल्या गोष्टींचे ते अनुकरण करतात. ते सामान्यतः आयात केलेले तंत्रज्ञान वापरतात. कायदाविषयक, विपणनविषयक बाबी विकसित राष्ट्रात ज्या वापरल्या जातात त्यांचाच वापर करतात. विकसित राष्ट्रातून ज्या उत्पादनांच्या प्रचंड विक्रीतून ती उत्पादने लोकप्रिय झालेली आहेत अशाच उत्पादनांना विकसनशील राष्ट्रातून मागणी असते.

शुम्पीटर यांच्या उद्योजकतेच्या संकल्पनेवर अनेक अर्थतज्ज्ञांनी टीका केली. त्यांच्या मते, शुम्पीटर यांच्या उद्योजकतेच्या संकल्पनेमुळे अर्थव्यवस्थेत संपूर्ण परिवर्तन घडून येते. परंतु प्रत्यक्ष व्यवहारात हे केवळ विकसित राष्ट्र आणि ज्या बड्या उद्योगात उच्च दर्जाचे उद्योजक असून अत्यंत कार्यक्षम पद्धतीने विकासाची अत्यंत महत्त्वपूर्ण प्रक्रिया अमलात आणण्यास तयार आहेत अशा ठिकाणीच लागू पडते. जेम्स जे बर्ना यांनी यथार्थपणे असे म्हटले आहे की, ''अर्थव्यवस्थेत खळबळ होईल अशी कृती करणारे एखाद्या अर्थव्यवस्थेत अगदी अपवादाने, अल्पसंख्येनेच उदयास येतात. अशा व्यक्ती शैक्षणिक, सामाजिक आणि तांत्रिक प्रगतीचा विशिष्ट टप्पा गाठल्याशिवाय उदयास येत नाहीत आणि कार्य करू शकत नाहीत.''

थोडक्यात, ज्यांचे कार्याचे प्रमाण कमी आहे अशा विकसनशील राष्ट्रातून शुम्पीटर यांना अपेक्षित असलेला उद्योजक परवडण्याजोगा नाही. अशा राष्ट्रातील उद्योजक अगदी सुरुवातीलाच मोठ्या प्रमाणावरील उद्योग सुरू करू शकत नाही. एवढेच नव्हे तर नवनिर्मितीसाठी प्रचंड प्रमाणावर पैसा आवश्यक असतो आणि त्यांच्या अंमलबजावणीसाठी प्रदीर्घ कालावधीची आवश्यकता असते. ह्या पार्श्वभूमीवर विकसनशील राष्ट्रांना अनुकरणशील उद्योजकांची अधिक आवश्यकता असते. असे उद्योजक राष्ट्रात यशस्वीपणे झालेल्या नवनिर्मितीत आवश्यक ते बदल करून त्याची अंमलबजावणी आपल्या व्यवसायात ते किफायतशीरपणे करू शकतात.

अलेक्झांडर गर्शेन्कॉर्न (Alexander Garshenkorn) यांनी त्यांच्या "Economic Backwardness in Historical Perspective" ह्या ग्रंथात उद्योजकाची भूमिका ही तांत्रिक शोध लावणारा आणि त्या शोधांचा वापर करणारा अशी असण्यावर भर दिला. उद्योजकाला त्याच्या कष्टापासून प्राप्त होणाऱ्या फलप्राप्तीसाठी धरावी लागणारी चिकाटी ह्या मुद्यावर भर देण्यात आला. बर्ट एफ होजलिट्झ (Bert F. Hoselitz) यांच्या मते सुद्धा विकसनशील राष्ट्रात नवनिर्मिती करणाऱ्या उद्योजकांपेक्षा अनुकरणप्रिय उद्योजकांचीच भूमिका अधिक महत्त्वाची असते. ते आर्थिक विकासासाठी उत्तेजन देणारे असतात. काही वेळा अशा उद्योजकांचा आर्थिक विकासावर नवनिर्मिती करणाऱ्या उद्योजकांपेक्षा अधिक परिणाम होऊ शकतो. निव्वळ नवनिर्मिती करणाऱ्या उद्योजकांपेक्षा अनुकरणप्रिय उद्योजकांचीच भूमिका अधिक महत्त्वाची असते. जरी अनुकरणप्रिय उद्योजकांच्या अंगी नवनिर्मितीच्या अलौकिक शक्तीचा अभाव असला तरी ते संख्येने अधिक असणे विकसनशील राष्ट्रांच्या दृष्टिकोनातून अधिक इष्ट असते. होजलिट्झ यांच्या मते, ज्या व्यक्तीला औद्योगिक उद्योजक व्हावयाचे असते त्यांच्यामध्ये संपत्ती जमा करण्याचे कौशल्य आणि आंतरिक प्रेरणा ही असलीच पाहिजे. नफा मिळविण्याच्या प्रेरणेबरोबरच उद्योजकाकडे व्यवस्थापकीय कौशल्य तर असावयास हवेच, परंतु त्यांच्याच बरोबरीने महत्त्वाचे म्हणजे त्यांच्याकडे नेतृत्वाचे कौशल्यसुद्धा असावयास हवे. त्यांच्या मते, समाजात उद्योजकता वाढवता येते. फक्त त्या समाजाच्या रूढी आणि प्रक्रिया ह्या ताठर नसाव्यात. तसेच उद्योगामध्ये स्वारस्य असणाऱ्या व्यक्तिमत्त्वांना सदैव प्रेरणा मिळावयास हवी.

आधुनिक सिद्धान्त (Modern Theory)

जेव्हा तिसऱ्या जगताकडे फारसे लक्ष वेधले गेले नव्हते त्या काळातच विकसित राष्ट्रातील अभ्यासकांनी उद्योजकतेचे विश्लेषण केले. प्रचंड प्रमाणावर उद्योग करणारे आणि ज्यांना फक्त मर्यादित स्वरूपाची उद्योजकीय कार्ये पार पाडावी लागत होती असे विकसित राष्ट्रातील 'उद्योजक' त्यांच्यासमोर होते. उद्योजकीय कार्याबाबत त्यांचा दृष्टिकोन

घेतला आणि त्यांनी असा विचार केला की ह्या कार्यात आणि कार्याच्या प्रमाणात आगामी काळात फरक पडणार नाही.

आधुनिक युगातील विद्वानांनी, अभ्यासकांनी उद्योजकता ही संकल्पना जाणून घेण्यासाठी व्यावहारिक मार्ग पत्करला. त्यांनी विकसनशील राष्ट्रातील सद्यः परिस्थिती ध्यानात घेतली. विकसनशील राष्ट्रातील उद्योजक सामान्यतः: अनिश्चित बाजारपेठ, कुशल कामगार आणि भांडवलाचा तुटवडा इत्यादी समस्यांना सामोरे जातात. ह्या उद्योजकांना उद्योग स्थापनेपासूनच मोठ्या प्रमाणावरील उत्पादन परवडण्यारखे नसते. तसेच ते स्वत:ला एक किंवा दोनच उद्योजकीय कार्यापुरते मर्यादित ठेवू शकत नाहीत. विकसनशील राष्ट्रातील उद्योजकांना उद्योग यशस्वीपणे चालविण्यासाठी विविध कार्ये करावी लागतात.

डॉ. जे. ई. स्टेपनेक (Dr. J. E. Stepanek) : यांच्या मते, ''उद्योजकामध्ये जोखीम पत्करण्याची क्षमता, संघटनाची कुवत आणि उद्योगात विविधता आणण्याची व नवनिर्मिती करण्याची तीव्र इच्छा.'' हिजिन्स (Higgins) : यांच्या मते, 'उद्योजकता ही गुंतवणूक आणि उत्पादनसंधी शोधणे, उद्योगसंस्थेत नवीन उत्पादन प्रक्रिया घडवून आणण्यासाठी उत्पादन प्रक्रियेचे संघटन करणे, भांडवल उभारणी करणे, कामगार नेमणे, कच्च्या मालाच्या पुरवठ्याची सोय करून घेणे, उद्योगसंस्थेची जागा शोधून काढणे, नवीन तंत्रज्ञान आणि वस्तू सादर करणे, कच्च्या मालासाठी नवीन माध्यमे शोधून काढणे आणि उद्योगसंस्थेचे दैनंदिन व्यवस्थापन पार पाडण्यासाठी उच्च व्यवस्थापनाची निवड करणे यामध्येच सामावलेली आहे.'

प्रा. बी. सी. टंडन यांनी उद्योजकाची व्याख्या अगदी योग्य शब्दात केलेली आहे. त्यांच्या मते, 'उद्योजक म्हणजे उत्पादन घटकांची व्यवस्था करून, त्यांचे एकत्रीकरण करून, व्यवसायाची जोखीम पत्करणारी, अत्यंत बुद्धिमान व अंत:प्रेरित व्यक्ती आणि ही व्यक्ती उत्पादन तंत्रांसंबंधी नवीन कल्पना, उत्पादनाचे स्वरूप, संघटन रचना, नवीन व्यवस्थापकीय मनुष्यबळ प्राप्त करणे, प्रशासकीय संघटनेत बदल करणे, उद्योगसंस्थेच्या विकासासाठी नवीन योजनांची माध्यमे प्राप्त करणे यासंबंधी संधी शोधणारी आणि कल्पना करणारी व्यक्ती. अशी व्यक्ती भांडवल गुंतवणारीच असली पाहिजे किंवा यंत्रसामग्री बनवणारी तंत्रज्ञच असली पाहिजे असे नाही. मात्र अशा व्यक्तीत उत्पादन संसाधनांचा आर्थिक दृष्टीने चांगला उपयोग करून उत्पादन कार्य करण्याची कला अवगत असते.'

Evans यांच्या मते, 'उद्योजक म्हणजे अशी व्यक्ती की, जी अनुकरण करते आणि व्यवसायसंस्थेच्या कामकाजावर नियंत्रण ठेवते व सेवा, वस्तू यांचा पुरवठा करण्याच्या दृष्टीने उत्पादन संसाधने एकत्र आणते. मग तो उपक्रम उद्योग, व्यापार किंवा Profession यांपैकी कोणताही असू शकेल.'

पीटर किल्बी (Peter Kilby) यांच्या मते, 'अविकसित देशात उद्योजकतेमध्ये अनेक उपक्रमांचा समावेश होतो. उदा. बाजारपेठेतील संधींचे आकलन, उत्पादन घटकांची जुळणी व व्यवस्थापन करणे, उत्पादन तंत्र आणि उत्पादन सादर करणे. किल्बी यांच्या मते, 'अविकसित देशात बहुसंख्य उद्योग बहु अथवा मध्यम आकाराचे असतात. संसाधने उपलब्ध करून देणाऱ्या संस्थांचा सुद्धा फारसा विकास झालेला नसतो. म्हणूनच उद्योजकीय संस्थांकडे केलेल्या मागण्या ह्या उच्च उत्पन्न अर्थव्यवस्थेच्या तुलनेत अल्प उत्पन्न अर्थव्यवस्थेत अधिक प्रमाणात असतात. म्हणजेच उद्योजकीय भूमिकेत संधींचे आकलन ते उद्योगसंस्थेचा विकास अशा विविध उपक्रमांचा समावेश होतो.'

थोडक्यात, सांगायचे तर उद्योजकतेमध्ये व्यक्तीतील धडाडीच्या विशेष योग्यता व क्षमता यांचा समावेश होतो. उदा. जोखीम पत्करणे, उद्योगसंस्थेच्या भविष्याबाबत अंदाज बांधणे, विविध उत्पादन घटकांचे संघटन करणे, व्यवसायाच्या विविध कामांचे व्यवस्थापन करणे, नवनिर्मिती करणे किंवा नवीन गोष्टींचे अनुकरण करणे, आत्मविश्वास, अनपेक्षित व प्रतिकूल परिस्थितीशी सामना करणे इत्यादी.

उद्योजकांना साहाय्य करण्याकरिता व्यवस्थापनाच्या प्रत्येक शाखेत तज्ज्ञ उपलब्ध आहेत. मग आता खरोखरच गरज कशाची आहे? गरज आहे सरकारला यशस्वीपणे हाताळण्याच्या कौशल्याची, बदलत्या कायद्याचे ज्ञान असण्याची, कर्ज मिळविण्याची, कामगारांचे प्रेम संपादन करण्याची आणि स्पर्धेला यशस्वीपणे तोंड देण्याची. सध्या उदय पावत असलेला उद्योजक हा शुम्पीटर आणि गर्शेन्कॉर्न यांनी वर्णन केलेल्या उद्योजकांपेक्षा पूर्णपणे भिन्न स्वरूपाचा आहे.

उद्योजक होण्यातील आकर्षणे

- तुमचे 'साहेब' तुम्हीच असता.
- तुम्ही स्वतंत्र असता.
- तुम्ही 'दुसऱ्या कुणासाठी' काम करीत नाही.
- तुम्ही इतरांसाठी नोकऱ्या निर्माण करता.
- तुम्ही तुमची सृजनशील हुशारी, कौशल्ये आणि ज्ञान तुमच्या स्वतःच्या लाभासाठी वापरता.
- तुम्हाला अमर्यादित मोबदले मिळतात.
- तुम्ही संपूर्ण जगाला हे सिद्ध करून दाखवता की तुम्ही 'यशदायी' आहात.
- तुम्ही इतरांहून वेगळे असता.

उद्योजक कोण बनू शकतो?

कर्मचारी/तंत्रज्ञ/प्रोफेशनल/गृहिणी/कारागीर/माजी सैनिक/बेरोजगार/ग्रामीण आणि शहरी गरीब

होय ! जर तुमच्यात खालील क्षमता असतील तर हे सहज शक्य आहे.

* पुढाकार
* संधी हेरणे आणि त्या अनुषंगाने आवश्यक कृती करणे.
* दीर्घोद्योग - माहिती प्राप्त करणे.
* उच्च दर्जाच्या कामाबाबत कळकळ.
* कामाच्या करारास वचनबद्ध.
* कार्यक्षमतेवर विशेष भर.
* पद्धतशीर नियोजन.
* समस्येची यशस्वी हाताळणी.
* आत्मविश्वास.
* ठाम नि सकारात्मक वृत्ती.
* इतरांचे मन वळविणे.
* नैतिक बळाच्या डावपेचांचा उपयोग.

उद्योजक बनण्यातील जोखीम व मोबदले

जोखीम	मोबदले
* तुम्ही एकाकी असता.	तुम्ही स्वत:चे साहेब असता.
* घटना तुमच्या नियंत्रणाबाहेरील असू शकतील.	तुम्ही भरपूर नियंत्रण ठेवू शकता.
* तुम्ही आत्मविश्वास गमावू शकता.	आत्मविश्वास निर्माण होतो.
* सारे निर्णय तुमचेच असतील.	तुमच्या सर्जनशीलतेला वाव असेल
* सर्व प्रकारचे नुकसान व तोटा तुमचा असेल.	सर्व प्रकारचे लाभ व नफा तुमचा असेल.
* कामकाज समाधानकारक असू शकणार नाही.	कामकाजातून समाधान प्राप्त होऊ शकेल.
* तुम्हाला प्रदीर्घ तास खर्च करावे लागतील.	समाजात मानाचे स्थान मिळू शकेल.

* तुमच्या सामाजिक आयुष्यावर परिणाम होऊ शकतो.	कुटुंबाचा व्यवसायात सहभाग असू शकतो.
* तुमची संभाव्य क्षमता कमी होईल.	विविधांगी कार्यांचा अनुभव आयुष्यात मिळू शकेल.
* यशाअभावी तुम्हाला नैराश्य येऊ शकते. आणि जीवनमान हे निकृष्ट बनू शकते.	
* तुम्हाला एखाद्याच गोष्टीत पारंगत बनण्यापासून परावृत्त करू शकते किंवा बलस्थाने आणि दुर्बलता यांच्या अनुषंगाने तुमचे व्यक्तिमत्त्व असमतोल बनू शकते.	

४.२ उद्योजकाची सामर्थ्ये व गुणसंपदा

(Competencies/Qualities of an Entrepreneur)

उद्योजकाचे गुण-उपजत आणि प्रयत्नसाध्य गुण

(Qualities of an Entrepreneur-Inherited and Acquired Qualities)

यशस्वी उद्योजकाच्या अंगी सर्वच गुण उपजत असतात अशी बऱ्याच जणांची (अंध) श्रद्धा आहे. वास्तविक काही गुण हे प्रयत्नसाध्य असतात आणि म्हणून यशस्वी उद्योजकांचा तुम्ही विश्लेषणात्मक अभ्यास केला तर असे ध्यानात येईल की त्यांनी बरीच कौशल्ये, गुण हे जाणीवपूर्वक प्रयत्नांनी आत्मसात केलेले आहेत, म्हणजे यशस्वी उद्योजक किंवा आदर्श उद्योजक बनण्यासाठी आवश्यक गुण संपादन करून आपण आपला जीवनक्रम उज्ज्वल बनवू शकतो. ह्यावर मोठ्या प्रमाणात संशोधन झाले असून प्रशिक्षणाद्वारे उद्योजकीय व्यक्तिमत्त्व घडवता येऊ शकते असे सिद्ध झाले आहे.

वास्तविक प्रत्येक व्यक्तीच्या व्यक्तिमत्त्वाच्या जन्मत:च नैसर्गिक प्रेरणा-प्रवृत्ती असतात. बालपणातील संस्कार, कौटुंबिक वातावरण, समाजातील रूढी व श्रद्धा आणि शालेय व महाविद्यालयीन शिक्षणक्रमात व भोवतालच्या आर्थिक, राजकीय वातावरण यामुळे या प्रेरणा आणि प्रवृत्ती खुंटतात किंवा वाढीला लागतात. नैसर्गिक वा उपजत ताल-नाद-स्वरांची देणगी असलेल्या मुलांना आवश्यक शिक्षण दिले नाही तर त्या गुणांची वाढ होणार नाही. नेमके तसेच उद्योजक प्रवृत्ती-प्रेरणेच्या व्यक्तींचेही होते.

विख्यात अमेरिकन प्राध्यापक डॉ. मॅक्लेलँड यांनी मानवी व्यक्तिमत्त्व व वर्तन यांचा दीर्घ अभ्यास केला. भारतासह अनेक राष्ट्रात प्रयोगशील वृत्तीने त्यांनी अनेक

व्यक्तिमत्त्वांचा अभ्यास, त्यांच्यातील उपजत प्रवृत्ती-प्रेरणांचा शोध, त्याची नोंद, पद्धतशीर शिक्षणाचा परिणाम आणि प्रशिक्षण कार्यक्रमाची रचना, शिक्षणपद्धती याबद्दल सखोल आणि विस्तृत संशोधन केले. ह्या संदर्भात **कै. श्री. मनोहर नाडकर्णी** यांच्या नावाचा उल्लेख अत्यंत महत्त्वाचा आहे. त्यांना **'भारतातील उद्योजकता विकास चळवळीचे पितामह'** असे संबोधले जाते.

उपजत प्रवृत्ती आणि प्रेरणा

शेकडा ५% व्यक्तींमध्ये तरी उद्योजकत्वाच्या उपजत प्रवृत्ती आणि प्रेरणा असू शकतात असा एक अंदाज आहे. जात, मातृभाषा, कौटुंबिक पार्श्वभूमी या सर्वांची निरपेक्ष अशी ही टक्केवारी आहे. परंपरेने व्यापार, उद्योगात असलेल्या कुटुंबात ही प्रवृत्ती प्रेरणा सहज जोपासली जाते. मात्र इतर कुटुंबात ती दडपली जाते. व्यक्तीच्या मनावर या प्रेरणांच्या विरोधी मूल्यांचे, रूढींचे, समजुतींचे लेप चढून या प्रेरणा निकामी ठरून कालांतराने लुप्त होतात. प्रत्येक व्यक्तीतील अशा उपजत प्रेरणांचा शोध घेतला आणि उद्योजकत्वास योग्य प्रेरणा असलेल्या व्यक्ती शोधून काढल्या व त्यांना पद्धतशीर शिक्षण देऊन त्या वाढीस लावल्या तर ते उद्योजक बहुतांशी यशस्वी होतात हे आता सिद्ध झाले आहे. अशा व्यक्ती स्वतंत्र उद्योग काढून, चालवून आणि वाढवून अनेक नोकऱ्या आपल्या अखत्यारीतच निर्माण करतात. समाजाची आर्थिक प्रगती वेगाने होण्यास मदत करतात.

यशस्वी उद्योजक

यशस्वी उद्योजक हा गुण समुच्चयामुळेच बनतो. अंगभूत गुणांना परिश्रम, अभ्यास, साहस, प्रशिक्षण यांची जोड दिली की एकातून दुसरा गुण अंगी भिनू लागतो व उद्योजकाचे व्यक्तिमत्त्व आकाराला येते. उद्योजक बनण्याची तीव्र इच्छा असेल, पुढाकार घेण्याची प्रवृत्ती असेल, एखादी समस्या आशावादी दृष्टिकोनातून सोडवण्याचा स्वभाव असेल, तर अशी व्यक्ती खात्रीने यशस्वी उद्योजक होऊ शकते. असे अनेक तरुण व तरुणी यशस्वी उद्योजक तयार झालेले आहेत. त्यांच्याकडे भरपूर पैसा अथवा व्यावसायिक पार्श्वभूमी नसतानासुद्धा! उद्योजकतेची क्षमता एवढी एकच गोष्ट त्यांच्याकडे विपुल प्रमाणात होती.

यशस्वी उद्योजकात पारंपरिक विचारसरणीपासून दूर जाण्याची निरोगी मानसिक वृत्ती, चौकस मन, संशोधन व विकास याद्वारे प्रयोगासाठी खर्च करण्याची तयारी, नवीन नवीन गरजा हेरण्याची व त्या निर्माण करून ग्राहकाला त्या कशा आवश्यक आहेत हे पटविण्याची हातोटी, जोखीम पत्करण्याची, साहस करण्याची, अपयशाने डगमगून न जाण्याची वृत्ती असते. अत्यंत कठीण वाटणारे काम जर यशापयशाचा तुलनात्मक विचार करून, अपयशाची भीती न बाळगता स्वत:स झोकून देऊन सुरू केले तर पुढे सहजसाध्य

वाटू लागते, असे यशस्वी झालेल्या व्यक्ती म्हणतात. कारण कामच कामाचा गुरू असतो. म्हणून नवीन क्षेत्रात प्रथम पाऊल टाकणे महत्त्वाचे ठरते. पुढील रस्ता आपोआप स्पष्ट होत जातो.

उद्योजकीय गुण प्रयत्न साध्य

सर्वच्या सर्व गुण एखाद्याच्या अंगी असतील असे नाही. अर्थात एखाद्याच्या अंगी जितक्या जास्त प्रमाणात हे गुण असतील तितक्या प्रमाणात ती व्यक्ती अधिक यशस्वी होते असे म्हणावयास हरकत नाही. महत्त्वाकांक्षा असणे आणि स्वत:चे कर्तृत्व दाखविण्याची संधी एकसारखी शोधत राहणे हा उद्योजकाचा गुण असतो. त्यामुळे इतरांपेक्षा वेगळे काही करून दाखविणे, त्या दृष्टीने विचार करणे व हे विचार, प्रयत्न कार्यवाहीत आणणे ही क्रिया सातत्याने अशा माणसाच्या मनात चालू असते. त्याच्या अंगी उपजत नेतृत्वाचे गुण असतात नि त्यामुळे इतरांवर छाप पाडणे, लोकांना आपल्यासारखा विचार करावयास लावणे हेही शक्य होते. आपले उद्दिष्ट गाठण्यासाठी काही प्रमाणात धोके पत्करण्याचीही त्यांची तयारी असते. मात्र हे धोके सावधगिरीने सारासार विचार करून घेतलेले असतात. अनाठायी धोक्यात स्वत:ला झोकून देणाऱ्याला उद्योजक म्हणता येणार नाही. स्वत:बद्दलच्या त्यांच्या कल्पनाही व्यावहारिक असतात. आवाक्याबाहेरच्या गोष्टींच्या मागे लागून गगनाला गवसणी घालण्याचा प्रयत्न ते करीत नाहीत. उपक्रमशीलता नि स्वतंत्र बुद्धी यांचेही देणे अशा मंडळींकडे उपजतच असते. प्रश्नांना/अडचणींना बगल देऊन पळवाट काढावयाची हे त्यांचे धोरण नसते. निव्वळ स्वप्ने रंगवत बसण्याची त्यांची तयारी नसते. स्वप्ने ठराविक काळात प्रत्यक्षात कशी येतील ते पाहणे व त्यासाठी आपले संयोजनाचे व व्यवस्थापनाचे सर्व कौशल्य वापरणे हे त्यांचे कौशल्य असते. सभोवतालचे वातावरण नि परिस्थिती आपण बदलू शकू असा त्यांचा विश्वास असतो. दैवावर हवाला ठेवून 'ठेविले अनंते तैसेचि राहावे' किंवा 'असेल माझा हरी तर देईल खाटल्यावरी' अशा विचारसरणीचे नसतात. आपल्या सहकाऱ्यांवर त्याचा पूर्ण विश्वास असतो. अनेक निर्णय त्या त्या अधिकाऱ्यांच्या पातळीवर घेण्याची परवानगी तो त्यांना देतो.

उद्योजकतेच्या दृष्टीने पुढे जाण्यासाठी आवश्यक असणाऱ्या गुणांची माहिती झाली, त्यातील कोणते गुण आपल्यात आहेत व कोणते गुण नाहीत असे समजले व नसलेले गुण त्यांनी बाणवण्याचा जाणीवपूर्वक प्रयत्न केला तर कोणतीही औद्योगिक/व्यापारी पार्श्वभूमी नसणारी व्यक्ती उद्योजक बनू शकते. उद्योजक ही व्यक्ती नसून ती एक प्रवृत्ती आहे. उद्योजकीय पार्श्वभूमी नसतानासुद्धा यशस्वी उद्योजक बनलेली व्यक्तिमत्त्वे आपल्याला पाहायला मिळतात. केवळ ते 'उद्योजकांक्षी' होते म्हणून.

यावरून हेच सिद्ध होते की, मनुष्याचे यश किंवा अपयश हे नशिबावर

अवलंबून नसून ते त्याच्या स्वत:च्या कर्तृत्वावरच अवलंबून असते. यशासाठी सकारात्मक प्रवृत्ती अत्यावश्यक असते. प्रयत्न करीत असताना आपल्या नशिबाने काय होईल ह्याच भीतीने पुष्कळांचा आत्मविश्वास पोखरला जातो. माणसाचे आयुष्य हा काही नशिबाचा खेळ नाही. परिस्थितीवर सत्ता गाजविण्यासाठी मनुष्याचा जन्म झाला आहे. प्रत्येकाच्या अंगी वास्तविक गुण असतात. परंतु बऱ्याच जणांचे हे गुण 'सुप्त' असतात. म्हणून प्रत्येकाने आपल्यामध्ये असलेल्या गुणांचा शोध घेतला पाहिजे. दैववादी बनून राहणारी व्यक्ती आळसाने व्यर्थ दु:खी बनते.

यशस्वी उद्योजकाचे गुण/सामर्थ्य

यशस्वी उद्योजकाच्या अंगी असणाऱ्या विविध गुणांची सविस्तर चर्चा खालील परिच्छेदातून केलेली आहे.

(१) **नवीन शोध लावण्याची वृत्ती :** उद्योजकात नवीन शोध लावण्याची प्रवृत्ती तीव्रतेने असते. नवनवीन उत्पादन पद्धती तो अमलात आणतो आणि उत्पादन संसाधनांचा पर्याप्त वापर कसा होऊ शकेल, मनुष्यबळाचा पर्याप्त उपयोग करून घेऊन, उत्पादन किंमत कमीत कमी कशी करता येईल याचा विचार करतो. ख्यातनाम उद्योगपती नवलमलजी फिरोदिया यांच्या मते, 'माणसाला जर एखाद्या कामात आवड असली तर त्यातून तो नवनवीन गोष्टी शिकू शकतो. डोक्यात आलेली कल्पना इकडून तिकडून, जिथून मिळेल तिथून माहिती घेऊन जो पुढे जाऊ शकतो तो खरा उद्योजक म्हणायला पाहिजे.' 'नावीन्याचा ध्यास' हे फिरोदिया यांचे खास वैशिष्ट्य. ज्या ज्या उद्योगांना त्यांनी सुरुवात केली ते सर्व उपक्रम भारतात प्रथमच सुरुवात केलेले होते. 'धंदा असा निवडा की, त्यात आपले स्पर्धक निर्माण व्हायला २५ वर्षे लागतील.' असे ते म्हणत. आपण स्वीकारलेल्या प्रत्येक उद्योगात नावीन्य राखून आपण अग्रेसर असले पाहिजे. सतत नव्याचा शोध घेत असताना, चांगले बस्तान बसलेल्या कारखानदारीत सुद्धा सर्वोत्कृष्ट श्रेणी गाठण्याचा व ती कायम टिकवून ठेवण्याचा उद्योजकाने प्रयत्न केला पाहिजे असा त्यांचा आग्रह असे. यशस्वी उद्योजकांना सदैव प्रगतीच्या नव्या वाटा, नव्या दिशा आवडतात आणि म्हणूनच नवीन नवीन प्रकारची उत्पादने आपल्याला वापरायला मिळतात. उदा. बटन-स्टार्ट, कायनेटिक होंडा स्कूटर.

(२) **योग्य आणि वाजवी जोखीम पत्करण्याची वृत्ती :** उद्योगात कोणत्याही गोष्टीची शाश्वती नसते. त्यामुळे ह्या गुणाला विशेष महत्त्व आहे. ज्या बाबतीत यशाची निश्चित खात्री देता येत नाही असे अनेक निर्णय उद्योजक घेत असतो. अनेक संसाधने उद्योजकाने गुंतवलेली असतात व त्यांच्या बाबतीत जोखीमच पत्करलेली

असते. अपयश आल्यास हे सर्व बुडीत जाण्याची शक्यता असते. म्हणूनच सर्वच अनिश्चित गोष्टींना सामोरे जाऊन, विचलित न होता, उद्योजकाच्या अंगी समयसूचकता, निर्भयता आणि सोशिकपणा असावयास हवा. कोणत्याही उद्योगात धोका असतोच. असे म्हटले जाते की ज्या कामात साठ टक्क्यांपेक्षा जास्त यशाची शक्यता आहे असेच साहस उद्योजक करतात. कोणतेही धाडस करताना संभाव्य निकालावर जास्तीत जास्त स्वत:चे नियंत्रण असेल हे ते पाहतात. ख्यातनाम उद्योगपती जे. आर. डी. टाटा यांचे उद्गार ह्या संदर्भात लक्षात घेण्याजोगे आहेत, 'कोणाही माणसाने थोडेफार धोक्याच्या सावलीत जगायचे ठरवण्यास हरकत नाही. तशा प्रकारच्या जगण्यात एक प्रकारचा उन्माद आणि स्वत:च्या इच्छापूर्तींची जाणीव वास करीत असते. त्यापासून मिळणारा आनंद अवर्णनीय असतो.'

उद्योजक अवाजवी जोखीम कधीच पत्करत नाही, अनुत्पादक जोखीम कधीच पत्करत नाही, तर तो समीकरणबद्ध धाडस करतो हे महत्त्वाचे.

(३) **सिद्धीप्रेरणा** : सिद्धीप्रेरणा म्हणजे आपले ईप्सित हर प्रयत्नाने साध्य करण्याची ईर्षा. "The Achieving Society" ह्या आपल्या संदर्भ ग्रंथात डेव्हिड सी. मॅक्लेलँड यांनी यशसिद्धीच्या गरजेची प्रेरणा उद्योजकात असणे महत्त्वाचे कसे आहे हे स्पष्ट केले आहे. हे उद्योजकाचे समान्यजनांहून एक आगळे-वेगळे वैशिष्ट्य असते. उद्योजकाला नेहमीच काहीतरी नवनिर्मिती करण्याची तीव्र इच्छा असते. तो अल्पसंतुष्ट नसतो. सिद्धीप्रेरणा म्हणजे काहीतरी करून दाखवायचे, काहीतरी साध्य करण्याचे मनात असलेल्या उर्मी आणि त्यासाठीची धडपड. होतकरू उद्योजकाने त्याच्या पूर्वायुष्यात डोकावले तर अशा ऊर्मी आपल्या जवळ आहेत किंवा नाहीत याची कल्पना त्याला मिळू शकेल. उद्योजक डोळ्यासमोर एखादे ध्येय निश्चित ठेवतो व ते साध्य करण्याच्या दृष्टीने येणाऱ्या अडचणींचा विचार न करता मार्ग काढण्याची त्याची वृत्ती लक्षात येते. अडचणींवर येणाऱ्या अडीअडचणींचा विचार न करता मार्ग काढण्याची त्याची जिद्द लक्षात येते. अडचणींवर मात करण्यासाठी वेगवेगळे मार्ग शोधून काढताना अनेकांचे सहकार्य घेऊन तो पुढे जातो, नवीन पर्याय तपासून, शोधून काढतो.

यशस्वी व्यक्तिमत्त्वाचे रहस्य उद्योजकांच्या सिद्धी-प्रेरणेत लपलेले असते. काही वेळा ही शक्ती सुप्त स्वरूपातही राहते. एखादा प्रसंग, घटना, क्षण बदलाचा ठाम निर्णय घेण्यास कारणीभूत ठरतात आणि सर्वसामान्य व्यक्तीसुद्धा यश संपादण्यासाठी प्रयत्न करू लागतात. असे म्हणतात की, अपमानातच उन्नतीची बीजे असतात. ख्यातनाम गायक पंडित जसराज यांचे उदाहरण आपण पाहू या. ते पूर्वी तबला वादक होते. त्यांनी एका गुरूजवळ गाणे शिकण्याची इच्छा

व्यक्त केल्यावर त्यांची 'तू मेलेल्या जनावराचे कातडे बडवणारा. तू काय गाणे शिकणार?' असे अपमानास्पद उत्तर दिले. त्यातून जिद्दीला पेटून पंडित जसराज यांनी शास्त्रीय संगीताच्या क्षेत्रात ख्यातनाम गायक म्हणून संपूर्ण जगभर नावलौकिक प्राप्त केला.

अधिकाधिक प्रतिष्ठा, व्यवसायामध्ये प्राप्त होणारे यश, नवीन वस्तू शोधून काढणे आणि त्या जनमानसात लोकप्रिय करणे ह्या गोष्टी साध्य केल्याने त्यांच्या गरजांची पूर्ती होत असते. यशसिद्धीच्या गरजेपायी तो आपल्या उद्योगात विविधता आणतो. कै. वालचंद हिराचंद यांचे उदाहरण उल्लेखनीय आहे. त्यांनी बडेबडे उद्योग स्थापन करून भारताच्या आर्थिक आणि औद्योगिक विकासाला यशस्वीपणे हातभार लावला आहे. त्यांच्या उद्योगांपैकी काही ठळक उद्योगांची उदाहरणे म्हणजे जहाजबांधणी, मोटारगाड्या निर्मिती, विमानबांधणी, साखर कारखाने, साखर कारखान्यांना लागणारी यंत्रसामग्री बनविणे, बांधकाम उद्योग, अभियांत्रिकी उद्योग इत्यादी. म्हणजेच उद्योजक उच्च उद्दिष्टे गाठण्याची तीव्र महत्त्वाकांक्षा उरी बाळगून असतात आणि ते ती उद्दिष्टे साध्य करण्यात स्वप्न प्रत्यक्ष साकारण्यात यशस्वी होतात. उद्दिष्ट गाठणे ही त्यांना यशसिद्धीची प्रेरणा वाटते.

(४) **मागील अनुभवावरून शिकणे** : उद्योजक काही ठरावीक उद्दिष्टे मनात योजतो व ती पूर्ण करण्याचा प्रयत्न करतो. हा प्रयत्न करीत असतानाच तो भूतकाळाचा आढावा घेतो. आतापर्यंत काय वाटचाल केलेली आहे त्यात त्याला रस असतो. आढावा घेतल्यावर उद्योजकाला त्याच्या प्रगतीचा आलेख मिळेल, यश मिळाले आहे की अपयश मिळाले आहे हे लक्षात येईल. वस्तुस्थितीचे उद्योजक विश्लेषण करतो आणि मागील अनुभवावरून नेमके काय शिकता येईल याचा विचार करतो. अशा पद्धतीने पाठपुराव्यामधून माहिती मिळविल्यावर त्याच्या अभ्यासावरून उद्योजक स्वत:चे निष्कर्ष काढतो, योजनांची आवश्यकतेप्रमाणे पुनर्रचना करतो आणि भविष्यकाळात पुनश्च अपयश, अडचणी येणार नाहीत हे पाहतो.

(५) **व्यावसायिक पर्यावरणाबाबत जागरूकता** : व्यावसायिक पर्यावरणातील घटक नेहमी बदलते असतात. ह्या बदलत्या घटकांचे भान ठेवून त्यास अनुरूप असे निर्णय घ्यावे लागतात. विविध घटकातील बदलांना सामोरे जाणे महत्त्वाचे. त्या बदलांनुसार स्वत:च्या उद्योग व्यवसायात बदल करणे महत्त्वाचे. उदाहरणार्थ युद्ध परिस्थिती, तांत्रिक बदल, आर्थिक मंदी, राजकीय उलाढाली इत्यादींमुळे उद्योग-व्यवसायांवर परिणाम होऊ शकतो. त्यानुसार योग्य पावले उद्योजकाने टाकणे महत्त्वाचे.

(६) **उत्पादन संसाधने संपादन करण्याचे कौशल्य** : उद्योजकाला अनेकविध उत्पादन संसाधनांचे संयोजन करावयाचे असते. ही संसाधने किफायतशीर दराने प्राप्त करणे हे कौशल्य उद्योजकाजवळ असले पाहिजे. तरच त्याला वाढत्या स्पर्धेत टिकून राहता येईल.

(७) **स्वतंत्र विचार करण्याचा बाणा** : कुणाच्याही नियंत्रणाखाली कुणाच्याही विचाराने काम करणे हा उद्योजकाचा स्वभावच नसतो. इतरांच्या विचाराने निर्णय घेणे ही कल्पना उद्योजकाला रुचत नाही. (अर्थात उद्योजक इतरांशी सल्लामसलत जरूर करतो. अंतिम निर्णय मात्र उद्योजक स्वत:च घेतो.) स्वत:च्या विचारशक्तीला, कल्पनाशक्तीला वाव देणे आणि त्यानुसार निर्णय घेण्यात उद्योजकाला धन्यता वाटते. केवळ विचारांच्याच बाबतीत नव्हे तर कृतींच्या बाबतीत सुद्धा हे लागू पडते. ज्या उद्योजकांच्या अंगी विचार आणि कृती ह्यांच्याबाबत स्वातंत्र्य असण्याचा गुण असतो, त्या व्यक्तींमध्ये ह्या गुणासाठी पोषक असणारे, अन्य गुण असतातच. उदा. धैर्य, चातुर्य, समयसूचकता, पद्धतशीर आणि बुद्धिप्रधान निर्णय घेणे इत्यादी.

(८) **कालबद्धता** : उद्योजकाला वेळेचे चांगलेच भान असते. कोणतीही गोष्ट वेळेवर झाली तर गोष्टीचे महत्त्व असते. त्यामध्ये दिरंगाई झाल्यास अपयशांची मालिकाच सुरू होते. म्हणूनच उद्योजक त्याचे तपशीलवार कार्यवेळापत्रक बनवतो आणि त्याची काटेकोर अंमलबजावणी करतो. परिणामत: त्याच्या उद्योगसंस्थेतील इतर अधिकारी, कर्मचारीसुद्धा वेळेचे बंधन पाळतात, त्यांचे सहकार्य मिळते; त्यामुळे वेळेचा अपव्यय न होता सर्वच कामे ते बिनबोभाट आणि वेळेत पार पाडू शकतात.

त्यांना पीटर ड्रकर यांचे विधान पक्के ठाऊक असते, "Time is the scarce resource. If it is not managed, nothing can be managed."

(९) **अनुकरणप्रियता** : इतरांच्या चांगल्या गोष्टींचे अनुकरण करणे हा उद्योजकांच्या अंगचा आणखी एक गुण. अनुकरण हे वस्तू, सेवा, योजना, उत्पादन पद्धती, व्यवस्थापन पद्धती इत्यादी कशाचेही असू शकेल. विशेषत: विकसनशील राष्ट्रांमध्ये अनुकरणप्रियता हा गुण महत्त्वाचा आणि अत्यावश्यक ठरतो. ज्या उद्योजकांना नवनिर्मिती करणे, आर्थिक पाठबळाच्या अभावामुळे अशक्य असते, त्यांनी अनुकरण करणे अधिक चांगले.

(१०) **उत्साही, आनंदी वृत्ती** : उद्योजकाची खरी कसोटी असते तो कितपत आनंदी, उत्साही राहतो. ह्यामध्येही उद्योगातील दैनंदिन समस्यांव्यतिरिक्त त्यांच्या सामाजिक, कौटुंबिक जीवनामधील समस्या, ताण, काळज्या असतातच. ह्या

सर्वांवर मात करून, संयम राखून उद्योजकाने आनंदी, उत्साही राहिले पाहिजे. दुय्यम अधिकारी हे उद्योजकाचेच अनुकरण करीत असल्याने, उद्योजकच जर मरगळलेला असेल, निरूत्साही असेल, अपयशाने दु:खी, निराश होत असेल तर दुय्यम अधिकारी सुद्धा तेच अनुकरण करतात. ह्या संदर्भात ख्यातनाम उद्योगपती बा. म. गोगटे यांचे उदाहरण बोलके आहे. गोव्याजवळ त्यांनी खाणी विकत घेतल्या. पहिल्या दोन प्रयत्नात तर हाती काहीच लागले नाही. अल्पकाळातच ते दिङ्मूढ झाले. परंतु त्यांनी स्वत:ला सावरले आणि आशादायी दृष्टिकोन ठेवून प्रसंगी सहकाऱ्यांनाच धीर देऊन, उत्साही राहून, यश येणारच ह्या दांडग्या आत्मविश्वासाने पुन्हा प्रयत्न सुरू केला आणि त्यांना यश आले.

(११) **चौकसवृत्ती आणि जागरूकता** : उद्योजकाने आपले कान आणि डोळे सदैव उघडे ठेवले पाहिजेत. घडणाऱ्या घटना, तंत्रज्ञान, स्पर्धक इत्यादींबाबत सातत्याने जागरूक असले पाहिजे. ह्यासाठी वर्तमानपत्रे, आकाशवाणी, दूरदर्शन यांच्या बातम्या, अन्य व्यावसायिकांशी विचारविनिमय, उद्योगक्षेत्राशी निगडित सभांना उपस्थित राहणे, व्याख्याने ऐकणे, औद्योगिक प्रदर्शनांना भेटी देणे, औद्योगिक क्षेत्राला वाहिलेल्या नियकालिकांचे वाचन करणे इत्यादी मार्ग खुले आहेत.

(१२) **प्रामाणिकपणा व निष्ठा** : जे कार्य स्वीकारले आहे त्यावर उद्योजकांची निष्ठा हवी. सर्वच व्यवहारांशी तो प्रामाणिक असला पाहिजे. कोणत्याही कारणासाठी त्याने गैरव्यवहाराचा मार्ग अवलंबू नये. 'गैरव्यवहारी' म्हणून एकदा शिक्का त्याला बसला तर तो कायमचाच! येथे पुढील विधान ध्यानात घेणे आवश्यक आहे.

You can fool people all the time. You can fool all the people for some time. But you cannot fool all the people all the time.

(१३) **प्रभावी व्यक्तिमत्त्व** : एखाद्या व्यक्तीचे अंगभूत गुण व स्वभाव वैशिष्ट्ये व त्याचे बाह्यरूप या सर्वांच्या होणाऱ्या परिणामापासून इतरांच्या मनात निर्माण होणारी प्रतिमा म्हणजे व्यक्तिमत्त्व होय. उद्योजकीय व्यक्तिमत्त्व ही उद्योजकाची सर्वात मोठी जमेची बाजू असते. त्याच्या क्षमता, कौशल्य, सवयी, वृत्ती इत्यादी सर्वांनाच प्रभावित करतात. कष्ट करण्याची प्रवृत्ती, सहनशीलता, उदंड जनसंपर्क, धडपड, जिद्द, श्रमप्रतिष्ठा, दूरदृष्टी, सातत्य, पाठपुरावा, व्यासंग, माणसे जोडण्याचे कसब, सौजन्य, संयम, नावीन्याची हौस ह्या गुणांनी त्याचे व्यक्तिमत्त्व संपन्न झालेले असते.

(१४) **प्रश्न व अडचणी सकारात्मक भूमिकेतून सोडविण्याची कला** : कोणतीही अडचण, प्रश्न, संकट अनपेक्षितपणे उद्‌भवले तर त्याला पुढे कसे तोंड द्यावयाचे याची उद्योजक तयारी करतात नि आलेल्या अडचणींना, संकटांना, प्रश्नांना शांतपणे तोंड देतात. आपल्या मनाची समतोल वृत्ती ते कधीच ढळू देत नाहीत. प्रश्न भेडसावत असताना माणूस दोन पद्धतींनी त्या प्रश्नांना सामोरे जातो. धडाडीचा, जिद्दीचा माणूस प्रश्नावर मात करण्यासाठी त्या प्रश्नाचा सर्वंकष अभ्यास करून उपाय शोधण्यासाठी धडपडतो तर नकारात्मक भूमिका घेणारा नैराश्यवादी माणूस, प्रश्नच टाळून स्वत:ला कुठल्या तरी नशेत झोकून देण्याचा प्रयत्न करतो. उद्योजक हा पहिल्या प्रकारात मोडणारा असतो. उद्योजक मनाला योग्य विचार करण्याचे वळण लावतो. तो मनाची हिंमत बांधतो. मन सुसंस्कारित करतो. अशा मनाच्या आधारे कठीण परिस्थितीला डगमगून न जाता प्रश्नाचे उत्तर शोधून तो यश प्राप्त करतो.

आजची परिस्थिती ही चोहो बाजूंनी अत्यंत प्रतिकूल बनत जाणारी आहे. सर्वत्र जीवघेणी स्पर्धा आहे. नकारात्मक भूमिकेतून त्याकडे पाहिले तर पदरी फक्त घोर निराशाच पडेल. उद्योजक मात्र सकारात्मक भूमिकेच्या साहाय्याने प्रश्न सोडवतो. अडचणीच्या काळातसुद्धा उद्योजक स्वत:चे प्रश्न स्वत:च सोडवतो. ठामपणे त्याला सामोरे जातो, परिस्थितीला अनाठायी दोष देत न बसता परिस्थिती आपल्या बाजूने वळवितो. असे सकारात्मक मनाने घडवलेले उद्योजकीय व्यक्तिमत्त्व राष्ट्रोन्नतीसाठी महत्त्वाचे.

ख्यातनाम उद्योगपती कै. शंतनुराव किर्लोस्कर यांचे विचार ह्या संदर्भात अत्यंत मार्गदर्शक ठरतात. काळजी करीत बसल्याने प्रश्न सुटत नसतात. काही अडचणी, प्रश्न निर्माण झाल्यास माहीतगार लोकांशी त्यावर चर्चा करून मार्ग काढणे हा सगळ्यात चांगला उपाय. काय करायचे असा ठाम निर्णय एकदा झाल्यावर काळजी उरतच नाही. सतत काम करीत राहणाऱ्या माणसाला काळजी ग्रासू शकत नाही. तेव्हा ताणातून मुक्त होण्याचा उपाय म्हणजे अडचणीत विचारपूर्वक मार्ग काढणे व सतत कार्यरत राहणे.

(१५) **सर्वप्रथम जबाबदारी घेण्याची वृत्ती** : कोणतीही जबाबदारी अवघड, आव्हानात्मक काम सर्वप्रथम करण्याची उद्योजकाची वृत्ती असते. पुढाकार घेऊन एखादे अतिभव्य कार्य सिद्धीस नेण्यातच त्यांना अत्यानंद मिळतो. काहीतरी वेगळे, नवीन करून दाखविण्यामध्ये उद्योजकांना रस वाटतो. टाटा उद्योगसमूहाचे उदाहरण ह्या संदर्भात पुरेसे बोलके आहे. विमानोड्डाणापासून अणुऊर्जेत नवनवीन प्रकल्प यशस्वीपणे ह्या उद्योगसमूहाने सुरू केले.

(१६) **दुर्मीळ गुण उत्तम अर्थव्यवस्थापन** : उद्योजकांत उत्तम अर्थव्यवस्थापन हा अत्यंत दुर्मीळ गुण आढळतो. आर्थिक व्यवहाराबद्दल अतिशय काटेकोरपणा ते पाळतात. भक्कम सुस्थिर आर्थिक पायावर कंपन्या उभ्या करतात. आपल्याला लागणारा माल कोठे स्वस्त मिळेल तेथून खरेदी करणे नि आपल्या उत्पादनाला जेथे जास्तीत जास्त किंमत मिळते तेथे तो उत्पादन विकतो. हेच उद्योजकाच्या आर्थिक यशाचे सूत्र असते.

(१७) **सतत शिकणे** : उद्योजक सातत्याने नवनवीन गोष्टी शिकण्याचा, जाणून घेण्याचा प्रयत्न करतो. कारण त्याला ही जाणीव असते की उद्योगाच्या प्रत्येक क्षेत्रात बदल होत आहेत आणि जर हे बदल आपल्याला ठाऊक नसतील, त्या अनुषंगाने आपण नवीन गोष्टी आत्मसात केल्या नाहीत तर आपले नुकसानच होईल. म्हणूनच शिकणारी मंडळीच यशस्वी उद्योजक बनू शकतात. 'जो उद्योजक शिकणे थांबवतो तो आपल्या उद्योगाचा मृत्युलेख लिहायला सुरुवात करतो.' असे म्हटले जाते. बजाज टेंपोचे आताचे नाव फोर्स मोटर्स आहे.

(१८) **दूरदृष्टी** : सतत दूरगामी दृष्टीने बघणे हा उद्योगधंद्यातील एक अत्यंत महत्त्वाचा भाग असतो. आगामी पाच-पंचवीस वर्षात काय घडेल, गिऱ्हाईक बदलेल का, तंत्रज्ञान बदलेल का, क्षितिजावर नवे तंत्रज्ञान कोणते येईल, बाजारपेठ का, कशी व केव्हा बदलेल, उत्पादन क्षमता किती व कशी वाढवावी लागेल, अस्तित्वात असणाऱ्या कच्च्या मालात तंत्रज्ञानामुळे कोणते नवे बदल येतील व त्यामुळे उत्पादन व उत्पादन व्यवस्था ह्यात कोणते मूलभूत बदल करावे लागतील याचा विचार उद्योजक आधीच करतो आणि म्हणूनच तो उद्योग व्यवसायात अथवा अर्थव्यवस्थेत येणाऱ्या चक्रीवादळापासून संरक्षण करण्याची क्षमता बाळगतो. भविष्यकालीन परिस्थिती हेरून त्यावर तांत्रिक/आर्थिकदृष्ट्या मात करणे अथवा मात करण्याचा जबरदस्त प्रयत्न उद्योजक करतो. राष्ट्रासाठी संपत्ती निर्माण करण्याकरिता दीर्घोद्योगाबरोबर दूरदृष्टीचीही आवश्यकता असते.

(१९) **चांगला श्रोता** : बोलायचे कसे म्हणजेच संभाषण कलेचे वर्ग जगात सर्वत्र चालतात. परंतु श्रवणभक्ती कशी करावी ह्याचे वर्ग नाहीत. वास्तविक केवळ चांगले ऐकल्याने सुद्धा अनेक फायदे हातात. ह्या संदर्भात एक उदाहरण पाहू. १९३३ मध्ये एक इंग्लिश अधिकारी आबासाहेब गरवारेंकडे गाडी खरेदी करण्यासाठी आला. येथील वापरलेल्या जुन्या गाड्यांच्या किमती पाहून त्याने आश्चर्य व्यक्त केले नि तो सहज म्हणाला, 'भारतात जुन्या गाड्यांच्या किमती

फारच आहेत. इंग्लंडमध्ये अशा गाड्यांच्या किमती यापेक्षा खूपच कमी आहेत नि ऑफ सिझनमध्ये या किमती आणखी उतरतात.' आबासाहेबांनी आपले कान टवकारले. या गिऱ्हाइकाबरोबर बोलून त्यांनी इंग्लंडमधील जुन्या मोटारगाड्यांच्या बाजारपेठांसंबंधी पुरेशी माहिती मिळविली आणि तडक ती परकीय बाजारपेठ गाठली. इंग्लंडमध्ये त्यांनी गरवारे मोटर्स कंपनीची स्थापना केली व तेथून नवनवीन नमुन्यांच्या जुन्या मोटारी ते आयात करू लागले. तेथील मालमत्ता तर खरेदी केलीच. परंतु मालमत्तेच्या मालकालाच आबासाहेबांनी आपल्याकडे नोकरीस ठेवले. ब्रिटिशांचे राज्य ऐन भरभराटीत असताना एका ब्रिटिश माणसालाच आपल्या पदरी नोकर म्हणून ठेवणारा असा हा महत्त्वाकांक्षी मराठी उद्योजक होता. त्यांनी बकिंगहॅम पॅलेसमधून प्रिन्स ऑफ वेल्सची गाडीच विकत घेतली.

(२०) **अपयशाने खचून न जाणे** : उद्योजक अपयशाने कधीही खचून जात नाही. तसेच यशाने तो हुरळून जात नाही. उद्योग व्यवसाय म्हणजे अपयश, धोका/जोखीम ह्या गोष्टी आल्याच. मात्र उद्योजक अपयश आले तरी त्याकडे वेगळ्याच दृष्टीने बघतो. निराश होत नाही. म्हणूनच नव्या उमेदीने पुन्हा अडचणींशी सामना करायला उद्योजक तयार होतात.

(२१) **अपमानातून जिद्द** : आयुष्यात अपमानाचे प्रसंग येतात. त्याकडे व्यक्ती कोणत्या दृष्टिकोनातून पाहते ते महत्त्वाचे. सामान्य व्यक्ती अपमानाचा राग येऊन त्याबद्दल दु:ख करीत बसेल. उद्योजकीय प्रवृत्तीची व्यक्ती मात्र त्यातून पेटून उठून अधिक उच्च दर्जाचे ध्येय निश्चित करून ते अत्युत्तम पद्धतीने गाठण्याचा प्रयत्न करेल. आबासाहेब गरवारेंच्या बाबतीत असेच काहीसे घडले होते. भारतातील टूथब्रशच्या उद्योगाला लागणारे नायलॉनचे ब्रिसल्स एक ब्रिटिश कंपनी वर्षानुवर्षे आपल्या देशाला पुरवत असे. या कंपनीशी आबासाहेबांचे चांगले संबंध असल्याने त्यांच्या सहकार्याने ब्रिसल्सचे उत्पादन भारतात करावे या दृष्टीने त्यांनी विचारणा केली. तेव्हा या ब्रिटिश कंपनीच्या संचालकाने उपरोधिक स्वरात सांगितले की, नायलॉन ब्रिसल्सच्या निर्मितीसाठी भारताला निदान २५ वर्षे तरी थांबले पाहिजे. गरवारेंनी हे आव्हान स्वीकारले. जर्मनीतील एका कंपनीला गाठून त्यांनी तेथून यंत्रसामग्री मागविली, तेथे आपले तंत्रज्ञ पाठवून तंत्रज्ञान शिकून घेतले व सुमारे आठ महिन्यांच्या अवधीत जागतिक दर्जाचे ब्रिसल्स करण्यास सुरुवात केली. संशोधनाची नि नावीन्याची त्यांनी सतत कास धरली.

(२२) **संधीबाबत जागरूकता** : यशस्वी उद्योजक संधी मिळताच संधीवर झडप घालून त्याचे स्वत:च्या फायद्यात रूपांतर करून घेतो. ही क्षमता उद्योजकात जबरदस्त असते. त्याची नजर अतिशय चाणाक्ष असते आणि ते बरोबर संधीवर झडप गालतात. अडचणीच्या प्रसंगी उद्योजकांच्या नवनिर्मितीच्या गुणाचे प्रकटीकरण होते आणि एखाद्या अडचणीच्या प्रसंगाला ते अतिशय आश्चर्यकारक वळण देऊन त्या अडचणीचे संधीमध्ये रूपांतर करतात. अर्थातच ते तेवढेच व्यवहारवादी असतात. ते योग्य नियोजन करतात आणि संधीचा फायदा उठवण्याच्या दृष्टिकोनातून उद्दिष्ट साध्य कसे करायचे ह्याबद्दल काळजीपूर्वक विचार करतात.

(२३) **वाटाघाटीचे कौशल्य** : यशस्वी होण्यासाठी उद्योजकाला वाटाघाटीचे कौशल्य अवगत असले पाहिजे. कर्मचारी, वरिष्ठ अधिकारी, पुरवठादार, ग्राहक इत्यादींशी त्याचा संपर्क येतो. त्यांच्याशी वाटाघाटी कराव्या लागतात. त्या यशस्वी झाल्या तरच उद्योजक यशस्वी होऊ शकेल.

वरील परिच्छेदातून आपण उद्योजकांच्या गुणांचा सविस्तरपणे विचार केला. त्यावरून आपल्याला असे लक्षात येते की उद्योजक योग्य वेळी निर्णय घेतात, त्यांना भविष्याबद्दल विश्वास वाटतो, ते कुशल संघटक असतात. भोवतालची परिस्थिती बदलण्याची त्यांच्यामध्ये ताकद असते. पैशाबद्दल त्यांचा अत्यंत व्यावहारिक दृष्टिकोन असतो. कामाचा प्रचंड उत्साह असतो. त्यांना कामाची माणसे जोडता येतात व ते नेतृत्वही करू शकतात. संभाषण कला त्यांच्यात असते. ते आशावादी असतात, मानसिक अडथळ्यावर ते मात करू शकतात. 'लोक काय म्हणतील' याची अनामिक भीती त्यांना वाटत नाही. जुन्या गोष्टींचा त्याग करून नवी तंत्रे व ज्ञान घेण्यास त्यांना आवडते आणि व्यवसायाच्या सतत नवीन संधी शोधत राहणे त्यांच्या स्वभावात असते. **हात, बुद्धी आणि क्षमता यांचा त्रिवेणी संगम जेव्हा होईल तेव्हा व्यक्ती उद्योजक बनते.** आपण कोणत्याही शाखेचे असलात तरी उद्योजक बनू शकता. फक्त अभियांत्रिकीच्या विद्यार्थ्यांनीच कारखाने काढावेत असा काही नियम नाही. तुम्हाला तीव्र उर्मी मात्र असली पाहिजे.

जागतिक दर्जाचे बनायचे असेल, तर प्रथम आपल्या ग्राहकांच्या मनात सर्वोत्कृष्ट स्थान मिळविणे, हाच भारतीय उद्योगांसाठी यशाचा मंत्र आहे. जागतिक दर्जा प्राप्त करणे हे आता आपल्या इच्छेवर अवलंबून नसून तो अस्तित्वाचा मुद्दा ठरला आहे. जागतिक दर्जा मिळविण्याचा माझ्या दृष्टीने अर्थ म्हणजे अशी उत्पादने व सेवांची निर्मिती जी जगात कुठेही स्पर्धेत टिकू शकेल. कोणताही उद्योग जागतिक दर्जाचा बनवायचा असेल तर त्याने - (१) सर्वोत्कृष्ट दर्जा राखणे, (२) आपली वाटचाल निश्चित करणे, (३) विविध संस्कृतींबाबत संवेदनशील अशी संघटना उभारणे आणि (४) जागतिक दर्जाचे नेतृत्व निर्माण करणे, या चतुःसूत्रीचा अवलंब केला पाहिजे. त्याखेरीज अल्प काळात व्यवसायातील संधीचा फायदा घेणे, मध्यम काळात तंत्रज्ञानात्मक बदल घडविणे आणि दीर्घ काळात शिक्षण व आरोग्य सेवा यात गुंतवणूक करून कार्यक्षम मनुष्यबळ उभारणे, असे विकासाला चालना देणारे घटकही वापरले पाहिजेत.

श्री अझीम प्रेमजी
अध्यक्ष , विप्रो उद्योगसमूह

४.३ उद्योजक, संघटक आणि व्यवस्थापक
(Entrepreneur, Organizer and Manager)

उद्योजक ह्या संकल्पनेचा आपण विस्ताराने अभ्यास केलेला आहेच. एखादी नवीन कल्पना उद्योजकाला सुचते आणि ती कल्पना प्रत्यक्ष व्यवहारात उतरवण्याचा प्रयत्न तो करतो. जी व्यक्ती पूर्व नियोजित उद्दिष्ट साध्य करण्यासाठी, जोखीम पत्करून स्वतःचा उद्योग सुरू करण्याचे धाडस करते ती 'उद्योजक'. अर्थात सुचलेली कल्पना उद्योजक एकट्याजवळ कधीच ठेवत नाही. तो इतरांशी त्या संदर्भात चर्चा करतो. इतरांना विश्वासात घेतो, इतरांना ती कल्पना व्यवहार्य कशी आहे हे पटवून देतो. व्यवस्थापक आणि संघटक याहून उद्योजक ही संकल्पना अधिक व्यापक आहे.

अर्थात आपल्या एकट्याचे हे काम नाही याची त्याला जाणीव असते. म्हणून तो उत्पादन संसाधने म्हणजेच मनुष्यबळ, यंत्रसामग्री, कच्चा माल, भांडवल उभारतो. प्रत्येक कामासाठी लायक माणसाची नेमणूक करतो. थोडक्यात, उद्योजक संघटकाची भूमिका बजावतो. प्रत्येक उद्योजकाला कुशल संघटक असल्याशिवाय त्याची कल्पना मूर्त स्वरूपात उतरवता येत नाही. येथे एक गोष्ट लक्षात घेण्याजोगी आहे की, एखाद्या व्यक्तीने एखादा शोध लावला किंवा त्याला एखादी नवीन कल्पना सुचली. परंतु ती त्याने व्यावहारिकदृष्ट्या

उपयोगात आणली नाही तर मात्र त्याला उद्योजक म्हणता येणार नाही. त्याने त्यासाठी कुशल संघटक असलेच पाहिजे.

एकदा व्यवसाय सुरू झाल्यानंतर इतरांकडून काम करवून घेणे महत्त्वाचे असते. इतरांकडून कामे करवून घेणे म्हणजेच व्यवस्थापन (Management is getting things done through others). येथे उद्योजक उद्योगसंस्थेचे नेतृत्व (Leadership) करतो. व्यवस्थापकाला उद्योगसंस्था चालविण्याच्या दृष्टिकोनातून नियोजन (Planning), संघटन (Organising), संचालन (Directing), कार्य वेळापत्रक तयार करणे (Scheduling), समन्वय (Co-ordination), प्रेरणा देणे (Motivating), नियंत्रण ठेवणे (Controlling) ही कार्ये पार पाडावी लागतात. ह्या सर्व कार्यापेक्षा अतिशय महत्त्वाचे कार्य व्यवस्थापकाला पार पाडावे लागते आणि ते म्हणजे निर्णय घेणे (Decision-making) निर्णय घेणे म्हणजेच व्यवस्थापकाचे आयुष्य असे म्हटले जाते.

सामान्यत: लघुउद्योग असेल तर उद्योजक स्वत:च व्यवस्थापकाची भूमिका पार पाडतो. वरील परिच्छेदात उल्लेख केलेली सर्व कार्ये उद्योजक स्वत:च पार पाडतो. परंतु जेव्हा उद्योग मोठ्या प्रमाणावरील असतो तेव्हा ते शक्य नसते. अशा वेळेस उद्योजक आणि व्यवस्थापक यांच्यात फारकत करावी लागते. उद्योजक अशा वेळेस विविध क्षेत्रातील व्यवस्थापक नेमतो. कारण हा विशेषीकरणाचा (Specialisation) जमाना आहे. वित्त, मनुष्यबळ, उत्पादन, विपणन इत्यादींसाठी व्यवस्थापकीय तज्ज्ञांची नेमणूक केली जाईल आणि संपूर्ण कारभार त्यांच्याकडून चालवला जाईल. म्हणजेच उद्योजक ही संकल्पना व्यापक आहे असे म्हणता येईल.

वरील पार्श्वभूमीवरच उद्योजक आणि व्यवस्थापक यांच्यातील तुलना खालील परिच्छेदातून केलेली आहे.

उद्योजक आणि व्यवस्थापक यांच्यात निश्चितच फरक आहे. उद्योजक केवळ नवीन नवीन कल्पना करीत नाही तर त्या प्रत्यक्षात आणण्यातील जोखीमही पत्करतो, प्रसंगी नुकसानही सोसतो आणि यशस्वी झाला तर भरपूर नफा मिळवतो. जोसेफ शुम्पीटर यांच्या म्हणण्यानुसार नफा हे शोधकाला खरे बक्षीस असते. शोधक हा काही व्यवस्थापक नव्हे. शोधक नेहमीच यशस्वी होईल असे ठामपणे सांगणे अवघड आहे. प्रत्यक्षात आपल्याला बऱ्याचदा असेच दिसते की शोध लावतो एकजण; मात्र त्या शोधाचा / सिध्दांताचा व्यापारी दृष्टीने फायदा करून घेणारा असतो तो उद्योजक.

उद्योजक आणि व्यवस्थापक यांच्या भूमिका वेगवेगळ्या आहेत हे खरे असले तरी असे आढळून आले आहे की, उद्योजकाला अनेक व्यवस्थापकीय कार्ये करावी लागतात. तर व्यवस्थापकालासुध्दा काही वेळा उद्योजकाची भूमिका पार पाडावी लागते. व्यवस्थापक आणि उद्योजक यांच्यात काही मूलभूत फरक आहेत. नवनिर्मिती, जोखीम

पत्करणे हा उद्योजकाचा स्थायी स्वभाव असतो. व्यवस्थापकाला ह्या दोन्हींची गरज नसते. व्यवस्थापकाचे एकूणच अधिकार आणि जबाबदाऱ्या मर्यादित स्वरूपाच्या असतात. उद्योगसंस्थेत ठरविलेल्या मूलभूत धोरणांशी सुसंगत असेच त्याचे वागणे असावे लागते. अगदीच साचेबंद वातावरणात त्याला काम करावे लागते. लहान-मोठे निर्णय घेताना स्वत:पुरता अथवा स्वत:च्या खात्यापुरता विचार करून चालत नाही; तर संपूर्ण उद्योगाचाच विचार करावा लागतो. अगदी ह्याच्या विरुद्ध टोकाची भूमिका उद्योजकाची असते. त्याला कार्य करण्यास एकूणच विस्तृत क्षेत्र उपलब्ध असते. ह्या क्षेत्रावर सत्तासुद्धा उद्योजकाची असते. त्याचे बरे-वाईट परिणामसुद्धा त्यालाच भोगावे लागतात. उद्योजक स्वत:चे कारकीर्द नियोजन स्वत:च करतो अगदी आपल्या कार्यासाठी तो स्वत:च योजना आखतो. गरजेनुसार बदल करतो. आपल्या उद्योगसंस्थेच्या कामकाजासाठी तो धोरणे आखतो, कार्यपद्धती निश्चित करतो. अर्थातच ह्या सर्व गोष्टी यशस्वीपणे पार पाडण्यासाठी त्याला व्यवस्थापकीय कौशल्ये अवगत असलीच पाहिजेत.

उद्योजक नवनिर्मिती करण्याचा अधिकाधिक प्रयत्न करतो तर व्यवस्थापक पारंपरिक पद्धतीने, निर्धारित मार्गाने काम पार पाडण्याचा प्रयत्न करतो. अर्थात अलीकडील काळात व्यवस्थापन क्षेत्रात सुद्धा नवनिर्मितीला, नावीन्याला वाव मिळू शकतो. अर्थातच उद्योजक कोणत्या प्रकारची भूमिका घेतो त्यावरच हे अवलंबून असते.

कोणताही व्यवहार करताना उद्योगाचा, व्यवसायाचा मालक या नात्याने उद्योजकाचे वर्तन असते. व्यवस्थापकाची भूमिका मात्र यापेक्षा निराळी असते. त्याला एखादी गोष्ट मनापासून पटलेली असली, एखादा निर्णय योग्य आहे असे वाटत असले तरी सरतेशेवटी उद्योजकाचा त्यावर शिक्कामोर्तब झाल्याशिवाय त्याची अंमलबजावणी होऊ शकत नाही. अर्थात दैनंदिन स्वरूपाचे जे निर्णय असतात ते स्वत:च घेण्याची मुभा व्यवस्थापकाला असते. कारण त्याबाबत मार्गदर्शक तत्त्वे उद्योजकाने आधीच स्पष्ट केलेली असतात.

जोसेफ ए. शुम्पीटर यांच्या मते, विशिष्ट प्रसंगाला अनुसरून सर्जनशील प्रतिक्रिया दर्शविणाऱ्या किंवा नवनिर्मिती करणाऱ्या व्यवस्थापकांना उद्योजक मानण्यास हरकत नाही. ह्या संदर्भात 'लखीना पॅटर्न' हे उदाहरण लक्षात घेण्याजोगे आहे. त्यांनी विकसित केलेल्या व्यवस्थापन पद्धतीचा, त्यातील नवनिर्मितीमुळे अनेक ठिकाणी अवलंब झाला. सरकारनेही त्या पद्धतीची योग्य दखल घेतली. बदलत्या व्यावसायिक पर्यावरणात व्यवस्थापकाला अनेक आव्हानांना सामोरे जावे लागते. तेव्हा नवनिर्मिती करण्यास व्यवस्थापकांना प्रचंड वाव असतो. विपणन, वित्त, खरेदी, उत्पादन, स्पर्धा अशा अनेक क्षेत्रात हे शक्य आहे.

उद्योजकाचा जेव्हा आपण विचार करतो तेव्हा त्याला व्यवस्थापकीय कार्ये पार पाडावी लागतात असे दिसते. निर्णय घेणे हे सर्वात महत्वाचे व्यवस्थापकीय कार्य तर

उद्योजकाला पदोपदी करावे लागते. या व्यतिरिक्त नियोजन, संघटन, समन्वय, नियंत्रण इत्यादी व्यवस्थापकीय कार्ये उद्योजकाला करावी लागतात.

लघुउद्योगामध्ये उद्योजक हाच व्यवस्थापकाची भूमिका पार पाडतो. लघुउद्योग यशस्वी होण्यासाठी त्याला व्यवस्थापकीय कार्ये व्यवस्थितपणे पार पाडता आली पाहिजेत.

उद्योजक	व्यवस्थापक
• उत्पादक संसाधने एकत्र जमवतो : उद्योग निर्माण करतो.	प्रस्थापित उद्योगातील संसाधनांचे व्यवस्थापन करतो.
• स्वत:चा साहेब स्वत:च असतो/असते.	मालकांच्या सूचनांचे पालन करतो.
• नर्णय घेतो.	मालकाच्या निर्णयांची अंमलबजावणी करतो.
• पगारी कर्मचारी नेमतो.	कर्मचारी असतो.
• अमर्यादित फळे उपभोगतो.	ठरावीक मोबदले आणि पगार मिळवतो.

लघुउद्योग हा 'एकखांबी तंबू' असल्याने उद्योजकाला व्यवस्थापकाची भूमिका यशस्वीपणे पार पाडण्याशिवाय दुसरा पर्यायच नसतो. उत्पादन साधने, यंत्रसामग्री, वित्त, बाजारपेठ, कार्यपद्धती आणि मनुष्यबळ ह्या सहा महत्त्वपूर्ण क्षेत्रांचे व्यवस्थापन उद्योजक चांगल्या प्रकारे करू शकला तरच तो यशस्वी होऊ शकेल. कारण बड्या उद्योगांप्रमाणे लघुउद्योजकाला धंदेवाईक व्यवस्थापक नेमणे परवडण्यासारखे नसते.

वरील चर्चेवरून आपल्याला असे म्हणता येईल की, उद्योजक हे स्वयंरोजगार असणारे तर व्यवस्थापक हे उद्योग चालविण्यासाठी नेमलेले असे विभाजन आतापर्यंत केले जात असे. परंतु आता आधुनिक काळात हे खरे नाही. जसजसे आता उद्योगधंद्याचे आकारमान वाढत जात आहे तसतसा मूळ उद्योजक, मालक यांचा एकूणच उपक्रमातील सहभाग कमी कमी होत चालला आहे. आगामी काही वर्षात बडे उद्योगधंदे हे खऱ्या अर्थाने लोकशाही पध्दतीने चालवले जातील. त्यामुळे सध्या उद्योजकांची उद्योगामध्ये जी भूमिका अत्यावश्यक बनली आहे त्या जागी व्यवस्थापकांनाच उद्योगधंद्यांच्या विस्तारात / नव्या शाखांत प्रमुख भूमिका बजवावी लागते. ह्याच दृष्टिकोनातून व्यवस्थापकांना प्रशिक्षण दिले जात आहे. म्हणूनच आपण असे म्हणू शकतो की जर उद्योजकीय व्यवस्थापनाचे योग्य प्रशिक्षण व्यवस्थापकांना दिले, त्यासाठी पोषक वातावरण सरकार आणि समाजाकडून निर्माण केले गेले तर व्यवस्थापकांमधूनच अनेक उद्योजक निर्माण होऊ शकतील.

उद्योजक आणि उद्योग (Entrepreneur and Enterprise)

उद्योजक हा उद्योगाचा चौथा घटक आहे. Noah Webster नुसार 'उद्योजक म्हणजे अशी व्यक्ती की जी जोखीम पत्करते आणि व्यवसायाचे व्यवस्थापन करते.'

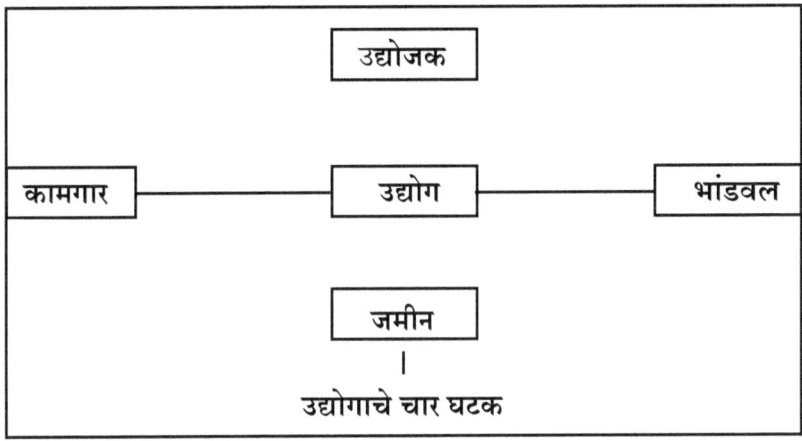

उद्योगाचे चार घटक

उद्योग हे आर्थिक संघटनेचे पायाभूत युनिट असते. ते वापरलेल्या संसाधनांपासून त्यापेक्षा अधिक मूल्य असलेल्या सेवा आणि वस्तूंचे निर्माण करते. म्हणजेच विकासाचा कोणताही प्रयत्न फलदायी होण्यासाठी, प्रत्यक्षपणे किंवा अप्रत्यक्षपणे व्यक्तिगत उद्योग हा एक असा उपक्रम आहे की ज्यामध्ये कृती, धाडस, ऊर्जा ह्यांचा समावेश असतो. आर्थिक उपक्रम चालवण्यातील जोखीम पत्करण्याची इच्छा असण्याचा समावेश ह्यामध्ये होतो. त्यामध्ये नवनिर्मितीचाही समावेश होतो. जोखीम पत्करणे आणि निर्णय घेणे यांचा त्यात नेहमीच समावेश होतो. म्हणजेच उद्योग ही उद्योजकाचीच शाखा असल्याने उद्योजक आणि उद्योग हे परस्पर-संबंधित असतात. उद्योगाचे यश हे उद्योगावरच अवलंबून असते. पीटर ड्रूकर यांच्या मते, ''नवनिर्मिती हे उद्योजकाचे विशेष साधन असते; त्या माध्यमातून उद्योजक हा बदलाचा उपयोग वेगळ्या प्रकारचा व्यवसाय अथवा वेगळ्या प्रकारची सेवा यांची संधी साधण्यासाठी करतो. ते प्रत्यक्ष अमलात आणण्याची कुवत त्यात असते.''

निवडक प्रश्न

(१) 'उद्योजक' या संज्ञेची व्याख्या द्या. सदर व्याख्या व त्यासंबंधी विचारप्रणाली कशी उत्क्रांत झाली ते सांगा.

(२) नोकरी करणारा आणि उद्योजक यांची आपापसात तुलना करा. तुमच्या मते श्रेष्ठ कोण? का?

(३) उद्योजक, संघटन आणि व्यवस्थापक यांच्यात आपापसात तुलना करा.

(४) ‘उद्योजकता सर्वच क्षेत्रात असते’ चर्चा करा.

(५) उद्योजकतेसंबंधी सनातन सिद्धान्त, नवसनातन सिद्धान्त आणि आधुनिक सिद्धान्त यावर टीप लिहा.

(६) उद्योजकाची उपजत आणि प्रयत्नसाध्य सामर्थ्ये/गुण यावर टीप लिहा.

(७) यशस्वी उद्योजकांच्या अंगी असलेली सामर्थ्य शक्ती कोणती ते सोदाहरण स्पष्ट करा.

(८) उद्योजक आणि उद्योग यातील परस्परसंबंध स्पष्ट करा.

(९) टिपा लिहा

१. उद्योजक संकल्पना

२. उद्योजकता : बहुचर्चित विषय

३. सनातन सिद्धान्त

४. नवसनातन सिद्धान्त

५. आधुनिक सिद्धान्त

६. उद्योजकाची उपजत सामर्थ्ये/गुण

७. उद्योजकाची प्रयत्नसाध्य सामर्थ्ये/गुण

८. यशस्वी उद्योजकाची सामर्थ्ये/गुण

९. उद्योजक, संघटक आणि व्यवस्थापक

१०. उद्योजक आणि उद्योग

उद्योजकाचे स्वयं-मूल्यमापन

सूचना

खालील प्रश्नावलीमुळे तुम्हाला उद्योजकाच्या दृष्टिकोनातून तुमची वैयक्तिक पार्श्वभूमी, वर्तन ढाचा आणि जीवनशैली समजण्यास मदत होईल. उद्योजकामध्ये साधारणपणे ज्या गुणवत्ता आढळून येतात, त्यांच्या आधारेच हे प्रश्न विचारलेले आहेत. तुमचे उत्तर ‘क्वचित अथवा नाही’ किंवा ‘बहुधा अथवा होय’ यापैकी ज्या गटात निश्चित मोडत असेल त्या गटात त्या त्या प्रश्नापुढे * अशी खूण करा. अर्थात ही उत्तरे तुम्ही प्रामाणिकपणे द्यावीत ही अपेक्षा आहेच - उत्तरे चुकीची नसणार, हेही लक्षात ठेवा.

अनु.	प्रश्न	क्वचित अथवा नाही	बहुधा अथवा होय
१.	इतर लोक आपल्याबद्दल काय बोलतील याची तुम्ही काळजी करता का?		
२.	पुस्तके वाचणे, टीव्ही पाहणे, खेळ खेळणे यापैकी तुम्ही काही करता का?		
३.	त्यातील थ्रीलसाठी तुम्ही काही जोखीम पत्करता का?		
४.	तुमच्यासाठी कुणीतरी काहीतरी करावे हे तुम्हाला सहज जमवता येते का?		
५.	व्यवसाय सुरू करण्यासंदर्भातील एखादा अनुभव तुमच्या कुटुंबीयांकडून कधी तुमच्याबरोबर चर्चेला घेतला गेला का?		
६.	तुमची कामे करावयास प्रारंभ करण्यापूर्वी त्यांचे संघटन करण्यावर तुमचा विश्वास आहे का?		
७.	तुम्ही वारंवार आजारी पडता का?		
८.	केवळ तुम्ही करू शकता एवढेच सिद्ध करण्याकरिता एखादी गोष्ट तुम्ही करता का?		
९.	तुम्हाला कार्यांगणात कधी रागावले गेले आहे काय?		
१०.	तुम्ही नेहमीच नवीन कल्पनांचा विचार करीत असता का?		
११.	तुमचे सामाजिक उपक्रम तुम्ही तुमच्या मित्रांना ठरवू देता का?		
१२.	तुम्हाला तुमची शाळा अथवा महाविद्यालय आवडत असे का?		
१३.	तुम्ही खूप चांगले मित्र होता का?		
१४.	तुम्ही शालेय उपक्रमात अथवा क्रीडा प्रकारात सहभाग		
१५.	तुम्हाला तपशिलाबाबत दक्षता घ्यायला आवडते का?		

अनु.	प्रश्न	क्वचित अथवा नाही	बहुधा अथवा होय
१६.	नोकरीमध्ये सुरक्षितता असावी असे तुम्हाला ठामपणे वाटते का?		
१७.	आवश्यक परिणाम मिळवण्यासाठी तुम्ही जाणीवपूर्वक एखाद्या गोष्टीला धैर्याने सामोरे जाता काय?		
१८.	तुम्ही कुटुंबातील अपत्य आहात काय?		
१९.	तुमच्या बालपणीच्या आयुष्यात तुमचे वडील बव्हंशी घरी असायचे का?		
२०.	वय वर्ष दहापूर्वी तुम्हाला घरातील किरकोळ कामे करावी लागत का?		
२१.	तुम्हाला सहजासहजी कंटाळा येतो का?		
२२.	तुम्ही पूर्ण केलेल्या कामाबद्दल तुम्ही स्वत:च कधी तुच्छता दाखवता का?		
२३.	तुम्ही एकाच विषयावर जादा तास लक्ष केंद्रित करू शकता का?		
२४.	काही प्रसंगात तुमचे काम चालू राहण्यासाठी इतरांकडून उत्साहवर्धक बोलण्याची गरज तुम्हाला वाटते का?		
२५.	तुम्हाला आवडते त्या पद्धतीने एखादी गोष्ट हाताळताना तुमच्यातील अनपेक्षित शक्ती संसाधन तुम्हाला आढळते का?		
२६.	स्वत:वर पैसा खर्च करण्यापेक्षा तुम्हाला व्यक्तिगत समाधान अधिक महत्त्वाचे वाटते का?		
२७.	नियमितपणे समाजात मिसळणे तुम्हाला आनंददायी वाटते का?		
२८.	तुम्ही कधी कामाच्या ठिकाणी जाणीवपूर्वक तुमच्या अधिकाराची मर्यादा ओलांडली आहे का?		

अनु.	प्रश्न	क्वचित अथवा नाही	बहुधा अथवा होय
२९.	वाईट परिस्थितीतसुद्धा लाभ उठवण्याचा प्रयत्न तुम्ही करता का?		
३०.	एखादी गोष्ट चुकते तेव्हा तुम्ही इतरांना दोष देता का?		
३१.	संभाव्य समस्या ठाऊक नसतानासुद्धा तुम्हाला एखादी गोष्ट हाताळणे आनंददायी वाटते का?		
३२.	एखादी गोष्ट तुम्ही करू शकणार नाही असे जेव्हा तुम्हाला कुणी सांगते तेव्हा तरीसुद्धा तुम्ही त्या गोष्टीला चिकटून राहता का?		
३३.	नकार तुम्ही व्यक्तिश: घेता का?		
३४.	तुमचा असा विश्वास आहे का की सर्वसाधारणपणे तुमचे नशीब खूपच चांगले असल्याने यश प्राप्ती होते?		
३५.	ध्येय गाठण्यासाठी तुम्ही प्रदीर्घ तास काम करण्यास तयार आहात का?		
३७.	तुमच्या आयुष्यात बहुधा तुम्ही आनंदातच जागे होता का?		
३८.	हार न पत्करता तुम्ही अपयश स्वीकारता का?		
३९.	तुमचे बचत खाते आणि अन्य व्यक्तिगत गुंतवणुका आहेत का?		
४०.	उद्योजक मोठी जोखीम पत्करतात यावर तुमचा विश्वास आहे का?		
४१.	उद्योजकाकडे महाविद्यालयाच्या उच्च पदव्या असल्याच पाहिजेत असा तुमचा विश्वास आहे का?		
४२.	भूतकाळातील चुका शिकण्याच्या प्रक्रियेचा भाग म्हणून उपयोगात आणण्याचा प्रयत्न तुम्ही करता का?		
४३.	तुम्ही ध्येय-प्रधान असण्यापेक्षा लोक-प्रधान आहात का?		

अनु.	प्रश्न	क्वचित अथवा नाही	बहुधा अथवा होय
४४.	तुम्हाला आलेल्या समस्यांची उत्तरे तुम्ही शून्यातून सुद्धा शोधून काढता का?		
४५.	निराशाजनक समस्येवर उपाय शोधून काढण्यात तुम्हाला गंमत वाटते का?		
४६.	अंतिम निर्णय हा तुमच्या एकट्याचाच असावा असे तुम्हास वाटते का?		
४७.	तुमच्या संवादातून घटना अथवा कल्पना यापेक्षासुद्धा लोकांबद्दल अधिक चर्चा करता का?		
४८.	इतरांनी टीका केली तरी तुम्हाला स्वत:बद्दल चांगलेच वाटते का?		
४९.	तुम्ही शक्य तितके कमी झोपता का?		

(**संदर्भ** : Entrepreneurship Development Prepared by Colombo Plan Staff College for Technical Education, Manila)

उद्योजक आणि उद्योजकता

(Entrepreneur and Entrepreneurship)

सध्या संपूर्ण राष्ट्रालाच दारिद्र्य, बेकारी या दोन समस्यांच्या घोर चिंतेने ग्रासलेले आहे. एकीकडे शैक्षणिक सुविधा वाढत आहेत तर दुसरीकडे सुशिक्षित बेकारांची संख्यासुद्धा झपाट्याने वाढत आहे. त्यातूनच नैराश्य वाढते. वास्तविक राष्ट्रात प्रचंड संख्येने निराश युवक असणे ही सर्वात क्लेशदायक व दुर्दैवी बाब आहे. पदवीचे भेंडोळे हातात घेऊन नोकरीच्या शोधार्ध युवकांची भटकंती सुरू होते तेव्हा त्यांच्या असं लक्षात येते की, नोकरीच्या शोधार्थ निघालेल्यांची बाजारपेठेत एकच भाऊगर्दी झालेली आहे. मागणीपेक्षा पुरवठा अधिक अशी ही परिस्थिती. (अर्थात चांगले कार्यक्षम कर्मचारी मिळत नाहीत ही मालकवर्गाची ओरड आहे, तक्रार आहे.) एखाद्या उमेदवाराला वारंवार नकारच मिळत राहिला तर त्याची स्वत:वरील श्रद्धाच उडते. तो आत्मविश्वास गमावतो. ते एक विपन्नावस्थेचे मूर्तिमंत चित्र बनते. आळशीपणा, नैराश्य, मानसिक ताण, मंदी यामुळे प्रगती होत नाही तर दारिद्र्याच्या आणि मागासलेपणाच्या सामाजिक, आर्थिक समस्याच निर्माण होतात.

४.४ उद्योजक आणि उद्योजकता यातील परस्परसंबंध

उद्योजक	उद्योजकता
व्यक्ती	प्रक्रिया
संघटक	संघटना
नवनिर्माता	नवनिर्मिती
जोखीम पत्करणारा	जोखीम पत्करणे
प्रेरक	प्रेरणा
निर्माता	निर्मिती
द्रष्टा	दूरदृष्टी
नेता	नेतृत्व
अनुकरणवादी	अनुकरण
व्यक्तीशी संबंधित	प्रक्रियेशी संबंधित
तंत्रज्ञ	तंत्रज्ञान
पुढाकार घेणारा	पुढाकार
निर्णय घेणारा	निर्णय
नियोजनकार	नियोजन
प्रोग्रामर	प्रत्यक्ष कृती
संज्ञापन करणारा	संज्ञापन
प्रशासक	प्रशासन

प्रकरण ५

उद्योजकीय वर्तन
(Entrepreneurial Behaviour)

५.१ उद्योजक आणि बिगर उद्योजक व्यक्तिमत्व :

उद्योजक आणि बिगर उद्योजक म्हणजेच उद्योजक नसलेली सामान्य व्यक्ती यांच्यातील फरक समजुन घेणे उचित ठरेल.

सामान्य माणूस आणि उद्योजकीय स्वभावाचा माणूस यांची जेव्हा आपण तुलना करतो तेव्हा उद्योजकाचे वर्तन हे सामान्य जनांहून फार वेगळे आहे असे आढळते. उद्योजकीय व्यक्ती सिद्धी-प्रेरित असतात. सामान्यजनांहून उद्योजकीय वर्तन वेगळे असते. हे खालील परिच्छेदातून स्पष्ट होईल.

उद्योजकीय स्वभावाच्या व्यक्तीस स्वत:च्या ध्येयाबद्दल स्पष्ट कल्पना असते. उद्योजकास स्वत:ची ओळख स्पष्टपणे झालेली असते. तसेच भविष्याबद्दलची स्पष्ट कल्पना असते आणि तो ध्येयप्रेरित होऊन काम करतो. त्याला स्वत:बद्दल व्यावहारिक, वास्तविक जाणीव असते. व्यक्तिगत निष्ठांशी प्रामाणिक राहून तो आपले काम करीत असतो; नेहमीच आघाडीवर राहातो व पुढाकार घेतो. उद्योजकीय स्वभावाची व्यक्ती compliance स्वभावाची नसते. ती प्रश्न सोडविणारी असते.

अनेक सामान्य माणसे ही एक तर केवळ दैनंदिन कामकाजातच गुरफटलेली दिसतात किंवा दैनंदिन कामकाजाच्या बाबतीत धरसोडपणा करणारी आढळतात. साहजिकच ह्या दोन्ही प्रकारच्या व्यक्ती मर्यादित प्रगतीच करणार हे उघड आहे. मात्र उद्योजकीय व्यक्ती सिद्धी-प्रेरित असल्याने उद्योजकाचे वर्तन वेगळ्याप्रकारचे असते. सिद्धी-प्रेरित व्यक्ती स्वत:बरोबरच इतरांबरोबरच्या स्पर्धेमध्ये यशस्वी होण्याची जबरदस्त इच्छा बाळगतात. मात्र ते सुदृढ व पोषक स्पर्धा करतात. ह्या व्यक्ती एखादे काम करण्यापूर्वी त्याचा उत्कृष्ट दर्जा ठरवतात आणि तो गाठण्याची जबरदस्त इच्छा बाळगतात. सिद्धी-

प्रेरित व्यक्ती काहीतरी नवीन, आगळेवेगळे करून दाखवतात. त्यांच्यातील नावीन्यपूर्णतेची गुणवत्ता ह्यामध्ये त्यांना उपयुक्त ठरते. अशा व्यक्ती आपण निवडलेल्या ध्येयामधील सहभाग दीर्घ मुदतीचा ठेवतात. दिवसाच्या चोवीस तासातील जास्तीत जास्त वेळ ठरविलेले यश संपादण्यासाठी वापरत असतात.

सिद्धी-प्रेरित व्यक्ती यशाच्या एका सलग किंवा अखंड कल्पनेत वावरताना दिसतात. त्यांनी त्यांचे ध्येय स्पष्ट ठरविलेले असते. ध्येयाची गरजही समजून घेतात. या कामात आपण खात्रीने यशस्वी होऊ असा त्यांचा आत्मविश्वास असतो.

उद्योजकीय स्वभावाच्या व्यक्तींना आव्हाने स्वीकारायला आवडते. अर्थात ह्या व्यक्ती कोणत्याही कामात वाजवी साहस पत्करतात. कुवतीच्या थोडेसे पलीकडचे पण आवाक्यात आहे अशा कामात किंवा ज्या कामात अंतिम निकालाबद्दल, फलश्रुतीबद्दल अनिश्चितता असते, तरीही अपेक्षित निकाल मिळविण्याचा निर्धार असतो, अशी आव्हानात्मक कामे अंगीकारतात आणि त्यात यश प्राप्तीसाठी स्वतःची क्षमता पणाला लावतात. एक आव्हानात्मक काम पूर्ण केल्यावर तेच काम त्यांना दुसरे आव्हानात्मक काम करण्यास प्रवृत्त करीत असते. पूर्ण आवाक्याबाहेरील काम आणि ज्यामध्ये अपयशाची खात्री आहे असे काम उद्योजकीय व्यक्ती करीत नाही.

उद्योजकीय वर्तनाचा अभ्यास करताना एक महत्त्वाची बाब लक्षात येते आणि ती म्हणजे त्यांचे असमाधान. त्यांचे हे असमाधान समजून घेणे आवश्यक आहे.अवघड कामात मिळविलेल्या यशाचे समाधान त्यांना असते. परंतु यापेक्षासुद्धा अधिक यश प्राप्त करायला हवे आणि अजून ते मिळविता आलेले नाही याचे असमाधान त्यांना असते आणि हे असमाधानच त्यांना अधिक उत्तुंग यश प्राप्तीसाठी प्रेरणा देते. वाजवी आव्हानामुळे उद्योजकाच्या क्षमतांनाही वाजवी ताण देण्याची गरज भासल्याने त्यांची प्रगती होते.

उद्योजकीय स्वभावाच्या व्यक्तींना कठीण काम पूर्ण करण्याबद्दल आत्मविश्वास असतो. त्यांना स्वतःच्या ध्येयाबद्दल सुस्पष्ट कल्पना असते आणि ध्येय ठरविताना ते अगदी सावधपणे ठरवित असतात; ज्या कामात खरोखरच आव्हान आहे आणि जे काम पार पाडल्याने समाधान प्राप्त होईल अशा दोन्ही घटकांचा विचार ध्येय ठरविताना उद्योजक करतो. उद्योजकीय स्वभावाच्या व्यक्ती ध्येय ठरविण्याच्या पद्धतीत बाह्य वातावरण आणि परिस्थितीबाबत अतिशय संवेदनशील असतात. ध्येय ठरविताना त्या परिस्थितीमधील सर्व बारकाव्यांची तुलना स्वतःची क्षमता, कल्पना आणि कौशल्ये यांच्याशी करतात. त्यातूनच जणू त्या कामातील उत्कृष्टता आणि यश सूचित करतात.

उद्योजकीय स्वभावाच्या व्यक्ती, स्वतःच्या कामामधून मिळणारा अभिप्राय आणि मिळणारा अनुभव याबद्दल विलक्षण आदर बाळगतात. पूर्वानुभवातून त्या सतत शिकत असतात. कामात आलेले यशापयश त्या मान्य करतात आणि आपण यशस्वी/अयशस्वी

का झालो याचे विश्लेषण करतात. याशिवाय उद्योजकीय स्वभावाच्या व्यक्तींना केलेल्या कामाची जबाबदारी स्वीकारण्यास आवडते. यशापयशाचे विश्लेषण त्यांना कामाचे नियोजन करण्याकरिता, परिस्थितीतील घटक शक्य तितक्या नियंत्रणात ठेवण्यासाठी आणि शक्य तितकी निर्दोष कार्यपद्धती ठरविण्यासाठी होतो. चूक झालेली असेल तर त्या खुल्या मनाने ती मान्य करतात. उद्योजकीय स्वभावाच्या व्यक्ती अवघड काम करीत असताना यशाबद्दल खात्री बाळगतात. अपयशाला अजिबात घाबरत नाहीत.

उद्योजक कठीण काम करतो तेव्हा त्याची विचारसरणी, कार्यपद्धती, भावना आणि प्रत्येक कृतीवर तसेच कामाच्या फलनिष्पत्तीवर परिणाम करणारे घटक असतात. उद्योजक अशा घटकांचा शोध घेऊन त्यांचा अभ्यास करतो.

आव्हानात्मक कामाच्या नियोजनात उद्योजक विविध घटक विचारात घेतो. अंगीकारलेल्या अवघड कामाच्या योजनेतील सहभागी उद्योजक स्वत:ला त्या कामाच्या योग्यतेचा समजतो. काम अवघड आहे म्हणूनच तर आपली गरज आहे आणि आपण ते पूर्ण करू शकू असे उद्योजकाला वाटते. स्वत:बद्दलच्या वास्तव समजामुळे आव्हानात्मक ध्येय निवडून त्यामध्ये यशस्वी होण्याचा आत्मविश्वास उद्योजकाला असतो. ह्या व्यक्ती भोवतालच्या वस्तू, माणसे, दिसणाऱ्या गोष्टी किंवा त्या परिस्थितीत उपलब्ध साधनसामग्री याबाबत एकदम जागरूक व संवेदनशील असतात; आणि विशेष म्हणजे त्यांना परिस्थितीतील केवळ प्रकट घटकच नव्हे तर अप्रकट किंवा सुप्त घटकही दिसतात. तो सारासार विचार करून योग्य आर्थिक संधी साधण्यासाठी पुढाकार घेतो. आव्हानात्मक कामे पार पाडताना उद्योजकाला ताणतणावांना सामोरे जावे लागते. त्यासाठी तो परिस्थितीला तोंड देतो, निर्धाराने परिस्थितीशी सामना करतो. वेळेस दुर्मीळ साधन समजतो.

उद्योजक सहकाऱ्यांना अथवा कर्मचाऱ्यांना मदतीचा हात पुढे करतो - त्यांच्यातील योग्यता विकसित करणे, त्यांचा कामातील सहभाग, उत्कृष्टता आणि गती वाढविणे, निर्णयात त्यांचा सहभाग राखणे अथवा त्यांना स्वतंत्रपणे योग्य निर्णय घेण्यालायक बनविणे इत्यादी.

वरील परिच्छेदात वर्णन केलेल्या उद्योजकीय स्वभावाच्या व्यक्तींच्या वैशिष्ट्यांवरून, कृतींवरून त्यांचे उद्योजकीय वर्तन स्पष्ट होते. उद्योजकीय नसलेल्या व्यक्तींचे वर्तन नेमके याविरुद्ध असते. उद्योजकांचा जेवढ्या जास्त प्रमाणात अभ्यास केला जाईल तेवढ्या जास्त प्रमाणात उद्योजकीय वर्तनाचे आकलन होईल; अर्थात याचा उपयोग आपले व्यक्तिमत्व उद्योजकीय बनवण्याच्या दृष्टीने, आपले वर्तन उद्योजकीय बनवण्याच्या दृष्टीने निश्चितच होईल.

५.२ उद्योजकाच्या सवयी (Habits of an Entrepreneur)

उद्योजक सामान्यजनांहून वेगळा असतो. उद्योजकाचे व्यक्तिमत्त्व वैशिष्ट्यपूर्ण असते. साहजिकच त्याच्या सवयीसुद्धा त्याच्या व्यक्तिमत्त्वाला साजेशा असतात. उदंड

कष्ट करण्याची सवय उद्योजकाने अंगी बाणवून घेतलेली असते. त्याच्यात खरेपणा आढळतो. नेतृत्वासाठी आवश्यक असलेल्या सवयी उद्योजक जोपासतो. वेळ पाळण्याची महत्त्वाची सवय उद्योजकाला असते. अशा अनेक सवयी उद्योजक अंगीकारतो. त्यांचा उल्लेख येथे केलेला आहे-

- सकारात्मक दृष्टिकोन ठेवणे.
- प्रत्येक काम त्वरित करणे.
- कृतज्ञ वृत्ती जोपासणे.
- सतत शिकत राहणे.
- कठोर परिश्रम.
- स्वयं-शिस्त पाळणे.
- पुरेपूर प्रयत्न करणे.
- जबाबदारी स्वीकारणे.
- सौजन्यपूर्ण वागणे.
- विनोदबुद्धी जोपासणे.
- बदलांचे स्वागत करणे.
- हिशेब वेळच्या वेळी मांडणे.

ही यादी आणखी खूप लांबविता येईल. येथे फक्त प्रातिनिधिक सवयी दिलेल्या आहेत. अनेक यशस्वी उद्योजक आणि विविध क्षेत्रातील यशस्वी व्यक्तींचा अभ्यास करा, त्यांचे निरीक्षण करा. आपोआप त्यांच्या सवयी तुम्हाला कळतील.

५.३ संप्रेरण (Motivation)

'माणूस उद्योग-व्यवसायात पदार्पण करतो आणि उद्योजक बनून अमाप पैसा मिळवतो' असच सामान्य माणूस समजतो. अधिक पैसा मिळवणे हा त्याला प्रेरणा देणारा घटक असतो यात शंकाच नाही. परंतु उद्योजक हा केवळ नफ्यानेच प्रेरित झालेला असतो असे नव्हे. कोणत्या घटकांमुळे उद्योजकांना प्रेरणा मिळते यावर फार मोठ्या प्रमाणावर संशोधन झालेले आहे. प्रस्तुत प्रकरणात उद्योजकीय संप्रेरणाच्या अनुषंगानेच चर्चा करण्यात आली आहे.

संज्ञा (Concept)

संप्रेरणा : संप्रेरणा ही संज्ञा वरील परिच्छेदातून वापरण्यात आलेली आहे. Motivation या इंग्रजी संज्ञेलाच मराठीत 'प्रेरणा' म्हणतात. Motivation ही संज्ञा लॅटिन शब्द 'Motive' या शब्दापासून बनली आहे आणि त्याचा अर्थ आहे 'To move' यालाच 'चालना किंवा प्रगतीच्या दिशेने केलेला प्रयत्न' असे म्हणता येईल.

विशिष्ट हेतू साध्य करण्यासाठी माणूस प्रत्येक कृतीमध्ये प्रयत्न करीत असतो. यालाच ध्येय पूर्तीसाठी केलेला प्रयत्न असेही म्हणता येईल.

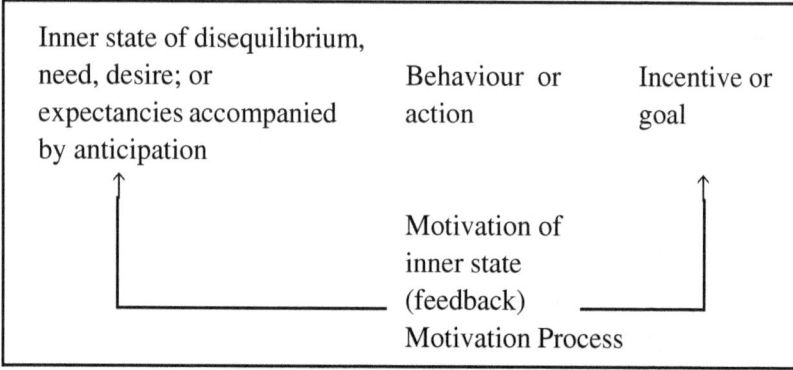

समाजात उद्योजकीय वाढ आणि विकास होण्यासाठी प्रेरणेची गरज असते, असे सर्वसामान्यपणे आढळते. परंतु उद्योजकीय वर्तनाला कारणीभूत ठरणाऱ्या काही सामाजिक प्रेरणा असल्याचे आढळते. उदा. सत्ता, आपुलकी आणि सिद्धी-प्रेरणा.

यश संपादन करण्यासाठी दोन अत्यंत महत्त्वाच्या गोष्टी आवश्यक असतात. एक म्हणजे यश प्राप्त करण्याची उत्कट इच्छा असणे आणि दोन म्हणजे ह्या उत्कट इच्छेबरोबरच प्रयत्नांची पराकाष्ठा. ह्या दोन्ही गोष्टींची पूर्तता करण्यासाठी आवश्यक वातावरण निर्माण करण्याच्या प्रक्रियेलाच संप्रेरण किंवा प्रेरणा असे म्हणतात.

Psychologists describe 'motivation' as -

* the immediate influence on the direction, vigour and persistence of action;

* the process of arousing action, sustaining the acitivity in progress and regulating the pattern of activity;

* an inner state that energises activities and directs or channels behaviour towards goal;

* how behaviour gets started, is energised, is sustained, is directed, is stopped and what kinds of subjective reactions are present in the organism while all this is going on;

* steering one's action towards certain goals and to commit a certain part of one's energies reacting to them.

इ. एफ. एल. ब्रेच यांच्या मते, ''समूहातील सदस्यांनी एकत्रित येऊन प्रभावीपणे कार्य करणे, समूहाशी निष्ठा ठेवणे, नेमून दिलेली कार्ये योग्य प्रकारे करणे आणि समूहाने स्वीकारलेली कार्ये पूर्ण करण्याकरिता ती प्रभावी भूमिका पार पाडण्यासाठी प्रेरित करणारी संप्रेषण ही एक सामान्य प्रक्रिया आहे.''

(According to E.F.L. Brech, "Motivation is general inspiration process which gets the members of the team to pull their loyalty to the group, to carry out properly the tasks they have accepted and generally to paly an effective part in the job, the group has undertaken.")

मिचेल ज्युसियस यांच्या मते, ''विशिष्ट कार्य करण्यासाठी स्वतःला किंवा इतर कोणत्याही व्यक्तीस उत्तेजित करण्याच्या कृतीला 'अभिप्रेरण' असे म्हणतात.

("According to Michael Jucius, "Motivation is the act of stimulating someone or oneself to get a desired course of action.")

डाल्टन ई. मॅकफरलँड यांच्या मतानुसार, ''अभिप्रेरणा ही एक पद्धती आहे. यानुसार प्रेरणा, उद्वेग, इच्छा, महत्त्वाकांक्षा, प्रयत्न किंवा आवश्यकता याद्वारे मानवी व्यवहाराचे निर्देशन, नियंत्रण आणि स्पष्टीकरण केले जाते.''

(According to Dalton E. McFarland, "Motivation refers to the way in which urges, drives, desires, striving, aspirations or needs direct, control or explain the behaviour of human being.")

अभिप्रेरणेच्या आणखी काही व्याख्या पुढील परिच्छेदातून दिलेल्या आहेत :

"Motivation is a process that starts with a physiological or psychological deficiency or need that activates behaviour or drive that is aimed at a goal or an incentive."

-Fred Luthans, Organisation Behaviour

"Motivation is the complex of forces strating and keeping a person at work in an organisation."

- Dubin, Robert, Human Relations in Administration

"Motivation is a willingness to expend energy to achieve a goal or reward. It is a force that activates dormant energies and sets in motion the action of the people. It is the function that kindles : a burning passion for action among the human beings of an organisation."

-C.B. Mamoria, Personnel Management

संप्रेरणाचे महत्त्व (Importance of Motivation)

ई. एफ. एल. ब्रेच यांनी संप्रेरणाचे महत्त्व अगदी योग्य शब्दात वर्णन केले आहे. त्यांच्या मते, ''संप्रेरण ही व्यवस्थापकीय कार्याची गुरुकिल्ली आहे आणि प्रमुख व्यवस्थापकाचे ते एक महत्त्वाचे कार्य आहे. संघटनेच्या कार्यपद्धतीत वरिष्ठांकडून मिळणाऱ्या संप्रेरणेचे प्रतिबिंब दिसून येते.'' उद्योजक हा व्यवस्थापकीय कार्ये करणारा असतो. अर्थात त्याच्याही बाबतीत हे लागू पडते. आधुनिक काळात संप्रेरणाला असणारे महत्त्व पुढीलप्रमाणे आहे :

१. **उत्पादनात वाढ** (Rise in Production) : कोणत्याही व्यक्तीला जर त्याच्या कार्यात प्रेरणा मिळाली म्हणजेच त्याने जास्त उत्पादन करावे, कार्यात रस घ्यावा अशा प्रकारची परिस्थिती निर्माण केली तर ती व्यक्ती जास्त उत्पादन करू शकते. जी व्यक्ती विशिष्ट ध्येयाने प्रेरित झालेली असते ती व्यक्ती जास्त उत्पादन करू शकते. सध्याच्या औद्योगिक मंदीच्या काळात आपली नोकरी टिकविणे हे ध्येय गाठण्यासाठी कमी दिवसात अधिक उत्पादन कर्मचारी देतच आहेत. नवनिर्मिती करण्याच्या ध्येयाने झपाटलेला उद्योजक अधिक कार्य करतो. युद्धकाळात देशभक्तीने प्रेरित झालेले कर्मचारी अधिक कार्य करतात.

२. **उत्पादकतेत वाढ** (Rise in Productivity) : संप्रेरणामुळे व्यक्तीतील सुप्त गुण आणि सुप्त कार्यशक्ती जागृत करता येते. अशा व्यक्तीकडून पूर्वीच्या इतक्या वेळेत अधिक कार्य/उत्पादन होऊ शकते. संसाधनाची नासाडी होऊ न देता अधिक चांगल्या प्रकारे उत्पादन/कार्य ती व्यक्ती करते. कार्यात पूर्णपणे मनाची गुंतवणूक झालेली असते आणि साहजिकच काम मनापासून केले जात असल्याने उत्पादन/कार्यात वाढ होते.

३. **उत्पादन खर्चात घट** (Reduction in Production Cost) : जर व्यक्तीला कार्यात प्रेरणा मिळाली तर त्याचा परिणाम उत्पादन खर्चात किंवा त्या कार्याच्या खर्चात घट होण्यात होतो.

४. **लवचीकपणा** (Flexibility) : स्पर्धात्मक जगात टिकून राहण्याकरिता व्यवसायाला आपल्या कार्यपद्धतीत, उत्पादन पद्धतीत, वापरल्या जाणाऱ्या यंत्रसामग्री प्रकारात सतत बदल करावा लागतो. अत्याधुनिक शोध लागत असतात. उत्पादन कार्यात नवीन यंत्र/तंत्र वापरून उत्पादन खर्चात कपात करता येते. अधिक दर्जेदार व वेगळ्या प्रकारच्या वस्तूंचे उत्पादन करता येते. व्यवसायात विविध बदल करता येतात. बदलाला विरोध करणाऱ्या व्यक्तींना योग्य प्रकारे समजावून सांगितले, त्यांना योग्य प्रेरणा दिली तर ते लवचीकपणा दाखवून बदलाचे स्वागत करतात आणि कार्यक्षमपणे कार्य करतात.

५. **कर्मचारी व मालक सुदृढ संबंध :** (Healthy Employer-Employee Relations) : कर्मचाऱ्यात प्रेरणा असल्यास हे संबंध सुदृढ राहण्यास मदत होते. कर्मचाऱ्यांना त्यांच्या कामात समाधान मिळते. कर्मचाऱ्यांचे मनोबल व नीतिधैर्य उच्च दर्जाचे राहते. ध्येयप्रेरित कर्मचारी व्यवसायाच्या सेवेत असणे हा त्या व्यवसायाचा मानबिंदू ठरतो, ती त्या व्यवसायाची मालमत्ता ठरते.

६. **व्यवसायातील यश** (Success in Business) : व्यवसायातील संसाधनांचा पर्याप्त वापर करण्यावरच व्यवसायाचे यश अवलंबून असते. संप्रेरणामुळे कर्मचाऱ्यात शारीरिक क्षमतेइतके पूर्ण कार्य करण्यास प्रेरणा मिळते आणि मग हे साध्य करणे शक्य होते.

७. **अधिक गुणवत्ता** (Higher Quality) : प्रेरणा लाभलेली व्यक्ती सर्वसाधारणपणे अधिक गुणवत्ता गाठण्याची कास धरलेली असते.

८. उत्पादनासाठी जे तंत्रज्ञान सध्या आवश्यक आहे आणि भविष्यात आवश्यक ठरणार आहे, त्यासाठी अधिक संप्रेरणाची गरज लागते. आधुनिक तंत्रज्ञानाची बरोबरी केवळ 'स्वयंचलनीकरण' (Automation) याबरोबर करून चालणार नाही. या संदर्भात देशाच्या महत्त्वाकांक्षी अशा उच्च तंत्रज्ञानावर आधारित अवकाश कार्यक्रमाचा उल्लेख करावा लागेल.

दि. २२ ऑक्टोबर, २००१ रोजी सकाळी १० वाजून २३ मिनिटांनी देशाच्या महत्त्वाकांक्षी अवकाश कार्यक्रमात मोलाची भूमिका बजावणाऱ्या ध्रुवीय उपग्रहवाहकाचे (पीएसूएलूव्ही-सी३) 'शार'च्या (श्रीहरिकोटा) तळावरून यशस्वी प्रक्षेपण करण्यात आले. भारतीय अवकाश संशोधन संस्था (इस्रो)च्या अभूतपूर्व कामगिरीबद्दल प्रत्येक भारतीयाला अभिमान वाटावा. पीएसूएलूव्ही-सी३ च्या उत्तुंग यशामागे १४ वर्षांचे विकासात्मक कार्य, खासगी उद्योगांना तंत्रज्ञान हस्तांतर, सुटे भाग आणि सबसिस्टिमची सुरळीत निर्मिती, उत्कृष्ट प्रकल्प व्यवस्थापन आणि इस्रोच्या हजारो शास्त्रज्ञ-तंत्रज्ञांचे झोकून देऊन केलेले प्रयत्न आहेत. यांच्या मदतीला अनेक उद्योग, राष्ट्रीय प्रयोगशाळा आणि संशोधन संस्था आहेत.

इस्रोच्या यशामागे त्यातील शास्त्रज्ञ-तंत्रज्ञ, कर्मचारी आहेत. ते अत्याधुनिक तंत्रज्ञान वापरायला सक्षम तर आहेतच परंतु त्याचबरोबर अपेक्षित उत्तुंग ध्येय गाठण्यासाठी सुद्धा ते सक्षम आहेत. विज्ञान आणि तंत्रज्ञान क्षेत्रात भारत स्वयंपूर्ण असल्याचेच ह्याने सिद्ध होते. अवकाश तंत्रज्ञानातील ही झेप अर्थातच आपल्या कौशल्याची जाणीव करून देणारी आहे. इस्रोचे अध्यक्ष **डॉ. के. कस्तुरीरंगन** यांनी "अवकाशात असंख्य तारे आहेत; पण या यशाच्या ताऱ्याचे महत्त्व वेगळेच आहे", अशा शब्दांत आपला आनंद व्यक्त केला. ह्या उत्तुंग यशामागे सर्वात महत्त्वाचा भाग ठरला तो 'संप्रेरणाचा'.

* Motivation, unless provided using common sense, becomes manipulation
* "Praises are wages" - Shakespeare.
* Praise in public; reprimand in private.
* Any employee who works more will make more mistakes. Mistakes can be corrected but restoring of self-respect is very, very diffcult.

संप्रेरणाचे उद्देश (Objectives of Motivation)

संप्रेरणाचे प्रमुख उद्देश पुढीलप्रमाणे आहेत : कार्यांगणात (Work Place) असे वातावरण निर्माण करणे की ज्यामध्ये लोकांची आस्थेने, पुढाकार घेऊन, स्वारस्य दाखवून उत्साहाने काम करण्याची इच्छा होईल; कर्मचाऱ्यांचे व्यक्तिगत आणि सामूहिक मनोबल उंचावणे; जबाबदारीची जाणीव निर्माण करणे; तसेच निष्ठा, शिस्त, अभिमान आणि आत्मविश्वास निर्माण करणे आणि त्याद्वारे व्यवसायसंस्थेची ध्येये अधिक प्रभावीपणे साध्य करणे.

कर्मचारी विकासाकरिता संप्रेरणात्मक तंत्रांचा अवलंब केला जातो. ह्या अनुषंगाने **क्लॅरन्स फ्रान्सिस** यांचे उद्गार महत्त्वाचे आहेत.

"You can buy a man's time, you can buy a man's physical presence at a given place; you can even buy a measured number of skilled muscular motions per hour per day; but you can not buy enthusiasm. You can not buy initiative; you can not buy loyalty; you can not buy devotion of hearts, minds and souls. You have to earn these things."

उद्योजकीय संप्रेरण घटक (Entrepeneurial Motivating Factors)

श्री. पी. एन. शर्मा यांनी त्यांच्या "Development Banks and the New Entrepreneurship in India" या ग्रंथात अंतर्गत आणि बहिर्गत अशा दोन मथळ्यांखाली उद्योजकीय संप्रेरणाचे घटक वर्णन केलेले आहेत. ते पुढीलप्रमाणे-

    अ) अंतर्गत घटक
        १) शैक्षणिक पार्श्वभूमी
        २) व्यावसायिक अनुभव
        ३) उत्पादन क्षेत्रात स्वतंत्रपणे काम करण्याची इच्छा
        ४) उत्पादन करण्यापर्यंत व्यवसायाचा विस्तार करणे

५) कौटुंबिक पार्श्वभूमी

ब) बहिर्गत घटक

१) सरकारकडून साहाय्य

२) वित्तीय संस्थांकडून साहाय्य

३) तंत्रज्ञान / कच्चा माल यांची उपलब्धता

४) अन्य घटक...

उदा. विशिष्ट वस्तूसाठी मागणी, अन्य व्यवसायातून मिळालेल्या अतिरिक्त पैशाचा विनियोग, माल पुरवठा अपुरा होत होता म्हणून उत्पादन/व्यापार उपक्रम सुरू केला.

अंतर्गत घटक मिळूनच उद्योजकाचे व्यक्तिमत्व बनते. उद्योजकीय उपक्रम हाती घ्यायला हेच घटक माणसाला प्रवृत्त करतात. अर्थातच बहिर्गत घटकांमुळे उद्योजकाला पोषक वातावरण निर्माण झाले तर तो त्याचा उद्योजकीय उपक्रम अत्यंत यशस्वीपणे तडीस नेऊ शकतो. अशा पोषक वातावरणामुळेच वित्तीय साहाय्य, तंत्रज्ञान, कच्चा माल आणि आधारभूत सुविधा उपलब्ध होतात. या सुविधा किंवा साहाय्य हे बहिर्गत संप्रेरण घटक असून ते उद्योजकीय कल्पनेचे स्फुल्लिंग चेतवायला मदत करतात. हे घटक उद्योजकीय उपक्रमांना गतीसुद्धा देतात.

श्री. पी. एन. शर्मा यांनी उद्योजकांनी दिलेल्या अग्रक्रमानुसार सुद्धा विविध संप्रेरण घटकांचा अभ्यास केला. यात १२५ उत्पादन कंपन्यांचा समावेश होता. 'व्यावसायिक अनुभव' हा सर्वाधिक महत्त्वाचा अंतर्गत संप्रेरण घटक आहे असे त्या अभ्यासात आढळले. हा व्यावसायिक अनुभव उद्योजकांनी औद्योगिक व्यवसायसंस्थेत व्यावसायिक व्यवस्थापकाचे काम करून प्राप्त केला होता किंवा संबंधित क्षेत्रातील व्यापारी, सल्लागार इत्यादी भूमिकांद्वारे प्राप्त केला होता. आपला उद्योग-व्यवसाय सुरू करण्यापूर्वी ह्या उद्योजकांना उत्पादन, उद्योग आणि वापरावयाचे तंत्रज्ञान यांचे ज्ञान होते असे हे व्यावसायिक अनुभव दर्शवितात.

व्यावसायिक अनुभव हा सर्वाधिक महत्त्वाचा संप्रेरण घटक असण्यामागील कारणे स्पष्ट करताना श्री. पी. एन. शर्मा म्हणतात की, व्यावसायिक अनुभवाने उद्योजकांना आत्मविश्वास प्राप्त होतो. हा आत्मविश्वासच उत्पादनाची मागणी, तंत्रज्ञान, कच्चा माल इत्यादींबाबतची अनिश्चितता कमी करण्यासाठी उपयुक्त ठरतो. व्यापारी असेल तर त्याच्याकडे जादा पैसा शिल्लक असतो आणि बँका/वित्तसंस्था यांच्याकडून कर्ज घेताना उद्योजकाचा हिस्सा म्हणून जी रक्कम लागते ती ह्या रकमेतून भागविता येते. सर्वात महत्त्वाची बाब म्हणजे व्यापारी बाजारपेठेतील घडामोडी/प्रोत्साहने याबाबत संवेदनशील असतात आणि व्यवसायातील जोखीम पत्करण्याची त्यांना सवय असते. उद्योजकाचा औद्योगिक अनुभव, सुरू केलेला उद्योग-व्यवसाय यामधील परस्परसंबंध हेच दर्शवितो की औद्योगिक

अनुभव हा सर्वाधिक महत्त्वाचा संप्रेरण घटक असतो.

तांत्रिक किंवा व्यावसायिकदृष्ट्या सक्षम उद्योजकांनी शैक्षणिक पात्रतेला सर्वात महत्त्वाचा असा संप्रेरण घटक मानले. तांत्रिकदृष्ट्या सक्षम असलेल्या बहुसंख्य उद्योजकांनी त्यांच्या विशेष प्रावीण्याचा क्षेत्रातील उद्योगच स्थापन केल्याचे आढळले. अशा उद्योजकांच्या तांत्रिक प्रावीण्यामुळे ते त्या उद्योगाकडे वळण्यास प्रेरित झाले असेच ही वस्तुस्थिती दर्शविते. उत्पादन क्षेत्रात काही भरीव कामगिरी करावी अशी इच्छा असणे हा आणखी एक संप्रेरण घटक असल्याचे आढळले. निर्णय घेण्याच्या प्रक्रियेत आपला महत्त्वाचा सहभाग असावा, तसेच उद्योग-व्यवसायसंस्थेच्या एकूणच कारभारावर आपले नियंत्रण असावे अशी तीव्र इच्छा या प्रकारच्या उद्योजकांनी व्यक्त केली.

काही उद्योजकांना त्यांचा उद्योगधंदा बदलायचा होता आणि अनेक कारणांसाठी उत्पादन उपक्रम सुरू करायचा होता. व्यापारात अधिक वाव नाही, उत्पादनात अधिक मान इत्यादी महत्त्वाची कारणे होती.

बहिर्गत संप्रेरण घटकांपैकी दोन घटक अत्यंत महत्त्वाचे ठरले. एक म्हणजे वित्तीय संस्थांकडून मिळणारे साहाय्य आणि दुसरे म्हणजे शासनाकडून मिळणारे साहाय्य. बहुतेक सर्वच उद्योजकांनी हे मत व्यक्त केले की वित्तीय साहाय्य, आधारभूत सुविधा इत्यादींमुळे ते त्यांचे उद्योग-व्यवसाय सुरू करू शकलेत; अन्यथा हे शक्यच झाले नसते असे त्यांनी मान्य केले. वास्तविक हे प्रमुख संप्रेरण घटक नाहीत; परंतु उद्योजकीय कल्पना अमलात आणण्यासाठी हे घटक निश्चितच अत्यंत महत्त्वाचे ठरतात. उत्पादन उद्योग सुरू करण्यासाठी एक तर देशी तंत्रज्ञान किंवा परकीय सहयोगातून मिळणारे तंत्रज्ञान उपलब्ध झाल्याने काही उद्योजकांनी त्यांचे उद्योगव्यवसाय सुरू केले.

श्री. आर. ए. शर्मा यांनी केलेल्या संशोधनाचे निष्कर्ष त्यांनी त्यांच्या "Entrepreneurial Change in Indian Industry" या ग्रंथात मांडलेले आहेत.

श्री. आर. ए. शर्मा यांच्या पाहणीनुसार उद्योजकाला उद्योग-व्यवसाय सुरू करण्यास पुढील घटक प्रेरणा देतात.

अ) **अंतर्गत घटक** (Internal Factors)

१) आयुष्यात स्वतंत्रपणे काही तरी करण्याची उत्कट इच्छा.

२) तांत्रिक ज्ञान किंवा उत्पादन अनुभव.

३) त्याच क्षेत्रातील किंवा संबंधित क्षेत्रातील व्यावसायिक अनुभव.

ब) **बहिर्गत घटक** (External Factors)

१) वित्तीय संस्थांकडून आर्थिक साहाय्य.

२) औद्योगिक वसाहतीत जागा उपलब्ध.

३) भाडे करार पद्धतीने यंत्रसामग्री उपलब्ध.

४) बिगर-सरकारी माध्यमातून आर्थिक साहाय्य उपलब्ध.

५) नवीन उद्योगसंस्थांना मदतीचा हात पुढे करण्याची सरकारची प्रवृत्ती.

६) बड्या उद्योगांकडून प्रोत्साहन.

७) प्रचंड मागणी.

८) नफ्याचे प्रमाण.

९) सुस्थितीत नसलेला उद्योग अत्यल्प किमतीला उपलब्ध होणे.

वरील घटकांच्या महत्त्वाचे विश्लेषण केल्यानंतर श्री. आर. ए. शर्मा यांनी पुढील निष्कर्ष काढले -

बहुसंख्य नवीन उद्योजक उद्योगक्षेत्राकडे वळण्यास प्रवृत्त झाले ते पुढील तीन कारणांमुळे - (१) आयुष्यात स्वतंत्रपणे काहीतरी करण्याची उत्कट इच्छा या उद्योजकांना होती; (२) त्यांना त्यांच्या उद्योगांचे तांत्रिक ज्ञान किंवा उत्पादनाचा/व्यापाराचा अनुभव होता; आणि (३) शासकीय आणि संस्थात्मक साहाय्य या उद्योजकांना उपलब्ध झाले; एरवी या मंडळींनी कदाचित उद्योजकीय उपक्रम हाती घेतलाही नसता. उद्योजकांचा दुसरा एक वर्ग असा होता की, ज्यांचा उद्योजक बनण्याकडे अजिबात कल नव्हता तर ते केवळ योगायोगानेच उद्योजक झाले.

आणखी एक पाहणीत असे आढळले की, लघुउद्योजकांना नफा हा प्रेरणादायी घटक वाटला. उद्योगात स्वतंत्रपणे काम करण्याची महत्त्वाकांक्षा हा देखील प्रेरणादायी घटक काही उद्योजकांच्या बाबतीत कारणीभूत ठरला. उद्योजकांच्या व्यावसायिक पार्श्वभूमीवर प्रेरदणादायी घटक वेगवेगळे होते असेही आढळून आले. व्यावसायिक प्रशासक, अभियंते, सल्लागार, व्यापारी यांनी व्यावसायिक अनुभव सर्वाधिक महत्त्वाचा मानला. याउलट शासकीय नोकरदार, कंत्राटदार आणि कृषी क्षेत्रातील उद्योजक यांनी मात्र शासन आणि वित्तीय संस्था यांच्याकडून मिळणारे साहाय्य हा घटक सर्वाधिक महत्त्वाचा असल्याचे सांगितले.

श्री. आर. ए. शर्मा यांच्या पाहणीतील बहुतेक उद्योजक त्यांच्या आधीच्या उद्योगव्यवसायात यशस्वी झालेले होते. कदाचित त्यांच्या आधीच्या उद्योगव्यवसायातील यशामुळेच त्यांना प्रेरणा मिळाली असणार.

तांत्रिक आणि नवउद्योजकतेच्या संदर्भातील विविध पाहणींचा अभ्यास केल्यावर श्री. आरनॉल्ड सी. कूपर यांनी असे अनुमान काढले की, उद्योजकांवर जे घटक प्रभाव टाकतात त्या घटकांचे वर्गीकरण तीन प्रकारांत करता येईल -

१. उद्योजकाची वैशिष्ट्ये आणि त्याची पार्श्वभूमी (कुटुंब, शिक्षण, वय, व्यावसायिक अनुभव इ.) त्याला उद्योजकतेकडे कमी किंवा अधिक प्रमाणात प्रवृत्त करतात त्यांना 'अंतर्गत घटक' म्हणता येईल.

२. उद्योजक अगोदर ज्या व्यवसाय संघटनेसाठी काम करीत होता त्या व्यवसायसंस्थेला 'आंतरपोषक संघटना' (Incubator Organisation) असे म्हणता येईल; आणि

३. भांडवल उपलब्धता, सामूहिक प्रवृत्ती आणि दृष्टिकोन हे उद्योजकतेकडे प्रवृत्त करणारे घटक आणि पुरवठादार, कर्मचारी आणि बाजारपेठ यांची सुसाध्यता हे बहिर्गत घटक.

आणखी एका उद्योजकीय संप्रेरणाच्या पाहणीनुसार उद्योजकता वाढीमागील घटकांचे वर्गीकरण पुढील तीन प्रकारात करण्यात आले आहे -

अ) उद्योजकीय महत्त्वाकांक्षा (Entrepreneurial Ambitions)

१) पैसा मिळविणे.

२) कुटुंबाचाच पारंपरिक व्यवसाय चालविणे.

३) स्वयंरोजगार मिळविणे /स्वतंत्र जीवन.

४) स्वतःची/पत्नीची/पालकांची इच्छा पूर्ण करणे.

५) सामाजिक स्थान प्राप्त करणे.

६) अन्य महत्त्वाकांक्षा : चांगले जीवन, मुलांसाठीसुद्धा स्वयंरोजगार, काहीतरी निर्मितीक्षम करणे, इतरांना नोकऱ्या उपलब्ध करून देणे, इ.

ब) सक्तीचे घटक (Forced Factors)

१) बेरोजगारी.

२) आतापर्यंत केलेल्या नोकरीत असमाधान.

३) नुसत्याच पडून राहिलेल्या पैशांचा विनियोग.

४) तांत्रिक / व्यावसायिक कौशल्याचा उपयोग.

५) अन्य मोठ्या कुटुंबाची देखभाल/वडिलांनी सुरू केलेला परंतु आजारी असलेला उद्योग.

क) पूरक घटक (Complementary Factors)

१) उद्योजकांच्या यशोगाथा.

२) पूर्वीचा सहभाग (त्याच किंवा अन्य उपक्रमातील अनुभव).

३) तशाच किंवा अन्य उद्योगातील पूर्वीची नोकरी.

४) वारसा हक्काने प्राप्त झालेली/पत्नीची/स्वतः जमवलेली मालमत्ता.

५) कुटुंब सदस्य, नातेवाईक, मित्र यांच्याकडून सल्ला अथवा त्यांचा प्रभाव (प्रोत्साहन).

६) अन्य - उमेदवारी म्हणून समभाग किंवा निव्वळ भांडवल पुरवणारा परंतु व्यवस्थापनात सहभाग नसणारा भागीदार.

आणखी एका पाहणीद्वारे असे आढळले की, बऱ्याचदा माणसाला महत्त्वाकांक्षेपेक्षा सुद्धा त्याच्यावर ज्या परिस्थितीमुळे जबरदस्ती येते तीच त्याच्या यशास कारणीभूत ठरते. काही वेळा प्रारंभी महत्त्वाकांक्षा आणि प्रत्यक्ष संधी या परस्पर विरुद्ध असू शकतात. अशा वेळी परिस्थितीमुळे उद्भवलेली सक्ती ही दैव ठरविते. म्हणूनच ज्या कारणांनी उद्योजकांवर ही सक्ती लादली जाते, त्या कारणांचा अभ्यास व विश्लेषण करणे योग्य ठरेल. तांत्रिक आणि व्यावसायिक कौशल्यांचा वापर करणे हा अनेक उद्योजकांवर ही सक्ती लादण्यामागील महत्त्वाचा मुद्दा ठरला. नोकरी-व्यवसायातील असमाधान हे त्या सक्तीमागील दुसरे कारण होते आणि अन्य सक्तीचे घटक हे कमी महत्त्वाचे होते. यावरून असे अनुमान काढता येते की, आपल्यातील कौशल्यांचा उपयोग इतरांसाठी काम करण्यासाठी करण्याऐवजी उद्योजकांनी स्वत:साठी उपयोग करणे अधिक महत्त्वाचे मानले. त्या उद्योजकांना असे वाटले की, ते करीत असलेल्या कामासाठी आवश्यक असलेल्या क्षमतांपेक्षा कैक पटीने अधिक क्षमता त्यांच्याकडे आहेत आणि त्या कामाच्या मिळणाऱ्या मोबदल्यापेक्षा अधिक मोबदल्याची त्यांना अपेक्षा होती.

अर्थातच निव्वळ महत्त्वाकांक्षा अथवा जबरदस्ती माणसाला उद्योजक बनवू शकत नाही. कुटुंब सदस्य, मित्र आणि नातेवाईक यांच्याकडून मिळणारे नैतिक पाठबळ आणि प्रोत्साहन, मागील अनुभव, वारसा हक्काने मिळालेली मालमत्ता हे उद्योजकता वाढीसाठी अत्यंत उपयुक्त घटक आहेत. जवळच्या प्रिय व्यक्तींकडून जर नैतिक पाठबळ संभाव्य उद्योजकांना मिळाले तर त्यांना प्रोत्साहन मिळते, त्यांचा आत्मविश्वास बळावतो आणि नवनवीन आव्हानांना खंबीरपणे सामोरे जाण्यासाठी ते तयार होतात.

पूरक घटकात, त्याच प्रकारच्या किंवा अन्य प्रकारच्या उपक्रमातील आधीचे संघटन असणे हा सर्वात महत्त्वाचा मुद्दा ठरला तर त्या खालोखाल महत्त्वाचा मुद्दा ठरला तो त्याच प्रकारच्या किंवा अन्य उपक्रमातील नोकरीचा अनुभव. आधीचे संघटन आणि नोकरीतील पूर्वानुभव यामुळे उदंड आत्मविश्वास वाढला. येथे नोकरीतील पूर्वानुभव म्हणजे त्या व्यक्तीच्या पोटापाण्यासाठी उत्पन्न मिळविण्याचे साधन असा अर्थ आहे तर आधीचे संघटन हा प्रकार म्हणजे त्या विशिष्ट उद्योग-व्यवसायातील उमेदवारी असा आहे. या पाहणीतील बहुसंख्य उद्योजकांनी असे मत नोंदविले आहे की, उद्योग-व्यवसाय सुरू करण्यापूर्वी त्या प्रकारच्या व्यवसायाशी संघटन किंवा पूर्वानुभव असणे किंवा उमेदवारी केलेली असणे चांगले. अशा अनुभवामुळे पुढील लाभ होतात : (१) असे अनुभव युवकांमध्ये आत्मविश्वास निर्माण करतात. (२) उद्योग-उभारणीचे धडे गिरवण्यास मदत करतात; आणि (३) उद्योजकता विकासाच्या प्रक्रियेला गती लाभते.

यशस्वी उद्योजकांच्या यशोगाथा नवउद्योजकांना प्रेरणादायी ठरतात हा घटक महत्त्वाचा ठरतो. या निष्कर्षावरून शालेय अभ्यासक्रमात उद्योजकीय यशोगाथांचा, तसेच

राजकीय नेते आणि सामाजिक क्रांतिकारकांच्या यशोगाथांचा उल्लेख आवर्जून व्हावा. दुर्दैवाने भारतात मात्र राजकीय पुढाऱ्यांकडून उद्योजकांना फार काही मानाची वागणूक मिळत नाही. परिणामत: युवकांच्या मनात या उद्योजकतेबद्दल चांगली भावना निर्माण होत नाही. उद्योजकता ही जणू काही अनैतिक किंवा समाजविघातक आहे अशी त्यांची कल्पना करून दिली जाते. यामुळेच देशातील उद्योजकतेच्या सुदृढ वाढीचे प्रयत्न उधळून लावले जातात.

बी.ई.व्ही.व्ही.एन. मूर्ती आणि इतर यांच्या पाहणीत सुद्धा असे आढळले की, उद्योजकांना आवश्यक असलेल्या प्रारंभीच्या भांडवलासाठी कुटुंबाची मालमत्ता, नातेवाईक आणि मित्रमंडळी यांच्याकडून साहाय्य या गोष्टी अत्यंत महत्त्वाच्या ठरतात. कुटुंबांकडूनच मिळणाऱ्या प्रारंभीच्या अर्थसाहाय्यामुळे उद्योजकाची वित्तबाजारातील विश्वासार्हता वाढण्यास चांगली मदत झाली आणि उद्योजकाची व्यावसायिक अपयशाची भीतीसुद्धा दूर झाली, असा निष्कर्ष पाहणीतून काढण्यात आला. कुटुंबियांचा त्या उद्योजकावरील विश्वास दिसून येतो आणि उद्योजकीय उपक्रमात पैसा गुंतविण्याची त्यांची मानसिक तयारी असल्याचेच दिसून येते. म्हणूनच भारतीय समाजातील उद्योजकता ही केवळ वैयक्तिक बाब राहत नाही आणि उद्योजकता एकट्या व्यक्तीपुरती मर्यादित राहत नाही. खरे तर हा एका व्यक्तीने आपल्या कुटुंबाच्या महत्त्वाकांक्षा, तीव्र उत्कट इच्छा यांचा विस्तारित आविष्कारच अनुभवलेला असतो.

उद्योजकाची पत्नी, कुटुंब सदस्य आणि नातेवाईक हे काही उद्योजकांच्या बाबतीत महत्त्वाचे प्रेरक ठरलेले आणि त्यांनी उद्योजकात उद्योजकीय चैतन्य निर्माण केल्याचे ह्या पाहणीत आढळले. त्यांची भूमिका ही तत्त्वज्ञ आणि मार्गदर्शकाची होती आणि प्रेरक म्हणून शासनाची भूमिका नगण्य होती. स्वत:च्या पुढाकाराबरोबरच पत्नी आणि कुटुंब सदस्य यांचे प्रोत्साहन आणि सहकार्य या गोष्टींचा परिपाक म्हणजे उद्योजकता असा निष्कर्ष या चर्चेवरून निघतो.

निवडक प्रश्न

(१) उद्योजकीय वर्तन सोदाहरण स्पष्ट करा.

(२) उद्योजकीय नसणाऱ्या व्यक्तींचे वर्तन स्पष्ट करा.

(३) उद्योजकाच्या सवयी स्पष्ट करा.

(४) 'संप्रेरण' संकल्पना स्पष्ट करा. संप्रेरणाचे महत्त्व विशद करा.

(५) संप्रेरणाचे उद्देश कोणते ते सांगा.

(६) उद्योजकीय संप्रेरणाचे विविध घटक स्पष्ट करा.

(७) उद्योजकीय संप्रेरणाचे अंतर्गत आणि बहिर्गत घटक स्पष्ट करा.

(८) टिपा लिहा
(अ) 'संप्रेरण' संकल्पना
(ब) संप्रेरणाचे महत्त्व
(क) उद्योजकाच्या सवयी
(ड) उद्योजकता संप्रेरणाचे घटक
(ई) संप्रेरणाचे उद्देश

प्रकरण ६

उद्योजकतेचे महत्त्व
(Importance of Entrepreneurship)

प्रस्तावना

आपल्या देशातील औद्योगिक विकास, प्रादेशिक समतोल आणि रोजगार निर्मिती ही उद्दिष्टे उद्योजकांचा पुरवठा होण्यावरच अवलंबून आहेत आणि म्हणूनच उद्योजकता विकासाला विशेष महत्त्व आहे.

उद्योजक जन्मालाच यायला हवा असे नाही, तर उद्योग सुरू करणे आणि सर्जनशील, निर्मितीक्षम बनण्याच्या दृष्टिकोनातून त्यांना प्रशिक्षण देता येते, घडविता येते. अर्थातच प्रत्येक व्यक्तीतच उद्योजक बनण्यासाठी आवश्यक असलेल्या किमान गोष्टी असतीलच असे नाही. त्यामुळे प्रत्येक व्यक्ती उद्योजक बनेलच असे नाही. उद्योजकता विकास ही शैक्षणिक प्रक्रिया आहे, मनुष्यबळ विकास संसाधनाचाच तो एक प्रयत्न आहे. अर्थातच उद्योजकता पोकळीत विकसित होत नाही. त्याकरिता असे पर्यावरण आवश्यक असते की, ज्यात संभाव्य उद्योजक आवश्यक गोष्टी आत्मसात करू शकेल व त्याची उद्योजकीय कार्ये तो पार पाडू शकेल. जोसेफ ए. स्टेपनेक (१९६२) यांनी उद्योजकता विकासाकरिता बुद्धी, संप्रेरणा, ज्ञान आणि संधी असणे आवश्यक असल्याचे मत मांडले होते. उद्योजक बनू इच्छिणाऱ्या व्यक्तीत किमान बुद्धी असायलाच हवी. संप्रेरणा अनुवांशिकतेने किंवा वारसा हक्काने प्राप्त होत नाही तर तो एक वैयक्तिक आणि सांस्कृतिक गुण आहे. औपचारिक शिक्षण आणि अनुभव या माध्यमातून ज्ञान प्राप्त करता येते. विकासाच्या वाटेत येणारे अनेक अडथळे उद्योजक पार पाडू शकतात आणि त्यांना पुरेसा अवधी दिला तर ते संधी निर्माण करतात.

An economy is governed by its entrepreneurs. An economy is the effect for which entrepreneurship is the cause. Without entrepreneurs, there would be no economy. Entrepreneurs set economies in motion; start the game; bring the ball, bat and gloves.

उद्योजकता : संकल्पना

इतर अनेक अर्थशास्त्रीय संकल्पनांप्रमाणेच 'उद्योजकता' या संकल्पनेबाबत बरीच चर्चा होत आहे. 'उद्योजक' आणि 'उद्योजकता' या संकल्पनांचा उल्लेख व वापर विविध अर्थांनी झाल्याचे दिसून येते. कारण त्यांचा संबंध अनेक अभ्यास विषयात येतो. खालील आकृतीवरून हे अधिक स्पष्ट होईल.

व्यक्ती → कार्य किंवा कृती → उद्दिष्टे

उद्योजक → उद्योजकता → उपक्रम

विशिष्ट उद्दिष्ट समोर ठेवून व्यक्ती एखादी कृती करते. त्याचप्रमाणे उपक्रम किंवा नवे आर्थिक साहस हे उद्दिष्ट ठरवून उद्योजक कृती करतो. उद्योजकाकडून जी विविध कार्ये पार पाडली जातात त्यांचे विश्लेषण केले असता असे दिसून येते की, त्यात किती विविधता असते. नवी कल्पना, नवी वस्तू किंवा सेवा यांचा शोध घेणे, त्यासाठी समाजाच्या बाजारपेठेचा अभ्यास करणे, संसाधनांची जमवाजमव, उपलब्ध पर्याय पडताळणी करणे, तंत्रज्ञान निवडणे, उत्पादनाचे घटक एकत्र आणणे, घटकांचे प्रमाण ठरविणे, त्यात बदल करणे, नवी वस्तू / सेवा बाजारात आणणे इत्यादी व्यक्तिगत व सामूहिक कार्ये यात समाविष्ट होतात. तंत्रज्ञान, अभियांत्रिकी, व्यवस्थापन, वित्तीय व आर्थिक नियोजन, हिशेबशास्त्र, मानसशास्त्र, तत्त्वज्ञान, भौतिकी, विधी, अर्थशास्त्र, समाजशास्त्र, पर्यावरण इत्यादी सर्व अभ्यास विषयात उद्योजकता या संकल्पनेवर विचारमंथन सुरू आहे. एखादी 'व्यक्ती' नवे आर्थिक साहस हाती घेण्यासाठी एखादा उपक्रम (Enterprise) निर्माण करण्यासाठी योजनाबद्ध कार्य किंवा कृती करते तेव्हा त्या व्यक्तीला 'उद्योजक' अशी संज्ञा आहे तर उद्योजक जी कृती अगर कार्य पार पाडतो त्यास 'उद्योजकता' असे म्हणता येईल. मानवी इच्छाशक्तीनुसार होणारे कार्य इ. आर्थिक-सामाजिक परिवर्तनातील महत्वाचा घटक बनल्याचे उद्योजकतेच्या शास्त्रीय विश्लेषणाला तसेच अभ्यासाला महत्व प्राप्त झाले.

उद्योजकता ह्या संकल्पनेची व्याख्या अगदी नेमकेपणाने करणे अवघड आहे. ह्या व्याख्यांचा अभ्यास करताना 'चार अंध व्यक्ती आणि हत्ती' ह्या गोष्टीची आठवण येते. मानसशास्त्रज्ञ, समाजशास्त्रज्ञ, अर्थतज्ज्ञ, मानवशास्त्रज्ञ आणि संशोधक ह्या सर्वांनी

'उद्योजकता' संकल्पनेची व्याख्या विविध प्रकारांनी केल्या आहेत. उद्योजकता या संकल्पनेची अगदी सुस्पष्ट व्याख्या करण्यात खरोखरच अनंत अडचणी आहेत.

In economic field 'ENTREPRENEURSHIP' refers to identifying innovative ideas, product and services; mobilising resources'; organising services /production and finally marketing them covering the risk with constant strive for growth and excellence.

The 'Entrepreneurial Revolution' can only ensure the dreams of 21st century. The EDPs can easily orchestrate and co-ordinate the growth pulses of the Indian economy.

Entrepreneurs are those who understand that there is little difference between obstacle and opportunity and are able to turn both to their advantage.

पहिले म्हणजे उद्योजकतेबाबत प्रत्येकाची स्वत:ची अशी मते आणि समज आहे, दुसरे म्हणजे उद्योजकांना सांस्कृतिक नायक मानले जाते आणि त्यांच्याबद्दल दरारायुक्त आदर बाळगला जातो. त्यामुळे त्यांच्या वैशिष्ट्यांची सम्यक् परीक्षा करणे अवघड होते, तिसरे म्हणजे उद्योजक हे दृश्य असले तरी उद्योजकता तशी नाही, चौथे म्हणजे उद्योजकतेवर सुसंघटित आणि नियंत्रित असे संशोधन फारच थोड्या प्रमाणात झाले आहे, आणि पाचवे म्हणजे व्यवस्थापनापेक्षा उद्योजकता काहीतरी वेगळी आहे असे जेव्हा म्हटले जाते तेव्हा उद्योजकतेची व्याख्या देणे अवघड होऊन बसते.

जॉन काओ (John Kao) यांनी उद्योजकतेची संकल्पनात्मक रचना विकसित केलेली आहे ती पुढीलप्रमाणे -

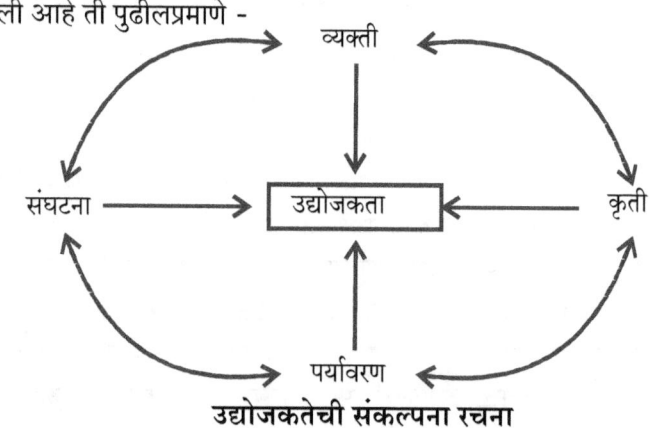

उद्योजकतेची संकल्पना रचना

आर्थिक-सामाजिक परिवर्तन हे मानवी संस्कृतीचे अंग आहे. सामाजिक-आर्थिक प्रगतीचे टप्पे, त्यांची गती जगभर समानता नसली तरी उद्योगीकरण, शेतीचा विकास, माहिती तंत्रज्ञान प्रगती यामुळे उत्पन्नात वाढ, वस्तू व सेवांच्या विविधतेत वाढ झाल्याने मानवी जीवन अधिक समृद्ध झाले. मानवी गरजा भागविण्यासाठी अनेक पर्यायी वस्तू, सेवा उपलब्ध झाल्या. नव्या नोकऱ्या, व्यवसाय संधी वाढल्या. आर्थिक विकास प्रक्रियेचे विश्लेषण केले असता असे दिसून येईल की, मागील अखेरच्या पाव शतकातील आर्थिक विकासाची दिशा ठरविणारे दोन महत्त्वाचे घटक आहेत. 'तंत्रज्ञान आणि उद्योजकता' ही दोन प्रमुख व महत्त्वपूर्ण विकास साधने म्हणून सर्वत्र उदयास आली ! तंत्रज्ञान म्हणजे केवळ उपकरण नव्हे किंवा स्वयंचलित यंत्र नव्हे. तंत्रज्ञान म्हणजे निर्मितीशास्त्र किंवा प्राचीन वाङ्मयात 'वार्ता' म्हणून ज्या शास्त्राचा उल्लेख होतो ते वार्ता होय. तो एक स्वयंचलित घटक आहे. या घटकाची उपयुक्तता वापरानुसार वाढत जाते. या घटकाला प्रदेश अगर राष्ट्रीयत्वाची मर्यादा नाही. तंत्रज्ञान हे सुधारून वापरता येते. अगर सुधारित तंत्रज्ञान विकत घेता येते. आधुनिक तंत्रज्ञानाच्या वापरामुळे केवळ वस्तू व सेवा निर्मिती यात बदल झाला असे नाही तर माणूस बदलला. त्याच्या विचारात व कार्यपद्धतीत बदल झाला. वस्तू व सेवांचे प्रमाणीकरण झाले. त्यामुळे त्यांनी स्थानिक, प्रादेशिक व राष्ट्रीय बाजारपेठा ओलांडल्या. तंत्रज्ञानाच्या वाढत्या प्रभावामुळे स्पर्धा, भांडवली गरजा वाढल्या ! नव्या वाटा, नवे शोध, नव्या वस्तू, जुन्या वस्तूंचा नवा वापर, नवे भागीदार इत्यादी गोष्टी अवतरल्या. केवळ औद्योगिक क्षेत्रात नव्हे तर शेती, सेवा, शिक्षण, आरोग्य, वाहतूक व दळणवळण, व्यापार अशा क्षेत्रात हे प्रवाह दिसून येऊ लागले. त्यांचे प्रमाण सर्व देशात सरखे नसेल. परंतु या गोष्टींचे अस्तित्व सर्वत्र भासू लागले. देशोदेशींच्या शासन संस्था, बँका, जागतिक संघटना यांच्यात देखील एक प्रकारची विकासाभिमुखता दिसून येऊ लागली.

आधुनिक तंत्रज्ञानाबरोबर 'उद्योजकता' हा घटक या पूरक वातावरणाला जबाबदार आहे असे दिसून येईल. **'उद्योजकता म्हणजे परिसर स्थितीला लाभलेली रचनात्मक आणि होकारात्मक साद होय !'**

उद्योजकता म्हणजे माणसातील नवनिर्मितीची उभारी, अशी माणसे विशिष्ट ध्येयाने झपाटून जातात. अथक प्रयत्नाने, इतरांची मदत घेऊन नवे मार्ग शोधतात. निसर्गसंपदा, पैसा, कामगार असे सगळे घटक संघटित करून त्या सर्व गोष्टी एकत्र आणून, एखाद्या नव्या उत्पादनाच्या कल्पनेसाठी त्यांना गुंतविणे, त्याची कुशलपणे कार्यवाही करणे हे महत्त्वाचे आहे. म्हणून आर्थिक विकासाच्या प्रक्रियेत उद्योजकाचे स्थान अनन्यसाधारण आहे. 'योजकस्तत्र दुर्लभ:' या उक्तीप्रमाणे सर्व साधने उपलब्ध असून योजक नसेल तर साधनांची उपलब्धता व्यर्थ आहे.

''अमंत्रं अक्षरं नास्ति नास्तिमूलं वनौषधिं
अयोग्यं वस्तु नास्तेव योजकस्तत्र दुर्लभः ।।''

(मंत्राची ताकद नाही असे अक्षर नसेल. वनातील कंदमुळे यामध्ये औषधी गुण नाहीत असे होणार नाही. ज्याचा उपयोग नाही अशी वस्तू नाही. योजक मात्र दुर्मीळ आहे.)

व्यक्ती, समाज, संस्था, संघटना, देश अशा विविध स्तरांवर उद्योजकत्व जेवढे अधिक प्रमाणात दिसून येईल त्या प्रमाणात त्यांच्यात स्वत:चे वैशिष्ट्य दिसून येईल. ज्या देशात उद्योजकता वाढ योग्य प्रमाणात आहे त्या देशाचा विकास अधिक वेगाने घडून आल्याचे दिसून येते. जपान किंवा युरोपातील राष्ट्रे यांची पायाभूत साधने, संपत्ती कमी असूनही ती राष्ट्रे जगातील पहिल्या दर्जाच्या विकसित व संपन्न राष्ट्रात गणली जातात. याउलट उद्योजकतेच्या अभावामुळे नैसर्गिक साधनांची संपन्नता असूनही आशिया-अफ्रिकेतील राष्ट्रे गरीब व कमी उत्पन्न गट म्हणून ओळखली जात आहेत. 'उद्योजकता' हा **विकास-यात्रेतील** महत्त्वपूर्ण घटक आहे; हे तज्ज्ञांनी मान्य केले आहे.

अमेरिकेत 'उद्योजकता' विषयावर झालेल्या परिषदेत उद्योजकतेविषयी पुढील विचार मांडण्यात आले -

''व्यवसायसंधी ओळखून त्यातूनच मूल्यनिर्मिती करणे, संधीच्या अनुषंगाने वाजवी जोखीम पत्करण्याचे व्यवस्थापन करणे, सुसंवाद आणि व्यवस्थापन कौशल्यांच्या मदतीने मानवी, आर्थिक आणि भौतिक संसाधनांची प्रकल्प फलप्रद होण्याच्या दृष्टीने जुळवाजुळव करणे म्हणजेच उद्योजकता होय.''

Entrepreneurship can be viewed as a creative and innovative response to the environment and an ability to recognise, initiate and exploit an economic opprtunity.

उद्योजकता संकल्पना रचना

उद्योजकता या संकल्पनेची अगदी सुस्पष्ट व्याख्या करण्यात अनंत अडचणी आहेत. पहिले म्हणजे उद्योजकतेबाबत प्रत्येकाची स्वत:ची अशी मतं अणि समज आहे; दुसरे म्हणजे उद्योजकांना सांस्कृतिक नायक मानले जाते आणि त्यांच्याबद्दल दरारायुक्त आदर बाळगला जातो. त्यामुळे त्यांच्या वैशिष्ट्यांची सम्यक परीक्षा करणे अवघड होते; तिसरे म्हणजे उद्योजक हे दृश्य असले तरी उद्योजकता तशी नाही, चौथे म्हणजे उद्योजकतेवर सुसंघटित आणि नियंत्रित असे संशोधन फारच थोड्या प्रमाणात झाले आहे आणि पाचवे म्हणजे व्यवस्थापनापेक्षा उद्योजकता काहीतरी वेगळी आहे असे जेव्हा म्हटले जाते तेव्हा उद्योजकतेची व्याख्या देणे अवघड होऊन बसते.

उद्योजकतेची विश्लेषणात्मक चौकट

१.	**व्यक्ती** :	व्यक्तिमत्व, कौशल्य, अनुभव, प्रेरणा आणि मानसशास्त्रीय उपक्रम.
२.	**कृती** :	संधींचे आकलन करणे, संसाधनांची संघटना करणे, नेतृत्व देणे.
३.	**पर्यावरण** :	संसाधनांची उपलब्धता, पायाभूत सेवा, स्पर्धात्मक दबाव, सामाजिक मूल्ये, नियम व कायदेकानू, तंत्रज्ञान इत्यादी.
४.	**संघटना** :	रचना, नियम, धोरणे, संस्कृती, मनुष्यबळ रचना, सुसंवाद सुविधा.

आधुनिक युगातील विद्वानांनी, अभ्यासकांनी 'उद्योजकता' ही संकल्पना जाणून घेण्यासाठी व्यावहारिक मार्ग पत्करला. त्यांनी विकसनशील राष्ट्रातील सद्य:परिस्थिती ध्यानात घेतली. विकसनशील राष्ट्रातील उद्योजक सामान्यत: अनिश्चित बाजारपेठ, कुशल कामगार आणि भांडवलाचा तुटवडा इत्यादी समस्यांना सामोरे जातो. ह्या उद्योजकांना उद्योग स्थापनेपासूनच मोठ्या प्रमाणावरील उत्पादन परवडण्यासारखे नसते. तसेच ते स्वत:ला एक किंवा दोन उद्योजकीय कार्यांपुरते मर्यादित ठेवू शकत नाहीत. विकसनशील राष्ट्रातील उद्योजकांना उद्योग यशस्वीपणे चालविण्यासाठी विविध कार्ये करावी लागतात.

डॉ. जे. ई. स्टेपनेक (Dr. J. E. Stepanek) यांच्या मते, ''उद्योजकतेमध्ये जोखीम पत्करण्याची क्षमता, संघटनाची कुवत आणि उद्योगात विविधता आणण्याची व नवनिर्मिती करण्याची तीव्र इच्छा यांचा समावेश होतो.''

हिजिन्स (Higgins) यांच्या मते, ''उद्योजकता ही गुंतवणूक आणि उत्पादनसंधी शोधणे, उद्योगसंस्थेत नवीन उत्पादन प्रक्रिया घडवून आणण्यासाठी उत्पादन प्रक्रियेचे संघटन करणे, भांडवल उभारणी करणे, कामगार नेमणे, कच्च्या मालाच्या पुरवठ्याची सोय करून घेणे, उद्योगसंस्थेची जागा शोधून काढणे, नवीन तंत्रज्ञान आणि वस्तू सादर करणे, कच्च्या मालासाठी नवीन माध्यमे शोधून काढणे आणि उद्योगसंस्थेचे दैनंदिन व्यवस्थापन पार पाडण्यासाठी उच्च व्यवस्थापनाची निवड करणे यामध्येच सामावलेली आहे.''

प्रा. एच. एन. पाठक यांच्या मते, ''उद्योजकतेमध्ये फारच विस्तृत क्षेत्राचा समावेश होतो, की ज्यांच्यावर असंख्य निर्णय घ्यावे लागतात. ह्या क्षेत्रांचे वर्गीकरण तीन प्रकारे करता येईल - (१) संधींचे आकलन, (२) औद्योगिक संस्थेचे संघटन करणे

आणि (३) फायद्यात चालणारी, टिकून राहणारी आणि विकसित होणारी औद्योगिक संस्था चालविणे.''

जे. बी. से. यांनी उद्योजकता म्हणजे संसाधनांचा मोबदला वाढविण्याचे साधन असे वर्णन केले.

पीटर एफ. ड्रकर यांनी हीच व्याख्या पुढीलप्रमाणे केली आहे - ''संसाधनांच्या माध्यमातून ग्राहकाने प्राप्त केलेले वाढते मोल आणि समाधान.''

यशस्वी उद्योजक नवीन मूल्ये निर्माण करतात किंवा जे आधीच अस्तित्वात आहे त्याचे मूल्य वाढवितात. ते साधनाचे रूपांतर संसाधनात करतात किंवा अस्तित्वात असलेल्या संसाधनांचे नव्याने एकत्रीकरण करतात किंवा अधिक उत्पादन बनवतात. उद्योजकता सहेतुक आणि पद्धतशीर नवनिर्मितीवर आधारित असते. पीटर एफ. ड्रकर यांच्या मते, ''पद्धतशीर नवनिर्मितीमध्ये बदलांसाठी सहेतुक आणि संघटित शोध यांचा समावेश होतो आणि संधींच्या पद्धतशीर विश्लेषणात असे बदल आर्थिक किंवा सामाजिक नवनिर्मिती उपलब्ध करून देतात.''

नवनिर्मितीची खरी कसोटी ही तिच्या नावीन्यात अथवा विज्ञानात नसून बाजारपेठेत आहे. अनेक तज्ज्ञ लेखक उद्योजकता म्हणजे काहीतरी गूढ किंवा अलौकिक बुद्धीचे असतात असे मानतात तर ड्रकर मात्र त्याला विशेष रीत किंवा शिस्त मानतात, की ज्यामध्ये ज्ञान, सिद्धान्त यांचा भरभक्कम पाया आहे. ती सहेतुक कृती असून ती आत्मसात करता येते. उद्योजकांच्या गुणांवर अथवा मानसशास्त्रावर भर नको तर उद्योजकांच्या विविध कृती आणि वर्तनावर असावा. ड्रकर यांच्या मते, उद्योजकता केवळ मोठे उद्योग आणि आर्थिक संस्थांपुरती मर्यादित असते असे नाही. ती लघुउद्योगांमध्ये किंवा आर्थिकेतर संस्थांमध्येसुद्धा तितकीच महत्त्वाची आहे. अमेरिकेत उद्योजकीय अर्थव्यवस्था येण्यामागील प्रमुख कारण म्हणजे लघुउद्योग, नवीन उद्योग, व्यावसायिकेतर उपक्रम इत्यादींमधून उद्योजकीय कौशल्यांना मुबलक वापर आणि मानवी गरजा भागविण्याच्या संधी साधणे.

ड्रकर हे उद्योजकतेला व्यक्तिमत्त्व गुण मानण्यापेक्षा एक वर्तन म्हणून मानतात. कारण भिन्नभिन्न व्यक्तिमत्त्वाचे लोक, भिन्नभिन्न स्वभावाचे लोक हे उद्योजकीय आव्हानांमध्ये यशस्वी ठरलेले आहेत. उद्योजकतेचा पाया हा संकल्पना व सिद्धांतावर आधारित आहे; अंतर्ज्ञान नव्हे. उद्योजक हा भांडवलदार अथवा मालकच असायला हवा असे नव्हे. जो बँकर इतरांचे पैसे स्वीकारतो आणि जादा उत्पन्न मिळेल अशा गोष्टीत गुंतवतो तो निश्चितच उद्योजक आहे. तो जरी मालक नसला तरी तो उद्योजक आहेच.

जोसेफ ए. शुम्पीटर यांनी नवनिर्मितीवर भर दिला. पुस्तकात अन्यत्र या मुद्द्यावर

सविस्तर चर्चा करण्यात आलेली असल्याने येथे द्विरुक्ती टाळण्यात आली आहे.

ENTREPRENEURSHIP is the character, practice and skill that combines innovativeness, readiness to take risk, assessing opportunities, heightened initiative, perceiving and mobilising potential resources, concern for standard of excellence, persistence in achieving the goal, positive orientation to problem solving and constant strive for growth and excellence. When all these attributes are developed in one person, the person becomes entrepreneur. Such entrepreneurs can be found in any field - may it be industry, business, education, public or professional bodies. But wherever they go they create a land work, turn the direction and attain heights.

Entrepreneurship requires the fusion of talent, ideas, capital and know-how. The fusion process can be risky, uncertain and sometimes haphazard but is always dynamic. Entrepreneurship is both - art and science.

६.१ उद्योजकता : उपजीविका प्रकार - महत्त्व आणि समर्पकता

If self-help is the best help, then self-employment is the best employment and entrepreneurship is the most exciting level of self-employment.

वाढत्या बेकारीची समस्या दिवसेंदिवस तीव्र बनत चाललेली असल्याने अलीकडे उद्योजकतेवर विशेष भर देण्यात येतो. त्यातून इतर काही व्यक्तींना कामास लावण्याचे सत्कार्य होऊ शकते. या दृष्टीने विकसनशील भागात उद्योगीकरणाचे वातावरण निर्माण व्हावे म्हणून विभागीय तसेच जिल्हा पातळीवर प्रयत्न केले जात आहेत. परंतु विशेष महत्त्व प्राप्त होण्याची कारणे काय तेही पाहणे गरजेचे ठरते.

आपल्या राष्ट्राचे आकारमान पाहता वर्षानुवर्षे शिक्षणसंस्थातून शिक्षण घेऊन बाहेर पडणाऱ्या सर्वांनाच आवडीची नोकरी पुरवणे केवळ अशक्य आहे. सरकारने अगदी प्रयत्नांची पराकाष्ठा केली तरी ते केवळ अशक्यच आहे.

वरील पार्श्वभूमीवर नोकरीऐवजी उद्योजकतेकडे वळल्यास अनेक प्रश्न सुटू शकतील. स्वयंरोजगारातून आणखी काहीजणांना नोकऱ्या मिळू शकतील. स्वयंरोजगाराचे महत्त्व पुढील मुद्यांवरून सहज लक्षात येईल -

१. व्यक्तीच्या नवनिर्मिती आणि विकासाच्या आकर्षणांची परिपूर्तता करण्याच्या प्रक्रियेचा अनुभव घेण्याची संधी उद्योजकतेमुळे प्राप्त होऊ शकते. नोकरीत नवनिर्मितीच्या, विकासाच्या वाटा खुंटल्यासारख्या होतात. संशोधनाअंती असे

आढळून आले आहे की, मूलभूत नवनिर्मितीमध्येच अनेक लघुउद्योगांचे उगमस्थान आहे.

२. मनाजोगती नोकरी शोधण्यासाठी अनेक उद्योगसंस्थांचे उंबरठे झिजवावे लागतात, अनेक धक्के सुद्धा खावे लागतात. तरीसुद्धा नोकरी मिळण्याची शाश्वती नाहीच. परंतु एखाद्याला जर उद्योजकतेकडे वळायचे असेल तर त्याला एकच दरवाजा ठोठवावा लागतो आणि हा एकच दरवाजा म्हणजे स्वत:चाच दरवाजा. जर त्या व्यक्तीत निवडक गुण असतील, योग्य सामर्थ्य असेल तर त्याला यश मिळण्याची संभाव्यता अधिक दाट होते. उद्योजकतेत सुद्धा अनेक प्रकारचे धक्के असतात. परंतु संबंधित व्यक्ती जर उद्योजकतेच्या मुशीतूनच बाहेर पडलेली असेल तर ती व्यक्ती हे धक्के लीलया पचवू शकते.

३. नव्याने उद्योजकतेकडे वळू इच्छिणाऱ्यांना भारत सरकार आणि संबंधित राज्यसरकारे मोठ्या प्रमाणावर सोयीसवलती, प्रेरणा आणि आकर्षक योजना उपलब्ध करून देतात. काही दशकांपूर्वी उद्योजकतेचा मार्ग जितका खडतर होता, जिकिरीचा होता, तितका तो आता राहिलेला नाही.

४. उद्योजकतेमुळे एखादी व्यक्ती केवळ स्वत:च्या उपजीविकेचे साधन निर्माण करीत नाही तर ती अनेकांसाठी नोकऱ्या उपलब्ध करते. उद्योजकतेकडे वळून ती व्यक्ती केवळ त्याच्या आयुष्यातील वैयक्तिक उद्दिष्ट साध्य करीत नाही तर ती अनेक गरजूंच्या उपजीविकेचे साधन बनते. स्वत:च्या दैवाचा तो निर्माता तर बनतोच; परंतु त्याचबरोबर अनेकांचा उपकारकर्ता ठरतो.

५. उद्योजकतेमुळे व्यक्तीला आपली आर्थिक उन्नती झपाट्याने करून घेता येते. अधिक जाणीवपूर्वक कष्ट करून ते सहज शक्य होते. नोकरीत ठराविक मर्यादित उत्पन्न मिळते, असे उद्योजकतेच्या बाबतीत होत नाही.

उद्योजकतेचा आग्रह कशासाठी ?

उद्योजकतेचा आग्रह खालील कारणांसाठी धरला जातो -

१. **बेरोजगारीच्या समस्येला तोंड देणे :** सर्वच विकसनशील राष्ट्रांमध्ये वाढती बेरोजगारी ही अगदी गंभीर समस्या असते. ही समस्या उद्भवण्यामागे अनेक गोष्टी कारणीभूत असतात. नोकऱ्या ज्या प्रमाणात वाढतात त्यापेक्षा कितीतरी अधिक वेगाने लोकसंख्या वाढते. सामाजिक-सांस्कृतिक घटकांच्या माध्यमातून नोकरीतील आशा-आकांक्षा आणि अपेक्षा यांच्या बाबतीत चुकीची मूल्ये माणसात रुजतात. कारणं काहीही असोत, वस्तुस्थिती अशीच राहते की बेरोजगार तरुणांच्या संख्येच्या ५ ते १० टक्केच रोजगार निर्माण होतो. उर्वरित ९० टक्के ते

९५ टक्के बेरोजगार युवकांना एकच पर्याय शिल्लक उरतो आणि तो म्हणजे स्वयंरोजगाराकडे वळणे.

नोकरी × स्वयंरोजगार - शिक्षण पूर्ण केल्यानंतर दोन पर्याय उपलब्ध असतात. पहिला पर्याय म्हणजे स्थिर पगार उत्पन्न देऊ शकणारी शासकीय, खाजगी किंवा सार्वजनिक क्षेत्रातील नोकरी पत्करणे. दुसरा पर्याय म्हणजे स्वयंरोजगार. ह्यामध्ये ती व्यक्ती नावीन्यपूर्ण कल्पना लढवते, संसाधने गोळा करून उत्पादन, सेवांचे संघटन करते आणि सरतेशेवटी उत्पादन, सेवांचे विपणन करते. अशा व्यक्तींना 'उद्योजक' म्हणतात.

नोकरी करणाऱ्या व्यक्तीला नेहमीच मर्यादित वाव असतो. कारण अशी व्यक्ती संसाधने निर्माण करेलच असे नाही; आणि जे काही करायचे असेल ते मर्यादित उपलब्ध संसाधनातच करावे लागते. नोकरी करणाऱ्यांच्या बाबतीत स्वयं-संपृक्तता (Self-saturation) येण्याची शक्यता जास्त असते. एकदा नोकरी लागली की त्या पदावर आणखी कुणाला कामाची संधी दहा वर्षांसाठी मिळू शकत नाही. (तीस वर्षांच्या सेवेत सरासरी तीन बढत्या गृहीत धरलेल्या आहेत.) याउलट उद्योजक मात्र ग्राहकोपयोगी उत्पादने, आयात पर्याय व निर्यातयोग्य उत्पादने तयार करून देशाचे ढोबळ राष्ट्रीय उत्पन्न वाढवितो. स्वयंनिर्मितीचे खास वैशिष्ट्य उद्योजकात असते. स्वयंरोजगार उपक्रमामुळे वाहतूक, विपणन, संज्ञापन इत्यादी महत्त्वाच्या आर्थिक उपक्रमांना चालना मिळते. ह्यातून अनेक उपक्रमांच्या साखळीला चालना मिळते आणि त्यातूनच रोजगाराच्या असंख्य संधी उपलब्ध होतात. भारतात हे सिद्ध झालेले आहे की स्वयंरोजगारातून निर्माण झालेल्या रोजगाराच्या संधी ह्या संघटित क्षेत्रातून निर्माण होणाऱ्या रोजगारांच्या तुलनेत किफायतशीर असतात. याशिवाय लघु-उद्योगातून ह्या क्षमतांची उणीव असते. परंतु आर्थिक प्रगतीसाठी याची तितकीच आवश्यकता असते. लघुउद्योगांमुळे मध्यमवर्गीयांकडून लहान प्रमाणातील बचत उद्योजकीय उपक्रमात गुंतवली जाते. लघुउद्योगांतूनच उत्पादन डिझाईन आणि आनुषंगिक नवनिर्मिती यात सर्वोत्कृष्टता गाठण्याची संधी मिळते. समाजाचे उद्योजकीकरण करून स्वयंरोजगाराच्या माध्यमातून बेरोजगारीचा प्रश्न सोडविता येईल.

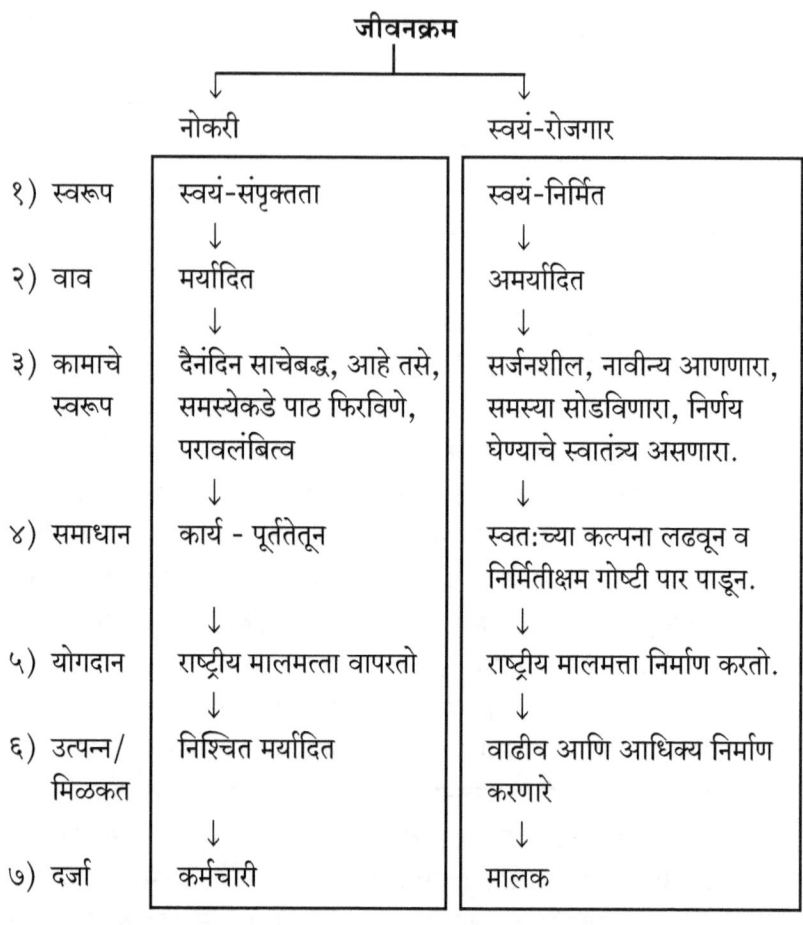

	जीवनक्रम	
	नोकरी	स्वयं-रोजगार
१) स्वरूप	स्वयं-संपृक्तता	स्वयं-निर्मित
२) वाव	मर्यादित	अमर्यादित
३) कामाचे स्वरूप	दैनंदिन साचेबद्ध, आहे तसे, समस्येकडे पाठ फिरविणे, परावलंबित्व	सर्जनशील, नावीन्य आणणारा, समस्या सोडविणारा, निर्णय घेण्याचे स्वातंत्र्य असणारा.
४) समाधान	कार्य - पूर्ततेतून	स्वत:च्या कल्पना लढवून व निर्मितीक्षम गोष्टी पार पाडून.
५) योगदान	राष्ट्रीय मालमत्ता वापरतो	राष्ट्रीय मालमत्ता निर्माण करतो.
६) उत्पन्न/ मिळकत	निश्चित मर्यादित	वाढीव आणि आधिक्य निर्माण करणारे
७) दर्जा	कर्मचारी	मालक

२. **राष्ट्रीय उत्पादने वाढविणे :** बहुतेक विकसनशील देशातून एकसारखाच इतिहास असतो – प्रदीर्घ काळ परकीयांचे वर्चस्व, राजकीयदृष्ट्या नुकतेच स्वातंत्र्य मिळालेले आणि सध्या आर्थिक स्वातंत्र्य प्राप्त करण्याचा प्रयत्न करणारे. ह्या प्रक्रियेत बहुतेक देश (१) आयात पर्याय उत्पादने, (२) ग्राहकोपयोगी उत्पादने व सेवा आणि (३) निर्यात उत्पादने. ह्यामध्येच राष्ट्रीय उत्पादन वाढविण्याच्या समस्येला सामोरे जातात. (आकृती पहा.) यापैकी पहिल्याची गरज असते देशाबाहेर जाणारी राष्ट्रीय संपत्ती वाचविण्यासाठी आणि त्या संपत्तीचा उपयोग स्थानिक पातळीवर ज्या गोष्टींसाठी अधिक उपयुक्त आहे अशा गोष्टीत वापरण्यासाठी परंतु विकसनशील देशातून सर्वांगीण विकासाच्या योजना अमलात आणायला सुरुवात होण्याचा अवकाश, की ग्राहकोपयोगी उत्पादने आणि सेवा

यांची प्रचंड मागणी वाढते. साहजिकच अधिकाधिक ग्राहकोपयोगी उत्पादने आणि सेवा उपलब्ध करून देऊन ह्या मागण्यांची पूर्तता केली जाते. पण सध्या हे पुरेसे नसते. कारण कोणताच देश एकाकीपणे विकसित होऊ शकत नाही. उलट शीघ्र आणि चिरकाल प्रगतीसाठी, विकसनशील राष्ट्रांना अन्य राष्ट्रांबरोबर व्यवहार करावे लागतात व त्यासाठी परकीय चलनाची आवश्यकता असते. परकीय चलन प्राप्त करण्याचा एक मार्ग म्हणजे निर्यात उत्पादने तयार करणे. ह्या तिन्ही प्रकारच्या उत्पादनांसाठी देशाला उद्योजकांची आवश्यकता असते.

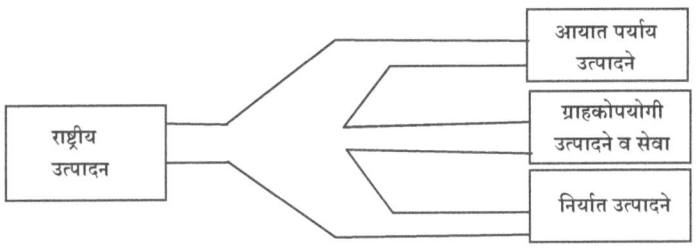

३. **आर्थिक सत्तेचे विकेंद्रीकरण करणे :** विश्वाच्या निर्मितीपासूनच दोन प्रकारच्या ताकदींनी आपले वर्चस्व जागतिक घडामोडींवर ठेवलेले आहे - आर्थिक आणि मनगटी. फार पूर्वी मनगटी ताकदीचा प्रभाव अधिक होता. परंतु आता आधुनिक युगात आर्थिक ताकद अधिक वर्चस्व गाजवणारी ठरलेली आहे. आर्थिक ताकद ही औद्योगिक आणि व्यावसायिक उपक्रमांचे सुयोग्य नियोजन केले नाही तर आर्थिक सत्ता फार थोड्यांच्या हातात केंद्रित होण्याची शक्यता असते. विकसनशील देशात ह्याचे विपरीत असे सामाजिक-सांस्कृतिक दुष्परिणाम होतात. ह्या दुष्परिणामांपासून दूर राहण्याचा एक मार्ग म्हणजे विकसनशील देशातील युवकांमध्ये उद्योजकता विकास/स्वयंरोजगार चळवळीच्या साहाय्याने औद्योगिक आणि व्यावसायिक उपक्रमांचे विकेंद्रीकरण करणे.

४. **मक्तेदारी कमजोर करणे :** व्यापार, उद्योग-व्यवसायांमध्ये मक्तेदारी असणे ही विकसनशील देशातून सर्वसामान्यपणे आढळणारी दुर्दैवी बाब असते. राजकीय वरदहस्ताबरोबरच पुरेशा उद्योजकांअभावी मक्तेदारी फोफावते. युवकांमध्ये उद्योजकता विकासाच्या दृष्टिकोनातून सुनियोजित प्रयत्न केले तर मक्तेदारी कमजोर होण्यास निश्चित मदत होईल. कारण हे उद्योजक उत्पादन व सेवा उद्योग सुरू करतात. एरवी मूठभर लोकांच्याच हातात हे उपक्रम असतात, त्याला छेद जातो.

५. **नफ्याची कल्याणकारी गुंतवणूक :** जेव्हा एखाद्या प्रदेशात बाहेरचा उद्योजक

उद्योग सुरू करतो तेव्हा त्या उद्योगात झालेल्या नफ्याची पुनर्गुंतवणूक तो उद्योजक त्याच उद्योगात किंवा त्या भागात सहसा करीत नाही, तर तो ज्या मूळ ठिकाणचा आहे तेथील उद्योगातच पुनर्गुंतवणूक करतो. ह्या प्रक्रियेची तुलना रक्तपिपासू जळूशी करता येईल. यालाच आपण 'जळू परिणाम' म्हणू या. विकसनशील देशातील मागासलेल्या भागात ह्या प्रक्रियेचे दुष्परिणाम अधिक प्रमाणात आढळतात. स्थानिक संसाधनांच्या साहाय्याने निर्माण झालेली संपत्ती तुलनेने अधिक विकसित भागाकडे वळविली जाते. हे टाळण्यासाठी स्थानिक युवकांना स्वयंरोजगाराकडे वळण्यासाठी आणि त्यांच्या त्यांच्या भागात उद्योग-व्यवसाय सुरू करण्यास तयार करून त्यांना संपूर्ण सहकार्य केले पाहिजे. अशा उद्योगातून झालेल्या नफ्याची कल्याणकारी पुनर्गुंतवणूक अधिक हितकारक ठरेल.

६. **संतुलित प्रादेशिक विकास :** औद्योगिक आणि व्यावसायिक उपक्रमांबरोबरच रस्ते, वाहतूक, संज्ञापन, आरोग्य, शिक्षण, करमणूक इत्यादी सार्वजनिक हिताचे लाभही होतात. औद्योगिक आणि व्यावसायिक उपक्रम ठरावीक शहरांमध्येच केंद्रित झालेले आढळतात. त्यामुळे विकासदेखील ह्या ठराविक शहरांपुरताच मर्यादित राहतो. त्यामुळे अल्पावधीत देशाला असंतुलित प्रादेशिक विकासाच्या समस्येला सामोरे जावे लागते. अनेक विकसनशील देशातून हेच आढळते.

स्थानिक युवकांमध्ये स्वयंरोजगार विकासाच्या दृष्टिकोनातून सुनियोजित प्रयत्न केले गेले तर देशाच्या विविध भागांत उद्योजकांचा पुरवठा होईल. लघुउद्योजक बहुधा त्यांच्या त्यांच्या भागातच उद्योग सुरू करणे पसंत करतात. देशभर अशा विखुरलेल्या लघुउद्योजकांमुळे उद्योग आणि व्यवसायांचे विकेंद्रीकरण होऊन संतुलित प्रादेशिक विकास साधणे शक्य होईल.

७. **युवकांची शक्ती :** युवा पिढीमध्ये जबरदस्त जोश असतो, शक्ती असते, निर्मितीची ऊर्मी असते. परंतु अलीकडे आढळणाऱ्या बेरोजगारीमागील महत्त्वाचे कारण म्हणजे ठरावीक उत्पन्न /वेतन देणाऱ्या नोकरीवर अवलंबून राहणे. त्यामुळे त्यांच्यातील शक्ती नाहिशी होते. ऐन तारुण्यात असताना ते बेकार राहतात. अर्थपूर्ण संधीअभावी ते रिकामे राहतात आणि मग ते त्यांची शक्ती, जोश हे विध्वंसक आणि समाज-विघातक कार्यांकडे वळवतात. बऱ्याचदा ते स्वयंनाशालाही प्रवृत्त होतात. थोडक्यात, देश त्याच्या सर्वात महत्त्वाच्या ताकदीला, युवा शक्तीला मुकतो. स्वयंरोजगार अशा युवकांची शक्ती योग्य मार्गाने वापरायला खचितच मदत करतो. हे फार मोठे आव्हानच आहे. परंतु ते योग्य पद्धतीने पेलल्यास युवकांमध्ये आत्मविश्वास वाढतो की, जो सामान्यत: विकसनशील राष्ट्रांमध्ये अभावानेच आढळतो.

उद्योजकतेतील मोबदले आणि मोजावी लागणारी किंमत

उद्योजकतेकडे वळणे ही अत्यंत उत्साहवर्धक आणि अभिमानास्पद बाब असली तरी व्यक्ती स्वत:चीच मालक असल्यामुळे त्यामध्ये जसे फायदे होतात, तसेच त्याच्या मर्यादा पण आहेत -

१. स्वत:चेच मालक असण्यामध्ये व्यक्तीला एक आगळेच समाधान असते. तुम्हाला तुमच्या स्वत:च्या मनाप्रमाणे काम करता येते. जसे अनेकांच्या स्वभावात डावपेच असतात,तसेच जर तुमच्या स्वभावातसुद्धा असतील तर तुम्ही त्याचा पुरेपूर उपयोग करून घेऊ शकता. हे स्वातंत्र्य उद्योजकतेत अतिशय उत्साहकारक असते.

२. उद्योजकतेमुळे तुम्हाला प्रत्यक्ष आणि अप्रत्यक्ष अनेक फायदे होतात. अगदी निवृत्तीनंतरच्या पैशाचीसुद्धा निश्चिंतता मिळते.

३. जरी तुम्ही तुमच्या स्वत:चे मालक असलात तरी काही ठरावीक बाबतीत मात्र तुम्ही तुमचे मालक नसता. कारण तुम्हाला वित्त पुरवठा करणारे, कर्मचारी, ग्राहक इत्यादींचे अप्रत्यक्षपणे तुमच्यावर नियंत्रण असतेच.

४. संसाधनांच्या मर्यादित उपलब्धतेमुळे तुमच्या कार्यांच्या व्याप्तीवर बंधने पडतात. बऱ्याचदा तुमच्याकडे पुरेशा प्रमाणात भांडवल, संसाधने नसण्याची शक्यता असते. ह्या मर्यादेमुळे बऱ्याचदा नैराश्य, विफलता येण्याची शक्यता असते.

५. तुम्हाला अनेक दिवस, अनेक तास अपार कष्ट करावे लागतात, तुमचा साराच वेळ व शक्ती तुमच्या उद्योगातच खर्च होते. त्यामुळे कौटुंबिक आणि सामाजिक जीवनावर दुष्परिणाम होतो.

६. जरी तुमचे तुम्ही काहीतरी मिळण्याचे समाधान तुम्हाला उद्योजकतेत प्राप्त होत असले तरी प्रत्येक वेळी प्रत्येक गोष्ट तुमच्या अपेक्षेप्रमाणे होईलच असे नाही.

७. अपयश येण्याचा धोका उद्योजकतेत असतो. अर्थात असे असले तरी स्वयंरोजगाराकडे वळणाऱ्या व्यक्ती सर्व प्रकारची जोखीम पत्करणे पसंत करतात. त्यांना सुरक्षिततेच्या कवचामध्ये एखादी गोष्ट करणे पसंत नसते.

६.२ उद्योजकता आणि आर्थिक विकास

(Entrepreneurship and Economic Development)

आर्थिक विकास आणि मानवाची प्रगती यांचा निकटचा संबंध आहे. 'आर्थिक विकास' हा निकष मानून संपूर्ण जगाचे विभाजन विकसित देश आणि विकसनशील देश असे करण्यात आले आहे. जनतेचे राहणीमान सुधारावे, गरिबी हटावी आणि मागासपण दूर व्हावे या दृष्टिकोनातून सुधारणा व्हाव्यात म्हणून प्रत्येक देश आर्थिक विकासाची कास धरतो. विकास ही एक प्रक्रिया आहे आणि त्यामध्ये पुढील गोष्टींचा समावेश होतो -

(अ) राष्ट्रीय उत्पादन आणि उत्पादकता यात किफायतशीरपणे सातत्याने वाढ;

(ब) राष्ट्रीय उत्पन्नाचे सामाजिक न्यायाने वाटप; आणि

(क) सांस्कृतिकदृष्ट्या देशाची स्वत:ची अशी नवीन प्रतिमा निर्माण करणे.

आर्थिक विकास ही Treggatory Process असून त्याद्वारे वास्तव दरडोई उत्पन्न दीर्घ मुदतीमध्ये मोठ्या प्रमाणावर वाढते. उपलब्ध मनुष्यबळाने देशातल्या देशात उपलब्ध असलेल्या संसाधनांचा वापर करून समाजाचे स्थैर्य प्राप्त करणे आणि सुधारणा होणे या दृष्टीने जनतेला अधिक कार्यक्षम आणि खास अशी संसाधने उपलब्ध करून देणे या प्रक्रियेत अभिप्रेत आहे. त्या अनुषंगाने उत्पादकता वाढविणे आणि उपभोगाची पातळी वाढविणे अपेक्षित असते. ह्या सर्वांनाच गुणात्मक आणि संख्यात्मक बाजू आहेत.

उद्योजकतेचे महत्त्व

आर्थिक विकासाच्या केंद्रस्थानी असलेला घटक म्हणजे 'मानव.' एखादे राष्ट्र नैसर्गिक साधनसंपदेच्या दृष्टीने श्रीमंत असेल परंतु जोपर्यंत अशा श्रीमंत राष्ट्रातील लोक ह्या नैसर्गिक साधनसंपदेचा योग्य तो उपयोग करून घेऊ शकत नाहीत आणि त्यांची तसे करण्याची स्वत:ची इच्छा नाही तोपर्यंत त्या लोकांचे राहणीमान खालच्या दर्जाचेच राहणार व ते राष्ट्रही गरीबच राहणार. 'भारत हा गरीब लोकांचा श्रीमंत देश आहे' असे म्हटले जाते ते खरे आहे. परंतु भारतीय नागरिकांचे दरडोई उत्पन्न मात्र कमी आहे. ह्याचे एक अत्यंत महत्त्वाचे कारण म्हणजे ज्या प्रमाणात उद्योजकतेचा विकास व्हायला हवा होता तेवढ्या प्रमाणात तो झाला नाही.

जोसेफ ए. शुम्पीटर यांनी आर्थिक विकास प्रक्रियेत उद्योजकतेला महत्त्वाचे स्थान दिले आहे. त्यांच्या मते, उद्योजक हे आर्थिक नेतृत्व देणारे एजंट्स आहेत. त्यामुळे आधीची अर्थव्यवस्था बदलून त्यात आमूलाग्र बदल होतात. पुढाकार वृत्तीने अर्थव्यवस्थेत जबरदस्त प्रगती घडवून आणणारे हे व्यावसायिक नेतेच असतात.

दूरदृष्टी, पुढाकारवृत्ती आणि व्यावसायिक विद्वत्ता असलेली ही माणसे असतात आणि संधी शोधून त्या संधीचा योग्य असा फायदा ते घेतात. म्हणूनच आर्थिक विकासात उद्योजक हा अत्यंत महत्त्वाचा घटक आहे.

उद्योजकता हा समाजातील एकमेव सर्वाधिक उत्पादक घटक आहे. आर्थिक विकासाचे हे एक अत्यंत महत्त्वाचे साधन आहे. आर्थिक क्षेत्रात बदल घडवून आणणारा आणि समाजाच्या उत्पादन संसाधनांचा संघटक, असेच उद्योजकाचे वर्णन केले जाते. उद्योजकांचा तुटवडा हे बहुधा विकसनशील देशांच्या मर्यादित आर्थिक विकासामागील कारण असते.

उद्योजकता ही आर्थिक विकासाच्या केंद्रस्थानी असते. विशेषत: लघुउद्योगांच्या अनुषंगाने, उद्योगीकरणाच्या डावपेचांचे अविभाज्य अंग म्हणजे उद्योजक. उद्योजकांशिवाय उत्पादक संसाधने आहेत तशीच राहतात आणि त्यापासून कधीही अंतिम उत्पादन तयार होत नाही, त्यापासून सेवा मिळत नाही. कारण आणि परिणाम यांचे जे नाते आहे तेच उद्योजकता आणि आर्थिक विकास यामध्ये आहे. एखाद्या समाजाचा विकास होतो ते त्या समाजातील धाडसामुळेच. आर्थिक विकासाला गती देणारी उद्योजकता ही एक प्रेरक शक्ती आहे.

आर्थिक विकासाचे प्रमाण आणि उद्योजकतेचे प्रमाण यांचा परस्परसंबंध आहे. उद्योजक हा संपत्तीचा निर्माता असतो आणि आर्थिक विकासाची गुरुकिल्ली असतो. अविकसित देश मागासलेलेच राहतात कारण त्या देशातून आविष्कारवादी उद्योजकांचे प्रमाण फार कमी असते. धाडसाअभावी, पुढाकाराअभावी नैसर्गिक संसाधनांचा वापर अगदी कमी प्रमाणात केला जातो आणि परिणामत: गरिबी तशीच राहते, अर्थव्यवस्थेची प्रगती खुंटते. म्हणूनच उद्योजकता हा आर्थिक विकासाचा अत्यंत महत्त्वाचा घटक आहे. एखाद्या राष्ट्राचा आर्थिक विकास कोणत्याही टप्प्यातील असो, आणखी पुढील आर्थिक विकास घडवून आणण्याचा अत्यंत महत्त्वाचा मार्ग म्हणजे उद्योजकता. उद्योजकता हा औद्योगिकीकरणाचा पाया आहे. देशाचा विकासदर तोच ठरवतो. भारतातील सार्वजनिक उद्योगांचा कारभार सक्षमपणे न चालण्यास ह्या उद्योगात असलेल्या उद्योजकीय गुणवत्तांचा अभाव असलेले व्यवस्थापक कारणीभूत आहेत.

उद्योजक आर्थिक विकासाची प्रक्रिया खालील मार्गांनी सुरू करतात, वाढवतात आणि टिकवतात.

(१) **भांडवल निर्मिती** : भाग/रोखे विक्री करून उद्योजक लोकांकडे नुसता पडून असलेला पैसा भांडवलरूपाने वापरात आणतात. लोकांनी औद्योगिक क्षेत्रात केलेल्या गुंतवणुकीमुळे राष्ट्रीय संसाधनांचा उत्पादक म्हणून उपयोग होतो. जलद आर्थिक विकासाकरिता आवश्यक असलेल्या भांडवल-निर्मितीचा दर वाढतो. म्हणूनच उद्योजक हा संपत्तीचा निर्माता असतो.

(२) **दरडोई उत्पन्नात वाढ** : उद्योजक संधी शोधतात आणि त्या संधीचा फायदा करून घेतात. निरनिराळ्या वस्तूंचे उत्पादन करून किंवा विविध सेवा उपलब्ध करून घेऊन उद्योजक निव्वळ पडून राहिलेल्या नैसर्गिक साधनसंपदेचा पुरेपूर फायदा करून घेतात. निव्वळ राष्ट्रीय उत्पन्न आणि दरडोई उत्पन्न वाढविण्याच्या दृष्टीने उद्योजक मदत करतात; आर्थिक विकास मोजण्याचे हे दोन महत्त्वाचे निकष आहेत.

(३) **रोजगार-निर्मिती** : उद्योजक प्रत्यक्ष आणि अप्रत्यक्ष अशा दोन्ही प्रकारच्या रोजगार संधी उपलब्ध करतात. उद्योजक स्वत:साठी 'स्वयं-रोजगार' निर्माण करतो. स्वतंत्र आणि मानाचे जीवन जगण्याची संधीच तो जणूकाही स्वत:साठी निर्माण करतो. लघु-उद्योग किंवा मोठे उद्योग स्थापन करून उद्योजक लक्षावधी लोकांना अप्रत्यक्षपणे रोजगार संधी निर्माण करतात. म्हणूनच उद्योजक देशातील बेरोजगारीचा प्रश्न सोडविण्यास मदत करतात.

(४) **समतोल प्रादेशिक विकास** : आर्थिक विकासातील सार्वजनिक आणि खासगी उद्योगांमध्ये असणारी तफावत उद्योजक दूर करतात. राज्य आणि केंद्र सरकारतर्फे उपलब्ध होणाऱ्या विविध अनुदानांचा व सवलतींचा लाभ उठविण्यासाठी उद्योजक मागासलेल्या भागात उद्योग स्थापन करतात. त्यामुळे साहजिकच विकसित आणि अविकसित प्रदेशातील दरी कमी होण्यास मदत होते आणि समतोल प्रादेशिक विकास साधला जातो.

(५) **राहणीमानाचा दर्जा उंचावणे** : उद्योजक उद्योग स्थापन करतात. त्यामुळे वस्तूंचा तुटवडा कमी होऊन वस्तू मुबलक प्रमाणात उपलब्ध होतात. तसेच नवनवीन वस्तू ग्राहकांना उपलब्ध होतात. बड्या कारखान्यातून मोठ्या प्रमाणावर उत्पादन केले जाते तसेच हस्तकला उद्योगातून काही उत्पादने तयार केली जातात. त्यामुळे सुद्धा लोकांचा राहणीमानाचा दर्जा उंचावतो. कमी किमतीत वस्तू मिळतात आणि उपभोगासाठी घ्यावयाच्या वस्तूंची निवड करण्यास वावही मिळतो.

(६) **आर्थिक स्वातंत्र्य** : राष्ट्रीय स्वयंपूर्णतेसाठी उद्योजकता आवश्यक आहे. परकीय चलन खर्च करून जी उत्पादने आयात करावी लागतात ती स्वदेशातच आयात पर्याय उद्योजकांकडून तयार केली जातात. त्यामुळे देशाचे परकीय चलन वाचते. तसेच परकीय राष्ट्रांवरील अवलंबित्वही कमी होते. अनेक उद्योजक उत्पादन निर्यात करतात आणि तुटवडा असलेले परकीय चलन मिळवतात. अशा आयात पर्यायांमुळे व निर्यातवृद्धीमुळे देशाला आर्थिक स्वातंत्र्य प्राप्त होते. अशा आर्थिक स्वातंत्र्याविना राजकीय स्वातंत्र्याला फारसा अर्थ नाही.

(७) **सर्वांगीण चालना** : उद्योजक जे बदल घडवून आणतो त्यामुळे अर्थव्यवस्थेला सर्वांगीण चालना मिळते. त्याचे परिणाम दुतर्फा होतात. पोलाद उद्योगाच्या स्थापनेमुळे अनेक पूरक उद्योग सुरू होतात आणि कच्चे लोखंड, कोळसा इ. घटकांची मागणी वाढते. तर पोलादनिर्मितीमुळे बांधकाम, यंत्रसामग्री निर्मिती आणि तत्सम व्यवसायांना जबरदस्त चालना मिळते. उद्योजक एकूणच उत्साहाचे वातावरण निर्माण करतात. निर्मितीला अर्थ प्राप्त करून देतात. उद्योगसंस्थेला ते

गती देतात. प्रत्येक अर्थव्यवस्थेच्या दीर्घ मुदतीच्या दृष्टिकोनातून उद्योजकीय वर्तन अत्यंत महत्त्वाचे असते. प्रस्थापित उद्योगांमधील उद्योजकतेएवढीच नवीन उद्योग स्थापनेतील उद्योजकता अत्यंत महत्त्वाची आहे.

औद्योगिकीकरण

ज्या प्रक्रियेद्वारे उत्पादन फलामध्ये महत्त्वाचे असे बदल घडून येतात त्यावेळी त्या क्रियेला औद्योगिकीकरण असे म्हणतात. कापसाचे कापडात जे रूपांतर होते त्यास औद्योगिकीकरण म्हणता येईल. उसाचे रूपांतर साखरेत होणे, लोखंडाचे रूपांतर यंत्रात होणे, हत्यारात होणे ही सर्व उद्योग प्रक्रियेची उदाहरणे होत. उद्योग प्रक्रियेत वस्तू बरोबर सेवाउत्पादन देखील येते. अन्नसेवा, वाहतूक, दळणवळण, दूरसंचार इ.चा समावेश यात होतो.

उत्पादित आर्थिक क्रिया पार पाडताना नंतर यंत्र व तंत्र वापरात आले. औद्योगिक क्रांतीनंतर इंग्लंडमध्ये व त्यापाठोपाठ संपूर्ण जगात उत्पादन प्रक्रियेचे परिवर्तन झाले. कारखानदारी पद्धतीचा उदय, यंत्राचा शोध, मागणीपूर्व उत्पादन हे या क्रांतीचे प्रमुख परिणाम. यातूनच पुढे आधुनिक औद्योगिकीकरणाचा पाया घातला गेला.

औद्योगिकीकरण प्रक्रिया विकास

औद्योगिकीकरण प्रक्रिया ही तीन टप्प्यातून विकसित झाल्याचे दिसून येईल. अर्थात आज देखील या तीन अवस्था एखाद्या अर्थव्यवस्थेत एकाच वेळी दिसून येतात.

१. पहिली अवस्था म्हणजे प्राथमिक अवस्था होय. यात प्रक्रियीकरणाचा समावेश होतो. कच्च्या मालाचे रूप या प्राथमिक प्रक्रियेद्वारे बदलले जाऊन संबंधित मालाची उपयुक्तता वाढविली जाते किंवा ग्राहकांची गरज भागविली जाते. उदा. भुईमूग शेंगांपासून तेल काढणे; अशुद्ध धातू शुद्ध करणे इ. याद्वारे तयार होणारा माल अंतिम दृष्ट्या वापरास योग्य असेलच असे नाही. एक प्रकारे हा कच्चा माल असतो. त्यांचा उपभोग होण्यापूर्वी त्यावर आणखी प्रक्रिया आवश्यक असतात.

२. कच्च्या मालाचे पक्क्या मालात रूपांतर करून अंतिम वस्तू तयार करणे ही दुसरी अवस्था होय. उदा. लाकडी फळ्यांपासून फर्निचर, सुतापासून कापड, कमावलेल्या कातड्यापासून जोडे, इ. प्रकारात यंत्र व तंत्र तसेच भांडवल महत्त्वाची भूमिका बजावते.

३. तिसऱ्या अवस्थेत यंत्रसामग्री व भांडवल वस्तूचे उत्पादन समाविष्ट होते. यात आधुनिक तंत्र व यंत्रसामग्री तसेच नवनिर्माणवादी उद्योजकांचे कौशल्य आवश्यक होते. या अवस्थेवर देशातील औद्योगिकीकरणाचा स्तर अवलंबून असतो.

या तीन अवस्थांत उद्योजक वेगवेगळ्या भूमिका पार पाडत असतो. अविकसित

राष्ट्रात पहिल्या दोन अवस्था दिसून येतात. या ठिकाणी उद्योजकत्व फार कमी चालते. अनुकरण करता आले म्हणजे झाले. पहिल्या टप्प्यात असलेल्या देशातील उत्पादन हे केवळ निर्यात होते. (अर्ध प्रक्रिया माल, खनिजे इ.) दुसऱ्या टप्प्यात देशांतर्गत बाजारात विक्री होते. तर तिसऱ्या टप्प्यात आंतरराष्ट्रीय बाजारात वस्तूंना स्थान प्राप्त होते.

औद्योगिकीकरणाच्या अवस्था म्हणजे एक प्रकारची उत्क्रांती आहे. एकूण औद्योगिकीकरणाची गती पुढील घटकांवर अवलंबून असते -

१. देशातील उद्योजकतेचा स्तर म्हणजेच देशातील उद्योजक कोणत्या प्रकारचे आहेत? आविष्कारवादी ही अनुकरणवादी? त्यांची संख्या किती?

२. भांडवल निर्मिती व प्रशिक्षित कामगार पुरवठा.

३. आधारभूत साधने व समाजाची धारणा.

औद्योगिकीकरण प्रक्रियेत लहान प्रमाणावरील उद्योग, मोठे उद्योग, पायाभूत उद्योग, साहाय्यक उद्योग इ. पुन्हा स्वतंत्र प्रकार दर्शविता येतात. एका अर्थाने हे प्रकार म्हणजे संबंधित उद्योजकतेचा दर्जा दर्शवितात. भारतासारख्या देशात व्यक्ती, शासन याबरोबरच बहुराष्ट्रीय कंपन्या ह्या देखील उद्योजक म्हणून पुढे आल्या आहेत. उद्योजकांचा प्रकार व प्रवृत्ती वाढल्यामुळे दिसून येणाऱ्या परिणामांचे विश्लेषण पुढे दिलेले आहे.

औद्योगिकीकरण आणि उद्योजक

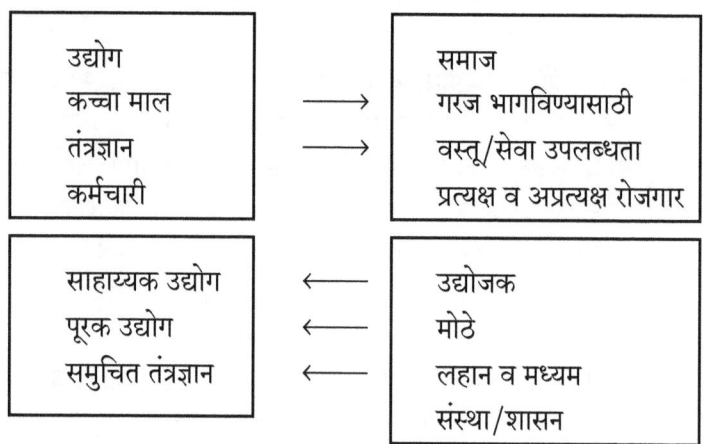

६.३ अर्थव्यवस्थेतील उद्योजकाचे स्थान
(Role of Entrepreneur in the Economy)

अर्थशास्त्र हे अर्थव्यवस्थेचा विचार करणारे शास्त्र आहे. Economy या शब्दातून 'आर्थिक संघटन' किंवा Economic System हा अर्थ ध्वनित होतो.

The economic system is the whole system of economic institutions, by means of which society provides for the production and distribution of economic goods. It is the arrangement that society uses to make and enforce decisions relating to production, distribution, consumption and exchange.

अर्थव्यवस्था म्हणजे अशी पद्धती की, जिच्या साहाय्याने समाज आर्थिक वस्तूंचे उत्पादन व वितरण करतो. उत्पादन, वितरण, उपभोग आणि विनिमय यांच्याशी निगडित असे निर्णय घेणे व त्यांची अंमलबजावणी करणे यासाठी समाजाकडून या पद्धतीचा वापर केला जातो. अर्थव्यवस्थेत समाविष्ट होणारे घटक पुढीलप्रमाणे : साधनसामग्री (जमीन, श्रम, भांडवल, संघटन, कौशल्य) सहभागीदार (कुटुंब, व्यवसाय, संस्था, शासन), बाजारपेठा, माहिती, साधने, बँका, सामजिक संघटना इ.

अर्थव्यवस्था एकूण समाज व्यवस्थेचा भाग होय ! सामाजिक रचनेचा तो एक हिस्सा म्हणावा लागेल. समाजाचे आर्थिक जीवन सामाजिक रचनेच्या चौकटीत सामावलेले असते. कायदा, परंपरा आणि संस्था यांचा प्रभाव समाजाच्या आर्थिक जीवनावर घडून येत असतो.

अर्थशास्त्रज्ञांनी अर्थव्यवस्थेच्या उद्दिष्टांसंबधी व भूमिकेविषयी विविध मते मांडलेली आहेत. राजकीय, धार्मिक व कायदेशीर गोष्टींचा प्रभाव विचारात घेऊन तज्ज्ञांनी विविध विचार मांडले. १८व्या शतकाच्या मध्यापासून ते आजपर्यंत पुराणमतवादी ते आधुनिक विचारवंतांपर्यंत सर्वांनी त्या त्या परिस्थितीत आपले विचार मांडले. मुक्त अर्थव्यवस्था, नियंत्रित अर्थव्यवस्था, समाजवादी अर्थव्यवस्था, साम्यवादी अर्थव्यवस्था, मिश्र अर्थव्यवस्था अशी विविध प्रारूपे या तज्ज्ञांनी मांडली.

आर्थिक अभिकर्ते

अर्थव्यवस्थेमध्ये ग्राहक, उत्पादक हे प्रमुख अभिकर्ते मानले जातात. उत्पादक म्हणजे व्यक्ती किंवा संस्था उद्योजक हा अशा तऱ्हेने उत्पादक गटात मोडणारा आर्थिक अभिकर्ता मानला आहे. जॉन रॉबिन्सन यांनी उद्योजकाचे वर्णन 'He is the controlling interest of a firm' असे केले आहे. त्याच्या व्यवसायाचा तो अग्रदूत असतो. ट्रिफिन यांनीदेखील 'उद्योगक हा व्यवसायाच्या व्यवस्थापनापेक्षा अधिक काही करीत असतो' असे म्हटले आहे. रॉकल आणि नाईट यांनी उद्योजकाला साहसी असे म्हटले आहे; कारण तो धोका व अनिश्चितता पत्करतो. तो अनिश्चिततेला बळी पडत नाही तर दूरदृष्टीने तो नव्या संधी शोधून अनिश्चिततेचा निश्चितपणे स्वीकार करतो.

शुम्पीटर यांनी उद्योजक हा आविष्कारवादी/नवनिर्माता असतो असे सांगितले आहे.

कँटिलॉन या फ्रेंच तज्ज्ञाने फ्रान्समधील आर्थिक विकासाचा अभ्यास करून उद्योजक (शेती व उद्योगातील) हा आर्थिक विकासाला कारणीभूत ठरलेला घटक असल्याचे सिद्ध केले आहे.

अर्थव्यवस्थेतील उद्योजकाची भूमिका ही पुढील आकृतीवरून अधिक स्पष्ट होईल.

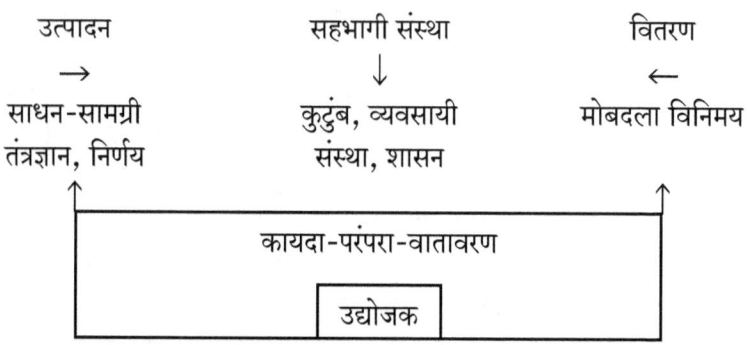

अर्थव्यवस्थेतील उद्योजकाचे स्थान

उद्योजक हा अशा प्रकारे अर्थव्यवस्थेतील आर्थिक निर्णय घेण्यातील एक महत्त्वाचा घटक/अभिकर्ता असतो. कोणत्याही देशाची अर्थव्यवस्था ही काही उद्दिष्टे समोर ठेवते. यातूनच आर्थिक विकास ही कल्पना पुढे आली. आर्थिक स्थैर्य, पूर्ण रोजगार, राष्ट्रीय उत्पादनवाढ अशा विविध उद्दिष्टांच्या दृष्टीने उद्योजक ही संकल्पना वेगवेगळी रूपे घेत गेली. याचे स्पष्टीकरण पुढे दिलेले आहे.

आर्थिक विकास आणि उद्योजक

(Economic Development and Entrepreneur): 'आर्थिक विकास' या संकल्पनेचा अर्थ वेगवेगळ्या संदर्भात तज्ज्ञांनी वर्णन केला आहे. एका अर्थाने आर्थिक विकास म्हणजे ऊर्ध्वगामी प्रक्रिया होय. ही एक अशी प्रक्रिया आहे की, ज्यामुळे देशाच्या दरडोई निव्वळ उत्पन्नात वाढ होते. खरा प्रश्न निर्माण होतो तो हा की, मग हा आर्थिक विकास कोणत्या गोष्टींमुळे घडून येतो? गेली अनेक दशके सामाजिक तज्ज्ञ व अर्थतज्ज्ञ यांना या प्रश्नांच्या अनेक बाजू दिसून येतात.

उद्योजकता विकास आणि आर्थिक विकास यांचा जवळचा संबंध आहे असे या तज्ज्ञांना दिसून आले आहे. हा विचारप्रवाह अलीकडचा आहे.

ऐतिहासिक मागोवा

ॲडॅम स्मिथ या प्रमुख पुराणमतवादी अर्थशास्त्रज्ञाने आपल्या 'An Enquiry into the nature and Causes of the Wealth of Nations' (1776) या ग्रंथात आर्थिक विकासात उद्योजकाच्या असलेल्या भूमिकांचा उल्लेख केलेला नाही. आर्थिक विकास ही भांडवलनिर्मितीद्वारे निर्माण होणारी प्रक्रिया आहे हे त्याने मांडले. एखाद्या देशातील आर्थिक विकासाचा प्रश्न हा त्या देशातील लोकांची बचत व गुंतवणूक क्षमता यांच्याशी निगडित असतो हे ॲडॅम स्मिथचे मत ! बचतीची क्षमता ही श्रमाच्या उत्पादनशक्तीवर अवलंबून असते. श्रमाची ही शक्ती योग्य श्रमविभागणीवर अवलंबून असते. प्रत्येक व्यक्ती/श्रमिक हा स्वत: सर्व निर्णय घेतो अशी स्मिथची कल्पना होती. स्वत:चा हितसंबंध पाहताना सामूहिक हितसंबंध जोपासण्याची क्रिया घडून येते. **डेव्हिड रिकार्डो** यांनी आपल्या आर्थिक विकासाच्या सिद्धान्तात उत्पादनाचे तीन घटक मानले; यंत्र, भांडवल, श्रम या तीन घटकात उत्पादनाचे विभाजन मोबदल्याच्या स्वरूपात होते. रिकॉर्डोच्या मते नफ्यामुळे बचतीला चालना मिळून भांडवलनिर्मिती वाढीस लागते. (Principles of Political Economy by David Recardo)

अशा तऱ्हेने ॲडम स्मिथ व रिकार्डो हे दोन्ही अर्थशास्त्रज्ञ आर्थिक विकासातील उद्योजकाच्या भूमिकेबाबत अनभिज्ञ होते.

नंतरच्या कालखंडातील तज्ज्ञांच्या लिखाणात थोडा बदल जाणवू लागला. परंतु त्यातही उद्योजकता हा एक महत्त्वाचा घटक म्हणून मानण्यास ते तयार नव्हते. त्यांनी 'उत्पादन संस्था' ही संकल्पना मान्य केली. त्यांच्या मते, नफ्याची संधी जेव्हा निर्माण होते त्यावेळी भांडवल व श्रम एकवटतात आणि उत्पादन प्रक्रियेत रूपांतरित होतात. नफा व मजुरी जेथे कमी तेथून हे घटक नफा व मजुरी जेथे अधिक तेथे संक्रमित होतात.

'उत्पादन संस्था म्हणजे संघटन नव्हे तर भांडवल व श्रम यांचे सम्मेलन होय', हा या तज्ज्ञांचा दृष्टिकोन होता.

Firm is an aggregation of capital and labour rather than organisation.

पुराणमतवादी व जुन्या विचारप्रणाली आधुनिक काळात झपाट्याने कालबाह्य ठरल्या. याचे प्रमुख कारण म्हणजे अमेरिकेत घडून आलेले आर्थिक परिवर्तन होय. अमेरिका व अन्य युरोपीय देशांच्या विकासाद्वारे उद्योजकता आणि आर्थिक विकास यांचा असलेला अन्योन्य संबंध सर्वप्रथम दिसून आला. विकास प्रकिया आणि उद्योजकत्व यांच्या संबंधाचा अभ्यास त्यातून पुढे आला. आर्थिक विकास घडून येण्यासाठी उद्योजकतेत संख्यात्मक व गुणात्मक वाढ घडून येणे गरजेचे आहे हे सर्वमान्य झाले. क्रियाशील आणि उत्साही उद्योजक हेच केवळ कोणत्याही देशातील उपलब्ध श्रम, तंत्रज्ञान आणि

भांडवल यांच्या क्षमतांचा वापर करू शकतात.

शुम्पीटर (१९३४) यांनी आर्थिक विकासातील उद्योजकाची असलेली महत्त्वाची भूमिका सर्वप्रथम मान्य केली. उद्योजक हा नवनिर्माण घडवून आणतो त्यामुळे भांडवल व श्रम यांचे परस्पर गुणोत्तर बदलते. नव्या वस्तू, सेवा बाजारात येतात. उत्पादन घटक कामाला लागतात. उत्पन्नात वाढ होते.

पार्सन्स व स्मेलसर यांनी भांडवल आणि उद्योजकता हे आर्थिक विकास घडून येण्यास जबाबदार असलेले घटक असल्याचे मान्य केले आहे.

हर्बिसन, सेइघ (१९६२, ६५) यांनी उद्योजक हा नवनिर्मिती घडवून आणणारा महत्त्वाचा घटक असतो तसेच उद्योजकता ही आर्थिक विकासातील एक प्रेरक शक्ती असते ते मान्य केले.

उद्योजकतेची आर्थिक विकासातील भूमिका ही प्रत्येक अर्थव्यवस्थेत वेगवेगळी असू शकते. भौतिक साधने, औद्योगिक वातावरण, राजकीय प्रणाली यावर त्या अर्थव्यवस्थेतील उद्योजकाची कार्ये अवलंबून असतात. त्यामुळे ज्या त्या अर्थव्यवस्थेत त्या प्रकारचे उद्योजक दिसून येतात. मुक्त अर्थव्यवस्थेत उत्पादन संधी शोधण्याचे स्वातंत्र्य असते. त्यामुळे तेथे नवनिर्माणवादी उद्योजक दिसून येतात. नियंत्रित अर्थव्यवस्थेत शासन उद्योजकाची भूमिका पार पाडते.

नव्या संधींच्या दृष्टीने विचार केला असता असे दिसून येईल की, अविकसित अर्थव्यवस्थेत/प्रदेशात भांडवल कमतरता, कुशल कामगारांचा कमी पुरवठा, सामाजिक व आर्थिक आधारभूत साधनांचा अभाव यामुळे या ठिकाणच्या संधींचे अनुकरण दिसून येते. म्हणून अशा प्रदेशात अनुकरणवादी उद्योजक दिसतात. मॅक्लेलँड यांनी नमूद केल्याप्रमाणे अशा प्रदेशात उच्च प्रतीचे सिद्धी संप्रेरण लाभलेल्या व्यक्ती पुढे येतात आणि परिवर्तन घडवून आणतात.

भांडवलाची कमतरता आणि अविकसित बाजारपेठ यामुळे अप्रगत देशात उद्योजक लहान प्रमाणावरील उत्पादनाकडे वळणे अपरिहार्य आहे. याचा अर्थ असा नव्हे की, ह्या उद्योजकांना मोठ्या औद्योगिक संधी सापडत नाहीत, किंवा ते कमी प्रतीचे उद्योजक आहेत.

विकासाचा प्रादेशिक समतोल राखण्याच्या दृष्टीने असे लघुउद्योजक महत्त्वाची भूमिका पार पाडतात. मोठ्या उद्योगाशी निगडित असे साहाय्यक उद्योग स्थापन करून जपान आणि भारतासह द. आशियातील अन्य देशात उद्योजकता वाढीमुळे औद्योगिकीकरण घडून आल्याचे दिसून येत आहे. उद्योगाचे विकेंद्रीकरण, साहाय्यक उद्योग विस्तार, मागास भागात उद्योगांचे स्थलांतर इ. धोरणांमुळे उद्योजकता विकास घडून आल्याचे दृश्य आपल्या देशात दिसून येत आहे.

आर्थिक विकासातील उद्योजकाची भूमिका ही अशा तऱ्हेने उत्क्रांत होत गेली आहे. येथे यातील प्रमुख भूमिकांचा विचार मांडलेला आहे.

१. शुम्पीटर यांनी मांडलेली उद्योजकाची नवनिर्मितीविषयक भूमिका

२. आर्थिक स्थैर्य प्रस्थापित करण्यातील उद्योजकाचे योगदान

३. रोजगारवाढ आणि उद्योजक

४. संतुलित प्रादेशिक विकास आणि उद्योजक

उद्योजकाची 'नवनिर्मिती' विषयक भूमिका (Role of entrepreneur as innovator) : आर्थिक विकास म्हणजे अशी प्रक्रिया की, ज्यामुळे एखाद्या अर्थव्यवस्थेतील वास्तव राष्ट्रीय उत्पन्नात वाढ होते. (Real National Income) ही प्रक्रिया दीर्घकालीन असते. त्यामुळे अर्थव्यवस्थेतील घटकात बदल घडून येतात. उत्पादनात वाढ होते, राष्ट्रीय उत्पन्न वाढते. **बेंजामिन हिगिन्स** यांनी केलेली आर्थिक विकासाची व्याख्या पुढीलप्रमाणे - ''वाढते दरडोई उत्पन्न असलेली अवस्था म्हणजे आर्थिक विकास होय.'' **विल्यमसन** व **बॅट्रिक** यांच्या मते, ''आर्थिक विकास म्हणजे अशी प्रक्रिया की, ज्याद्वारे कोणत्याही देशातील लोकांना तेथे असलेल्या साधनसंपदेचा उपयोग करून घेऊन वस्तू आणि सेवा यांच्या दरडोई उत्पादनात सातत्याने वाढ घडवून आणणे शक्य होते.''

अर्थशास्त्रात आर्थिक विकास (Economic Development) व आर्थिक वाढ यात फरक केला जातो. 'आर्थिक वाढ' ही विशिष्ट काळात घडून येणारी एकूण राष्ट्रीय उत्पन्नातील वाढ होय. आर्थिक वाढ ही समाजाच्या रचनेवर अवलंबून असते. **शुम्पीटर** व **उर्सूला हिक्स** यांनी ही संकल्पना पुढारलेल्या अर्थव्यवस्थेतील मुबलकतेच्या संदर्भात वापरली आहे. आर्थिक विकास ही संज्ञा अविकसित अर्थव्यवस्थेच्या संदर्भात वापरली आहे. आर्थिक विकास हा मुद्दाम घडवून आणावा लागतो. तसेच त्या राष्ट्रातील नागरिकांचे जीवनमान उंचावणे, दारिद्र्य निर्मूलन करणे इ. उद्दिष्टे ठरविण्यात येतात.

आर्थिक वाढीच्या प्रक्रियेत केवळ आर्थिक घटकांचा समावेश होतो असे नाही. त्यात भौतिक, सामाजिक, राजकीय असे विविध घटक समाविष्ट होतात. हे घटक अस्थिर तसेच स्वतंत्र आहेत. आर्थिक वाढ झाली किंवा नाही हे पाहण्याची कसोटी म्हणजे एकूण राष्ट्रीय उत्पन्न होय. कारण दरडोई उत्पन्न स्थिर राहिले किंवा ते घटले तरी आर्थिक वाढ होऊ शकते. देशाचे एकूण राष्ट्रीय उत्पन्न पूर्वीपेक्षा कमी झाल्यास देशात उणे आर्थिक वाढ झाली असे म्हटले जाते. आर्थिक वाढ ही राष्ट्रीय उत्पन्नावर अवलंबून आहे. त्यामुळे एकूण राष्ट्रीय उत्पन्न हे ज्या घटकांवर अवलंबून असते त्या घटकांवर आर्थिक वाढ अवलंबून असते.

आर्थिक वाढ पुढील घटकांवर अवलंबून असते.

१. दरडोई भांडवलाचे प्रमाण,

२. मानवी भांडवलाची गुणवत्ता,

३. उपक्रमशीलता व शोध,

४. श्रमिकांची कार्यक्षमता,

५. सामाजिक संस्था,

६. तांत्रिक ज्ञान व त्यातील प्रगती,

७. आंतरराष्ट्रीय व्यापाराचे अर्थव्यवस्थेतील महत्त्व,

८. आर्थिक साधनसामग्री इ.

सर्वसाधारण परिस्थितीत वरील घटकात वाढ झाली तर त्यामुळे इतर घटकातही वाढ होते. त्याचा एकंदर परिणाम म्हणजे आर्थिक वाढ होय.

आर्थिक वाढ का घडून येते याचे सैद्धान्तिक स्पष्टीकरण विविध अर्थतज्ज्ञांनी केले आहे. **शुम्पीटर** यांनी नवनिर्माणवादी उद्योजक हा आर्थिक वाढ घडवून आणणारा घटक असतो हे तत्त्व सर्वप्रथम मांडले.

शुम्पीटर यांचा आर्थिक विकास सिद्धान्त

आर्थिक विकास प्रक्रिया का घडून येते या प्रश्नाचे उत्तर अनेक अर्थतज्ज्ञांनी सांगण्याचा प्रयत्न केला आहे. १९७६ मध्ये प्रसिद्ध झालेल्या An Enquiry Into the Nature and Causes of the Wealth of Nations मध्ये **ॲडम स्मिथ** यांनी 'भांडवल निर्मिती' हा आर्थिक विकासातील प्रमुख घटक मानला. त्या खालोखाल त्यांनी श्रमिक या घटकाचे स्थान मान्य केले. त्यानंतर **डेव्हिड रिकार्डो** यांनी यंत्रे, भांडवल व श्रम हे घटक मान्य केले. तसेच भांडवलात नफा महत्त्वाचा ठरतो हे सांगितले.

आधुनिक कालखंडात १९११ ते १९३९ पर्यंत **जोसेफ शुम्पीटर** (जर्मन अर्थतज्ज्ञ) यांनी उद्योजकांमधील नवनिर्माण प्रवृत्ती ही आर्थिक विकास घडून येण्यास जबाबदार असते हा सिद्धान्त सर्वप्रथम मांडला. पाश्चात्य देशात व अमेरिकेत घडून आलेल्या आर्थिक विकासाचा वेध घेऊन शुम्पीटर यांनी आर्थिक विकासाचे आपले विवेचन Theroy of Economic Development या ग्रंथात मांडले. या सिद्धान्ताला शुम्पीटर प्रणाली (Schumpeter System) असे म्हटले जाते. त्याला नवनिर्माण सिद्धान्त (Innovation Theory) असे संबोधले जाते.

सूत्रबद्धपणे ही प्रणाली पुढील अवस्थेतून दर्शविता येईल.

O म्हणजे उत्पादन, L म्हणजे = श्रम, K = भूमि, Q = भांडवल साठा

T = तंत्र पातळी, F = एकूण घटक (एकात्मिक परिणाम) म्हणून.

१. O = F (L, K, Q, T)

२. बचती ह्या वेतन, नफा आणि व्याज दर यावर अवलंबून असतात म्हणून.

S = S (WRr)

S = बचती,   W = वेतन

R = बचतीचा दर,   r = व्याज दर

३. एकूण गुंतवणूक ही दोन प्रकारात विभागता येते (अ) स्वयंप्रेरित गुंतवणूक, (Autonomous Investment), (ब) घडवून आणलेली गुंतवणूक (Induced Investment) म्हणून

I = $I_i + I_a$

I = गुंतवणूक

i = घडवून आणलेली

a = स्वयंप्रेरित

४. स्वयंप्रेरित गुंतवणूक ही साधनसंपदांचा शोध आणि तंत्रज्ञानविषयक प्रगती यावर अवलंबून असते;

$I_a = I_a (K, T)$

Ia = स्वयंप्रेरित गुंतवणूक

K = साधन संपदेच्या शोधाचा वेग

T = तंत्रज्ञान (नवनिर्मिती) विषयक प्रगतीचा वेग

५. तंत्रज्ञान विषयक प्रगतीचा वेग आणि साधनसंपदेचा शोध (नवनिर्मिती) या गोष्टी उद्योजकांच्या पुरवठ्यावर अवलंबून असतात. म्हणून

T = T(E) & K = K (E)

T = तंत्रज्ञानविषयक प्रगती

E = उद्योजक

K = साधन संपदेचा शोध (नवनिर्मिती)

६. उद्योजकांचा पुरवठा, नफ्याचा दर आणि सामाजिक वातावरण यावर अवलंबून असतो. म्हणून

E = E (R, X)

E = उद्योजक

R = नफ्याचा दर

X = सामाजिक वातावरण

७. सामाजिक वातावरण हे उत्पन्न विभाजनाने प्रभावित होते; म्हणून

X = X (R/W)

X = सामाजिक वातावरण

R/W = वेतन, व्याज, नफा, इ. उत्पन्न विभाजक.

अशा तऱ्हेने उत्पादन हे पुन्हा उत्पन्न विभाजनाशी (घटकांना मिळणाऱ्या मोबदल्याच्या प्रमाणाशी) निगडित असते. वेतनाचा संबंध गुंतवणुकीच्या प्रमाणाशी असतो. वेतन वाढले की गुंतवणूक वाढते. म्हणून नफा व वेतन यांचा संबंध उत्पादनाशी येतो. गुंतवणूक, नवनिर्मिती व सामाजिक वातावरण यामुळे नफा व वेतन हे प्रभावित होतात. गुंतवणूक निर्णय व नवनिर्मिती हे महत्त्वाचे घटक ठरतात. म्हणूनच उद्योजकतेच्या पुरवठ्यावर आर्थिक विकास अवलंबून असतो.

शुम्पीटरच्या मते, भूमी व श्रम हे उत्पादनाचे मूलभूत घटक आहेत आणि वेतन खंड या दोनच मोबदल्याचा विचार उत्पादनकार्यात केला जातो. भांडवल हे श्रम आणि भूमीच्या एकत्रीकरणातून तयार होत असल्याने त्याचा मोबदला स्वतंत्रपणे विचारात घ्यावा लागत नाही. अर्थव्यवस्था ही मूलत: स्थितीशील असते. उत्पादन आणि विभाजन यामध्ये समतोल असतो. ज्या वेळी एखादा नवा शोध, प्रक्रिया, घटक वापरण्याची संधी निर्माण झाल्याने हा समतोल बिघडतो त्यावेळी आर्थिक विकास प्रक्रिया सुरू होते. नवनिर्मितीमुळे संतुलनात अडथळा येणे ही यातील महत्त्वाची घटना असते. ही नवनिर्मिती पुढीलप्रमाणे असू शकते.

१. नव्या वस्तूचे उत्पादन

२. नव्या उत्पादन तंत्राचा विकास

३. नवीन बाजारपेठेचे ज्ञान

४. नवा कच्चा माल / अनुत्पादित वस्तूची उपलब्धता

५. उद्योग व्यवसायातील संघटनात्मक बदल.

'नवनिर्मिती' ही स्वयंप्रेरक गुंतवणुकीला जबाबदार असते म्हणून शुम्पीटर यांनी नवनिर्मितीची व्याख्या पुढीलप्रमाणे केली आहे -

"Any doing things differently which increases the producutivity of the bundle of factors of production available including resources given in the economy but not yet discovered is an innovation."

हे पाच प्रकार शुम्पीटर यांनी नवनिर्मितीचे महत्त्वाचे प्रकार म्हणून वर्णन केले आहेत.

नवनिर्मितीची ही प्रक्रिया घडवून आणणारा मानवी घटक म्हणजे उद्योजक होय! यालाच नवनिर्माणवादी उद्योजक Innovative entrepreneur अशी संज्ञा शुम्पीटरने

वापरली. हा उद्योजक म्हणजे परिवर्तन घडवून आणणारा महत्त्वाचा आर्थिक विकास प्रक्रिया घटक आहे. त्याच्यातील मानवी प्रेरणा इतरांपेक्षा वेगळ्या असतात. तो भांडवलदार नसतो. व्यवस्थापक नसतो. भांडवल व व्यवस्थापन यातील नवे सामर्थ्य ओळखणारा द्रष्टा असतो. त्याच्या प्रेरणा पुढीलप्रमाणे असतात; उत्पादनात नावीन्य आणणे, दर्जेदारपणा सिद्ध करणे, नवनिर्मितीत रस घेणे आणि नवीन गोष्टीत भांडवल गुंतवणूक करणे. या मनस्वी प्रेरणांमुळे तो पुढीलप्रमाणे कार्ये पार पाडत असतो.

(१) **नफा मिळविणे** : स्थितीशील (संतुलित) अर्थव्यवस्थेत नफा प्राप्त होत नाही. नावीन्याचा अवलंब केल्यानेच नफा मिळतो. किंबहुना नफा मिळण्याची शक्यता असते.

(२) **इतरांपेक्षा श्रेष्ठ होणे** : अर्थव्यवस्थेत स्पर्धा असते. या स्पर्धेत इतरांपेक्षा वरचढ होण्याचा मार्ग म्हणजे इतरांपेक्षा अधिक साधनसंपदा असणे होय. त्यासाठी नवीन उत्पादन प्रक्रिया शोधावी लागते.

(३) **व्यवसायात उच्च स्थान मिळविणे** : आपल्या क्षेत्रात श्रेष्ठत्व मिळावे ही माणसाची नैसर्गिक भावना असते. त्यासाठी दर्जेदारपणा व नव्या वस्तूंचा विकास या गोष्टीत रस घ्यावा लागतो.

(४) **नवनिर्मितीचा आनंद प्राप्त करणे** : माणूस नवनिर्मितीच्या मागे लागतो याचे प्रमुख कारण म्हणजे त्याला त्यापासून मिळणारा आनंद होय.

उद्योजकाच्या या भूमिकेसाठी सामाजिक परिस्थिती अनुकूल असली पाहिजे. समजा एखाद्या प्रवर्तकाने नवी वस्तू बाजारात आणून नफा मिळविला तर समाजाचा त्याच्याकडे पाहण्याचा दृष्टिकोन उत्तेजनपर असेल तर उद्योजक या प्रक्रियेत रस घेईल. या नव्या प्रयोगासाठी भांडवल उपलब्ध होणे हे गरजेचे आहे. उत्पादन घटकांना जास्त मोबदला देऊन उद्योजक हे घटक नव्या व्यवसायात आणतात. तेजी-मंदीच्या चक्रांचादेखील उद्योजक फायदा उठवतात.

अशा तऱ्हेने आर्थिक विकास प्रक्रियेत नवनिर्माणवादी उद्योजक निर्णायक भूमिका पार पाडतात. **पीटर ड्रकर** यांनीदेखील आधुनिक काळातील जपानच्या विकासाचे उदाहरण समोर ठेवून उद्योजकता आणि नवनिर्मिती या दोन्ही गोष्टी अधिक भरभराटीला कारणीभूत ठरल्याचे स्पष्ट केले आहे.

आर्थिक स्थैर्य प्रस्थापित करण्यात उद्योजकाचे योगदान

(Contribution of Entrepreneur to the Stability of the Economy)

शुम्पीटर यांचा सिद्धान्त हा प्रगत किंवा भांडवली अर्थव्यवस्था समोर ठेवून मांडलेला असून अविकसित अर्थव्यवस्थेच्या संदर्भात तो अवलंबिता येत नाही अशी

एक टीका केली जाते. अर्थव्यवस्थेचा अविकसितपणा दूर करण्याच्या संदर्भात उद्योजकाची भूमिका स्पष्ट झाली आहे का? याचा शोध घेणे आवश्यक आहे. त्याचा विचार येथे मांडला आहे. यात प्रथम अविकसितपणा म्हणजे काय? त्याची लक्षणे कोणती? याची चर्चा केली असून अशा अविकसित अर्थव्यवस्थेत उद्योजक कसा परिणाम घडवितो हे स्पष्ट केले आहे.

६.४ आर्थिक अविकसितपणा/विकसनशील अर्थव्यवस्था

अर्थव्यवस्थेच्या संदर्भात मागासलेली अर्थव्यवस्था, अविकसित अर्थव्यवस्था व विकसनशील अर्थव्यवस्था असे काहीसे समानवंशी शब्दप्रयोग वापरण्यात येतात. या सर्व शब्दांवरून 'जेथे काही विकास झाला नाही, ज्या राष्ट्रातील नैसर्गिक साधनसामग्रीचा पर्याप्त वापर होत नाही,' अशी अर्थव्यवस्था पुढे येते.

प्रो. गुन्नर मिर्डाल यांनी आपल्या 'एशियन ड्रामा' या पुस्तकात म्हंटल्याप्रमाणे ''मागास, अविकसित इ. शब्दातून गतिमानता सूचित होत नाही. अविकसितपणा ही एक अवस्था असते. म्हणून विकसनशील अर्थव्यवस्था असे अभिधान वापरणे योग्य ठरते !''

विकसनशील अर्थव्यवस्थेची वैशिष्ट्ये

'विकसित' व 'विकसनशील' अर्थव्यवस्था हे सापेक्ष शब्द आहेत. विकसित राष्ट्रांच्या तुलनेने ज्या राष्ट्रातील दरडोई वास्तव उत्पन्न कमी आहे त्यांना विकसनशील राष्ट्रे असे म्हणता येते. अशा राष्ट्रातील लोकांचे वास्तव उत्पन्न कमी असल्याने त्यांचा राहणीमान दर्जा निकृष्ट असतो. **प्रो. नर्क्स** यांच्या मते, ''ज्या राष्ट्रात नैसर्गिक साधनसामग्री व भांडवल हे घटक पुढारलेल्या राष्ट्रापेक्षा कमी असतात, त्यास अल्प विकसित किंवा विकसनशील राष्ट्र म्हणता येईल.'

भारतीय नियोजन मंडळाने ही कल्पना पुढीलप्रमाणे मांडली आहे

''ज्या राष्ट्रात कमी-अधिक प्रमाणात असलेल्या मनुष्यबळाचा वापर होत नसेल तसेच नैसर्गिक साधनसामग्रीचा पूर्ण वापर करण्याची शक्ती नसेल ते विकसनशील राष्ट्र म्हणता येईल.''

डॉ. ऑस्कर लेंग यांच्या मते, अविकसित अर्थव्यवस्थेत भांडवल कमतरता असते त्यामुळे अशा देशात रोजगार संधी नसतात. **एजिन स्टॅले** यांनी दारिद्र्य हे अविकसितपणाचे लक्षण मानले आहे.

वरील सर्व चर्चेवरून विकसनशील अर्थव्यवस्थेची वैशिष्ट्ये पुढीलप्रमाणे सांगता येतील :

(१) **लोकसंख्या विस्फोट** : अशा अर्थव्यवस्थेत लोकसंख्या अतिरिक्त प्रमाणात असते. श्रमाच्या मागणीपेक्षा श्रमाचा पुरवठा खूप वाढल्याने उत्पादकता कमी असते, परावलंबी लोकांची संख्या खूप असते. वाढत्या जनन प्रमाणामुळे आरोग्य निकृष्ट असते. सरासरी आयुर्मान कमी असते.

(२) **शेतीवर अधिक ताण** : अशा अर्थव्यवस्थेत बहुतांश लोकसंख्या शेती व प्राथमिक उत्पादन पद्धतीवर निर्भर असते.

(३) नैसर्गिक साधनसंपदेचा पूर्ण उपयोग केला जात नाही.

(४) **लोकांचे निकृष्ट राहणीमान** : कार्यक्षमता कमी त्यामुळे उत्पन्न कमी. त्यामुळे आहारात कमतरता येते.

(५) **कुशल नेतृत्व व संयोजनाचा अभाव** : बाजारपेठ, ज्ञान मर्यादित त्यामुळे नेतृत्व संयोजन कौशल्ये कमी.

(६) **भांडवलाची कमतरता** : उत्पन्न कमी म्हणून बचत कमी, बचत कमी म्हणून भांडवल संचय कमी, त्यामुळे गुंतवणूक कमी, परिणामी उत्पादन कमी. त्यामुळे पुन्हा उत्पन्न कमी. हे दुष्टचक्र विकसनशील अर्थव्यवस्थेचे प्रमुख वैशिष्ट्य मानण्यात येते.

(७) उत्पन्नाची विषम वाटणी.

(८) दारिद्र्य.

(९) निर्यात कमी व आयात जास्त.

अशा अर्थव्यवस्थेवर **शुम्पीटर** यांनी वर्णन केलेले नवनिर्माणवादी उद्योजक पुढे येत नाहीत. लोकसंख्या वाढीमुळे मागणी असते परंतु भांडवल निर्मितीचा अभाव असतो. राहणीमान निकृष्ट त्यामुळे श्रमिकांची कार्यक्षमता कमी असते. अशा अर्थव्यवस्थेत उपलब्ध भांडवलात स्थानिक लोकांच्या मदतीने गरजा भागविण्याचा प्रयत्न होतो. असे उद्योजक हे विदेशी वस्तूंचे अनुकरण करतात. त्यात धोका कमी असतो. विदेशी वस्तू बाजारात उपलब्ध असतात त्यांचे पृथक्करण करून ते वस्तूंची फेर-जुळणी करतात. कोणत्याही बदलाला हे अनुकूल नसतात. उत्पादन घटकांची विदेशातील बांधणी लक्षात घेऊन आपल्या देशात ते त्याप्रमाणे उत्पादन करतात. या त्यांच्या कामामुळे एक प्रकारचे मध्यस्थाचे काम पार पाडले जाते. गुंतवणूक वेतन, नफा यातील आर्थिक चढ-उतार कमी होऊन आर्थिक स्थैर्य प्रस्थापित होते.

अनुकरणवादी उद्योजकांची कार्ये पुढीलप्रमाणे :

(अ) नवनिर्माणवादी उद्योजकाची एखादी पूर्णपणे यशस्वी झालेली उद्योग कल्पना किंवा वस्तू-सेवा प्रक्रिया जशीच्या तशी स्वीकारणे. त्यांच्या नावानेच अगर

नावात बदल करून सदर उद्योग कल्पना आपल्या देशात प्रसारित करणे. यामुळे तेजी-मंदीच्या व्यापार चक्रामुळे होणारे नुकसान टळते.

(ब) बदल किंवा परिवर्तन (वस्तू) याचे अनुकरण न करता उत्पादन तंत्राचे अनुकरण करणे. यामुळे उत्पादनाचे घटक वापरता येतात. अमेरिकेत १८३० साली शेती व्यवसायात ही अवस्था होती. भारतात परकीय तंत्रज्ञान आयात करून उत्पादन कार्य संघटित करण्याच्या कामी खासगी, सार्वजनिक क्षेत्रातील अनेक उद्योजक गुंतले आहेत. प्रत्येक विकसनशील अर्थव्यवस्थेत ही अवस्था येते.

(क) हे उद्योजक आपल्या व्यवसाय उपक्रमात बदल करण्यास धजावत नाहीत. त्यामुळे उत्पादन घटकाच्या वापरात व परस्पर प्रमाणात स्थिरता येते.

(ड) अनुकरणवादी उद्योजक हे नव्या उत्पादन व गुंतवणूक संधी नाकारतात, प्रसंगी ते तोटा स्वीकारतील. उत्पादन घट स्वीकारतील परंतु उत्पादन साधनांची फेर गुंतवणूक व रचना यांचा स्वीकार करणार नाहीत. या प्रवृत्तीमुळे अर्थव्यवस्थेत अवास्तव धोका वाढत नाही. अनिश्चितता राहत नाही. नफा कमी मिळाला तरी नामशेष होण्याची भीती राहत नाही.

विकसनशील अर्थव्यवस्थेत स्वयंप्रेरक गुंतवणूक नसते तर लादलेली गुंतवणूक करावी लागते.

अनेक आकर्षणे, प्रलोभने आणि योजना आखून चढउतार कमी करावे लागतात. उद्योजकांना तंत्रज्ञान आयात करण्यासाठी प्रोत्साहन दिले जाते अशा प्रकारे अर्थिक अस्थैर्य कमी होते.

रोजगार वाढ आणि उद्योजक

(Entrepreneur and the Employment Growth)

बेरोजगारी ही विशेषत: अविकसित देशातील एक महत्त्वाची आर्थिक समस्या बनली आहे. **प्रो. पिगू** यांच्या मते, जी व्यक्ती कामावर नाही परंतु रोजगार मिळावा अशी इच्छा असेल तर तिला बेरोजगार म्हणता येईल.

ज्या विशिष्ट अवस्थेत काम करण्याची कुवत व इच्छा असलेल्या व्यक्तींना मजुरीच्या प्रचलित दरावर काम करावे म्हणून आवश्यक प्रयत्न केल्यानंतरही काम मिळत नाही, तेव्हा अशा आर्थिक अवस्थेला बेरोजगारी म्हणतात.

पिगू यांनी म्हटले आहे, "A man is unemployed only when he is both without a job or not employed and also desires to be employed."

(१) संतुलित प्रादेशिक विकास आणि उद्योजक

(Balanced Regional Development & Entrepreneur)

संतुलित प्रादेशिक विकास हे आर्थिक धोरणाचे प्रमुख उद्दिष्ट असते. कोणताही देश आर्थिक विकासाची धोरणे आखताना या उद्दिष्टाकडे लक्ष देतो. **प्रा. गुन्नर मिर्डाल** यांनी प्रादेशिक आर्थिक विषमतेसंबंधी सर्वप्रथम विचार मांडले.

'An Enquiry into the Poverty of Nations' या ग्रंथात 'आर्थिक विकास प्रक्रियेतून प्रादेशिक आर्थिक विषमता निर्माण होते.' हा विचार मांडला. त्यांच्या मते, विविध घटकांच्या क्रिया प्रतिक्रियांची प्रवृत्ती प्रादेशिक विषमतेत भर टाकणारी असते. देशात काही विभाग असे असतात की, त्या ठिकाणी विकास सुरू झालेला असतो व तो होतच राहतो. इतर भागात विकासाची तितकीच क्षमता असूनही उत्पादनाचे घटक त्या भागाकडे आकर्षिले जात नाहीत. ते ज्या प्रदेशात आधीच विकास सुरू झालेले आहे तिकडेच आकर्षित होतात. त्यामुळे विकसित भागाचा विकास होतच राहतो तर मागासलेला भाग मागासच राहतो, अविकसित देशात प्रादेशिक विषमता जास्त असते. याचे परिणाम दोन प्रकारचे होतात. (१) प्रतिसारक परिणाम-श्रमिकांचे स्थानांतर, प्रगत भागाकडे भांडवल आकर्षित होते त्यामुळे तिकडे भांडवल जाते; प्रगत भागात व्यापार, शहरीकरण यात वाढ होते (२) विस्तारक परिणाम - आजबाजूच्या भागातून कच्चा माल, श्रमिक इ.ची मागणी वाढते.

या दोन परिणामांपैकी प्रतिसारक परिणाम जास्त प्रभावी ठरतात. द. आशिया-आफ्रिका येथील देशात क्षेत्रीय आर्थिक विषमता जास्त आहे तर श्रीमंत देशात विषमता कमी आहे असे दिसून येईल. त्यामुळे अविकसित राष्ट्रे ही गरीब असतात.

संतुलित प्रादेशिक विकासाचे लाभ पुढीलप्रमाणे असतात :

१. अप्रगत प्रदेशातील साधन संपत्ती वापरात येते.

२. अधिक रोजगार निर्माण होतो.

३. राजकीय असंतोष वाढत नाही. राजकीय स्थैर्य येते.

४. सामाजिक समस्या कमी होतात. राजकीय फुटीरता वाढत नाही.

प्रादेशिक विकास संतुलन नीट न सांभाळल्याने आफ्रिकन देश, भारत, पाकिस्तान, रशिया इ. ठिकाणी आपणास वरील लाभ दिसून येत नाहीत. त्या ठिकाणी वाढत्या सामाजिक व राजकीय समस्या दिसून येत आहेत.

प्रादेशिक विषमता ही आर्थिक विकासातील एक अपरिहार्य क्रिया असली तरी ती कमी करण्याचे दृष्टीने उद्योजकाची भूमिका अभ्यासणे गरजेचे ठरते. पुढारलेल्या अर्थव्यवस्थेत नवनिर्माणवादी व अनुकरणवादी उद्योजकांच्या अस्तित्वांमुळे प्रादेशिक विषमतेला पायबंद बसला असे दिसून येते. युरोपातील अनेक राष्ट्रे, अमेरिका व जपान ही उदाहरणे या दृष्टीने बोलकी आहेत.

प्रादेशिक आर्थिक विषमतेचे प्रतिसारक परिणाम दूर करण्याच्या कामी उद्योजक

पुढीलप्रमाणे भूमिका बजावतात.

(१) श्रमिकांचे स्थलांतर : ज्या भागात विकासाची सुरुवात प्रथम होते त्या भागाकडे कुशल व निवडक श्रमिक आकर्षिले जातात. हे श्रमिक अप्रगत भागातून गेलेले असल्याने तेथे श्रमिक उपलब्ध होत नाहीत. श्रमिकांचे स्थानांतर थोपविण्याच्या दृष्टीने उद्योजक अप्रगत भागात एखादे नवे उत्पादन तंत्र रूढ करतात. शासन अशा भागात कारखाने काढण्यास सोयी सवलती देते. औरंगाबाद किंवा कोकण यांसारख्या ठिकाणी शासकीय सवलतींमुळे उद्योजक आकर्षित झाले. त्या ठिकाणी मराठवाडा व कोकणातील अंतर्गत भागातील श्रमिक आले. परप्रांती गेलेले किंवा मुंबईला गेलेले काही श्रमिक परत आले. परत तिकडे स्थानांतर करण्याचे प्रमाण फारच अल्प झाले आहे.

(२) भांडवल पुरवठा : ज्या भागात कारखानदारी वाढते तिकडे भांडवल गुंतवणूक वाढते. अविकसित भागात धोका पत्करण्याच्या उर्मीमुळे उद्योजक भांडवल आणतो. अधिक धोका म्हणजे अधिक लाभ, शिवाय शासकीय योजनांचा लाभ घेण्याचे आकर्षण असतेच ! शासनाने मागास भागात बँका व वित्तीय संस्थांचे जाळे पसरविल्याने भांडवल कमतरता कमी होते. उद्योजक हा भांडवल गुंतवणुकीसाठी नवी, सवलत-सुरक्षा यासह संधी हेरत असतो.

(३) व्यापार वाढ : देशातील व्यापार प्रगत भागाकडे आकर्षिला जातो. परंतु वाहतुकीच्या सोयीत वाढ झाल्याने उद्योजक अविकसित भागात देखील आता माल उपलब्ध ठेवू शकतात. शिवाय तेथे विकास प्रक्रिया सुरू झालेली असते.

अविकसित भाग ही उद्योजकांच्या दृष्टीने एक सुप्त बाजारपेठ असते. कार्यक्षेत्र असते. आपल्या देशात प्रगत प्रदेशाचे विस्तारक परिणाम घडून घेऊन त्यामुळे संतुलित विकास प्रक्रियेस सुरुवात झाल्याची अनेक उदाहरणे आहेत.

औद्योगिकीकरण आणि उद्योजक (Industrialisation and Entrepreneur)

आतापर्यंत आर्थिक विकासात उद्योजकाची असलेली भूमिका स्पष्ट झाली आहे. आर्थिक विकास आणि औद्योगीकरण हे अविभाज्य समीकरण आहे. अर्थशास्त्रीय दृष्ट्या औद्योगीकरण हा वाढीव उत्पन्नाचा परिणाम असतो, तसेच उत्पन्नात वाढ करण्याचे ते एक साधन देखील आहे. उत्पन्न वाढल्याने औद्योगिक मालाची मागणी वाढते त्यामुळे भार कमी होतो. उद्योगक्षेत्रात लोकांना काम मिळते. उद्योग वाढल्याने शेतीचे आधुनिकीकरण, यांत्रिकीकरण इ. सुधारणा शक्य होतात. औद्योगिकीकरणामुळे शेतीसाठी आता कीटकनाशके, रासायनिक खते, ठिबक सिंचन, फवारे, तत्सम वस्तू, ताग, नायलॉन,

दोर, पशू औषधे, बियाणे, धार काढण्याची यंत्रे, स्पेअर्स, अवजारे, ट्रॅक्टर, ट्रक, जीप इ. वस्तू सहज उपलब्ध आहेत. शेती विकास कुंठित होऊ नये म्हणून उद्योगीकरण गरजेचे असते. शेती विकासासाठी आवश्यक असणाऱ्या सेवा व सामग्री यांचा तांत्रिक पाया औद्योगिक विकासाद्वारे होतो. म्हणूनच कोणत्याही अर्थव्यवस्थेत औद्योगीकरणाचे महत्त्व अनन्य साधारण आहे.

येथे औद्योगिकीकरण ही संकल्पना प्रथम स्पष्ट केली आहे. औद्योगिक वाढ होण्यात व्यक्ती म्हणून उद्योजकीय गुण कसे जबाबदार ठरतात हे सांगितले आहे. त्यानंतर स्वत:च्या उद्योगामार्फत उद्योजक ज्या महत्त्वाच्या भूमिका पार पाडतो, त्यांचे विश्लेषण केले आहे. या भूमिका पुढीलप्रमाणे -

(अ) स्थानिक लोकांना वस्तू-सेवा व रोजगार पुरविणारा घटक;

(ब) मोठ्या उद्योगांना सुटे भाग पुरविणारा साहाय्यक/पूरक उद्योजक;

(क) निर्यात वृद्धीद्वारे परकीय चलन प्राप्त करून देणारा घटक;

(ड) आयात पर्याय मोहिमेला हातभार लावणारा.

या चार भूमिकांचे विश्लेषण केल्यामुळे अर्थव्यवस्थेतील उद्योजकांची भूमिका किती विविधस्पर्शी आहे हे स्पष्ट होईल.

उद्योजक : स्थानिक लोकांना वस्तू व रोजगार पुरवठा करणारा घटक

स्थानिक गरजा व मागणी

स्थानिक गरजांचा शोध घेऊन त्या भागविण्यासाठी उद्योग उभारण्याचे प्रयत्न प्राथमिक अवस्थेत मोठ्या किंवा लघुउद्योजकांकडून झाल्याने त्यामुळे स्थानिक गरज ही त्या वस्तू/सेवा उत्पादनामुळे भागविली जाते.

उद्योजकाच्या उद्योग प्रकाराची सुरुवातीची योजना स्थानिक गरजेवर आधारित असावी लागते. गरजांचे विश्लेषण अर्थशास्त्रीयदृष्ट्या विविध प्रकारे केले जाते. गरज ही शोधाची म्हणजे आविष्काराची जननी असते. उद्योजक आपल्या कार्याची सुरुवात आपल्या सभोवतालच्या गरजांचा शोध घेऊन करीत असतो. १९व्या शतकात कै. लक्ष्मणराव किर्लोस्कर यांनी कुंडल या खेड्यात शेतकऱ्यांची लोखंडी नांगराची गरज हेरली व आपल्या उद्योगाचा पाया घातला. लाकडी नांगराची जागा लोखंडी नांगराने घेतली. वस्तू स्थानिक पातळीवर सहज उपलब्ध झाल्याने शेतकऱ्यांत त्याचा प्रसार झाला. हाच नांगर जमशेटपूरहून कुंडल येथे इतक्या लवकर आला नसता. राहुरी येथील कृषि विद्यापीठाने सर्वप्रथम ब्रेडचे उत्पादन सुरू करून खेड्यापाड्यात ब्रेडची ओळख करून दिली, जो ब्रेड महत्प्रयासाने नगर किंवा पुणे येथून आणावा लागे. ती एक श्रीमंती व कौतुकाची बाब होई. परंतु त्याच ठिकाणी ती नित्याची बाब झाली. लोकांच्या आहार सवयी वाढल्या. नवी वस्तू बाजारात आली. स्थानिक गरज भागली.

वस्तू किंवा सेवेची स्थानिक गरज भागल्याने दोन प्रमुख परिणाम दिसून येतात. (१) राहणीमानात आधुनिकता येते. स्थानिक उत्पादन म्हणून त्या प्रदेशात संबंधित वस्तू सर्वमान्य होते. (२) वस्तूवर आधारित तदनुषंगिक व्यावसायिक सेवांची गरज वाढते. उदा. व्यापारी वर्ग वाढतो, वस्तू दुरुस्तीचे काम वाढते, वस्तू ठेवणे व सांभाळणे ही कामे वाढतात. पूरक किंवा उप उत्पादनांना मागणी वाढते. उदा. ब्रेड आला की, त्या बरोबर बटर, जॅम, जेली, अंडी इ. वस्तूंचा खप वाढतो. टी.व्ही. आला की त्या सोबत टी.व्ही. कॅबिनेट व्यवसाय, देखभाल व दुरुस्ती सेवा इ. मध्ये वाढ होते.

स्थानिक बाजारपेठ ही उद्योजकाची एक प्रयोगशाळा असते. वस्तूच्या वापरानुसार प्रतिसाद त्वरित मोजता येतो, गरजेनुसार उत्पादनात बदल करता येतो. किंमत, वेष्टण, रंग, आकार यात सुधारणा करता येते. स्थानिक प्रतिक्रियांची नोंद त्वरित घेतली गेल्याने वस्तूचे 'विपणन यश' वाढते.

स्थानिक मागणी भागविली जाणे याला अर्थव्यवस्थेच्या स्थैर्याच्या दृष्टीने एक वेगळेच महत्त्व आहे. स्वयंपूर्णतेच्या दृष्टीने ही एक वाटचाल आहे. पूर्वीच्या काळी कारागीर उद्योजक हे गावाला लागणाऱ्या तत्त्वज्ञानांत 'स्वयंपूर्ण ग्राम' या कल्पनेस फार महत्त्व दिले होते. उद्योजकाच्या प्राथमिक अवस्थेत आज देखील स्थानिक गरजांचा शोध घेणे व त्या भागविणे याला महत्त्व आहे. उत्पादन कार्य हे उपभोग स्थानाच्या जवळ असेल तर उपभोक्त्यांना उत्पादन कार्य प्रक्रिया, खर्च इ. गोष्टी पटकन समजून देता येतात. किंबहुना ते स्थान त्या वस्तूंमुळे ओळखले जाते. जसे पैठणी म्हणजे पैठण. अजाणींचा अडकित्ता, कोईमतूर म्हणजे सुती कापड, अहमदाबाद म्हणजे तलम कापड, कानपूर म्हणजे कातडी वस्तू किंवा चप्पल, कोल्हापूर चप्पल इ. अशा तऱ्हेने उद्योजक हा आपल्या कार्यातून व विशेषत: स्थानिक गरजांवर आधारित उत्पादन कार्यातून वस्तूची गरज व उपलब्धता यातील अंतर भरून काढतो.

अन्न पदार्थ, नाशवंत माल, प्रवाही वस्तू तसेच भरमसाठ वाहतूक खर्च लागणाऱ्या वस्तू इ. बाबत ज्या त्या ठिकाणी गरजा भागल्या जाणे उचित असते. आपल्या देशात अशा अनेक वस्तूंचे उत्पादन स्थानिक पातळीवर व्हावे यासाठी या प्रकारातील वस्तूंचे उत्पादन लघु उद्योग क्षेत्रासाठी राखून ठेवले आहे.

सर्व प्रकारच्या औद्योगिक उत्पादनाचे निर्देशांक हे औद्योगिकीकरणाचा प्रभाव व प्रवाह स्पष्ट करतात. स्वातंत्र्योत्तर काळात भारतातील औद्योगिक विकास हा विविधांगी व विस्तृत प्रमाणात झाल्याचे दिसून येईल. शेतीवरील लोकसंख्या भार काही प्रमाणात कमी झालेला आहे. तसेच अनेकविध वस्तू व सेवा देशांतर्गत उपलब्ध आहेत. औद्योगिक उत्पादन निर्देशांकाचे विश्लेषण केले असता प्रत्येक गटातील उत्पादित वस्तूमध्ये वाढ झालेली आहे, असे दिसून येईल.

गेल्या दशकात औद्योगिक उत्पादन निर्देशांक सर्वच वस्तूंबाबत दुप्पट वाढलेला आहे असे दिसते.

स्थानिक रोजगार

उद्योजक आपली 'उद्योग योजना' काही गोष्टी गृहीत धरून आखत असतो. उद्योजकांना मिळणाऱ्या काही सवलती व प्रोत्साहने ही स्थानपरत्वे विभिन्न असतात. आपल्या देशात औद्योगिक विकासाचा समतोल राखण्यासाठी 'उद्योग नसलेले' जिल्हे व तालुके निश्चित करण्यात आले असून त्या ठिकाणी संकल्पित उद्योगांना जागा, इमारत, वीज इ. गोष्टी सवलतीने पुरविल्या जातात. मागास भागाचा विकास होण्याच्या दृष्टीने मोठ्या उद्योगांच्या स्थलांतरास प्रोत्साहन देण्यात येते. असे उद्योग एखाद्या ठिकाणी स्थापन झाल्यामुळे त्या ठिकाणच्या लोकांना सदर उद्योगात रोजगार मिळतो. लघु व मध्यम उद्योग क्षेत्रात आपल्या देशाचे सरासरी रोजगार वाढीचे प्रमाण दरवर्षी ६.५ टक्के असून हे प्रमाण मोठ्या व सुस्थापित उद्योगापेक्षा अधिक आहे. याचा अर्थ एका उद्योगामुळे त्या भागात प्रत्यक्ष व अप्रत्यक्ष रोजगार निर्माण होतो.

प्रत्यक्ष रोजगारापेक्षा अप्रत्यक्ष रोजगार किंवा स्वयं-रोजगार निर्माण होण्याचे प्रमाण वाढते आहे.

स्थानिक पातळीवर उत्पादक काम उपलब्ध होणे हे आर्थिक विकास प्रक्रियेतील एक अविभाज्य अंग आहे. ज्या ठिकाणी विशेषत: दुष्काळी भागातील शेती बारमाही स्वरूपाची नसते अशा ठिकाणी तर स्थानिक पातळीवर रोजगार निर्माण होणे अत्यावश्यक असते. अर्थव्यवस्थेतील गतिमानता व उत्पन्न वाढ या गोष्टी रोजगार निर्मितीवर अवलंबून असतात.

उद्योगधंद्याची वाढ ज्या भागात होते ते शहरीकरण, लोकसंख्या वाढ जाणवू लागते. कामाच्या शोधात अनेक लोक तिकडे जातात. रोजगार मिळण्याचे एक साधन म्हणून तो भाग विकसित होतो. शासनाच्या Growth Centre कल्पनेमुळे यामध्ये भर पडते. भारतात अशी अनेक नवीन औद्योगिक केंद्रे निर्माण झालेली आहेत. औरंगाबाद, पिंपरी-चिंचवड, अलिबाग, पनवेल, लातूर इ. अनेक नवी औद्योगिक केंद्रे वाढलेली असून त्याद्वारे स्थानिक रोजगार निर्माण झालेला आहे. लघु, मध्यम व विकेंद्रित क्षेत्रातील उद्योजकांनी अशा प्रकारे स्वत:च्या व्यवसायाद्वारे प्रत्यक्ष व अप्रत्यक्षरित्या रोजगार वाढ करून देशाच्या आर्थिक विकासास हातभार लावला आहे.

महाराष्ट्र राज्यातील मोठ्या उद्योजकांची संख्या गेल्या अनेक वर्षांत सर्वाधिक राहिली आहे.

लघुउद्योजकांनीही रोजगार निर्मितीस मोठा हातभार लावला आहे. किंबहुना मोठ्या

उद्योजकांपेक्षा लहान उद्योजकांच्या बाबत रोजगार वाढीचा दर हा अधिक आहे.

खादी-ग्रामोद्योग आयोगामार्फत नोंदलेल्या उद्योजकांनी देखील सुमारे २५ लाख व्यक्तींना रोजगार उपलब्ध करून दिला आहे.

आंतरराष्ट्रीय तुलनेवरून मात्र हे दिसून येते की, औद्योगिक क्षेत्रातील रोजगारात वाढ होत असली तरी एकूण लोकसंख्येचा विचार करता अद्याप देखील शेतीवर अवलंबून असलेल्या लोकसंख्येचे प्रमाण ७० टक्के आहे तर उद्योग (वस्तू व सेवा) क्षेत्रातील प्रमाण ३० टक्के आहे. विकसित देशात हे प्रमाण उलट असल्याचे दिसते. मात्र भारतात उद्योजकता वाढ ही रोजगार निर्मितीस कारणीभूत ठरते हे दिसून आले. कृषी अधिष्ठित उद्योगात येतील तेवढी शेतीवरील लोकसंख्या औद्योगिक क्षेत्रात सामावली जाईल. तसेच खऱ्या अर्थाने, विस्तृत प्रमाणात उद्योगांचे विकेंद्रीकरण घडून आले तर शेतीवर अवलंबून असलेली बेकार सदृश माणसे उद्योगात सामावली जातील. अर्थात यासाठी पूरक वातावरण, तांत्रिक प्रशिक्षण सोयींचा विस्तार, समुचित तंत्रज्ञान व स्थानिक उद्योजकता विकास इ. गोष्टींची आवश्यकता आहे.

आपल्या देशातील आर्थिक नियोजनाच्या उद्दिष्टात रोजगार निर्मिती हे एक महत्त्वपूर्ण उद्दिष्ट आहे. गृहीत विकास दर गाठण्यासाठी साधन सामग्रीचा कार्यक्षम वापर करणे गृहीत धरले आहे. रोजगार निर्मिती व साधन सामग्रीचा कार्यक्षम वापर हे साध्य होण्यासाठी उद्योजकता वाढ आवश्यक आहे. अतिरिक्त मनुष्यबळ ही आपल्या देशापुढील समस्या आहे. सुशिक्षित बेरोजगारांची संख्या देखील प्रचंड आहे. अशा स्थितीत उद्योजकीय संधीत वाढ केली तरच बेरोजगारांना कामाची संधी उपलब्ध होईल. अतिरिक्त लोकसंख्या हा बोजा न राहता ती एक मानवी संपत्ती बनेल ! डॉ. व्ही. जी. पटेल यांनी एका अभ्यासाद्वारे हे सिद्ध केले आहे की, उद्योजकता वाढीचे प्रमाण व रोजगार वाढीचे प्रमाण हे परस्पर पूरक आहे. त्याशिवाय अप्रत्यक्ष रोजगार निर्मिती वेगळीच !

निवडक प्रश्न

१. उद्योजकता संकल्पनेवर सविस्तर विवेचन करा.

२. 'उद्योजकता म्हणजे परिसर स्थितीला लाभलेली रचनात्मक आणि होकारात्मक साद होय !' चर्चा करा.

३. उद्योजकता ह्या उपजीविका प्रकाराचे महत्त्व आणि समर्पकता स्पष्ट करा.

४. उद्योजकतेचा आग्रह कशासाठी धरला जातो ते सांगा.

५. उद्योजकतेतील मोबदले आणि मोजावी लागणारी किंमत केणती?

६. 'उद्योजकता आणि आर्थिक विकास' यावर सविस्तर टिपण तयार करा.

७. 'उद्योजक आर्थिक विकासाची प्रक्रिया सुरू करतात, वाढतात आणि टिकवतात' चर्चा करा.

८. अर्थव्यवस्थेतील उद्योजकाचे स्थान कोणते ते विस्तारपूर्वक लिहा.

९. 'उद्योजक आर्थिक अभिकर्ते असतात' चर्चा करा.

१०. 'आर्थिक विकास आणि उद्योजक' यावर टीप लिहा.

११. उद्योजकाची नवनिर्मितीविषयक भूमिका कोणती ते सांगा.

१२. शुम्पीटर यांचा आर्थिक विकास सिद्धान्त स्पष्ट करा.

१३. आर्थिक स्थैर्य प्रस्थापित करण्यात उद्योजकाचे योगदान स्पष्ट करा.

१४. रोजगार वाढ आणि उद्योजक यांचा परस्परसंबंध स्पष्ट करा.

१५. 'औद्योगिकीकरण आणि उद्योजक' यावर टीप लिहा.

१६. स्थानिक लोकांना वस्तू व रोजगार पुरवठा करणारा घटक म्हणून उद्योजकाचे स्थान स्पष्ट करा.

प्रकरण ७

उद्योजकता विकास आणि संस्थात्मक साहाय्य
(Entrepreneurship Development and Organisation Assistance)

प्रस्तावना

१९६० पर्यंत लघुउद्योग क्षेत्र हे रोजगारनिर्मितीचे साधन म्हणून मानले गेले. त्यानंतरच्या दशकात मात्र अप्रकट संभाव्य उद्योजकांना आकर्षित करण्याचे साधन म्हणून ह्या क्षेत्राकडे बघण्यास प्रारंभ झाला. आपला उद्योग-व्यवसाय स्थापन करण्यात, सुरू करण्यात अडचणी येतील हे लक्षात घेऊन शासनाने नवीन उद्योग स्थापण्यासाठी खास योजना सुरू केली. ह्या अंतर्गत अर्थसाहाय्य, प्रोत्साहने, आधारभूत सेवासुविधा उपलब्ध करून दिल्या. तसेच, स्थानिक राज्य आणि केंद्र पातळीवरील साहाय्य करणाऱ्या संस्थांच्या माध्यमातून तांत्रिक आणि व्यवस्थापकीय मार्गदर्शन उपलब्ध करून दिले.

परंतु नियोजनकार आणि धोरण आखणाऱ्यांच्या असे लक्षात आले की, विविध सुविधा आणि प्रोत्साहने आवश्यक होती. परंतु उद्योजकीय प्रतिसाद मिळविण्यासाठी हे पुरेसे नव्हते. वास्तविक, उद्योजकीय वाढ होण्याच्या दृष्टिकोनातून मानव संसाधनाच्या विकासावर भर देणे गरजेचे होते.

It is important that one should possess the soft skills such as initiative, seeing and acting on opportunities, persistence, information seeking, concern for high quality work, commitment, efficiency, systematic planning. problem solving self-confidence, assertiveness, persuation, etc. apart from necessary educational background and experience.

(Source : EDI Report)

प्रशिक्षण कार्यक्रमांची मुहूर्तमेढ

भारतामध्ये उद्योगधंद्यांच्या प्रवर्तन आणि विकासासाठी फार पूर्वीपासून जरी संस्थात्मक साहाय्य उपलब्ध असले तरी उद्योजक विकसित करण्याच्या दृष्टिकोनातून पहिले पाऊल १९६० नंतरच्या दशकातच उचलले गेले. उद्योजक विकसित करण्याच्या दृष्टिकोनातून पहिले सिद्धी प्रेरणा प्रशिक्षण हैदराबाद येथील Small Industries Extension Training (SIET) AmVm National Institute of Small Industries Extension Training (NISIET) या संस्थेने डेव्हिड सी. मॅक्लेलँड यांच्या नेतृत्वाखाली १९६४ मध्ये आयोजित केले होते. आंध्र प्रदेशातील काकिनाडा जिल्ह्यात ४ गटांतून एकूण ५२ प्रशिक्षणार्थींना प्रशिक्षण देण्यात आले. यानंतर १९६५ मध्ये तमिळनाडूतील वेल्लोरमधील २६ प्रशिक्षणार्थींना आणखी एका कार्यक्रमातून प्रशिक्षण देण्यात आले. त्यानंतर NISIET ने त्यांच्या पूर्वीच्या अनुभवांच्या आधारे एक उद्योजकता विकास कार्यक्रम तयार केला. हा कार्यक्रम सर्वप्रथम आसाममध्ये राबविण्यात आला. त्यानंतर तो आंध्र प्रदेश, बिहार, जम्मू आणि काश्मीर या राज्यातून राबविण्यात आला.

वरील पार्श्वभूमीवर शासन व वित्तसंस्था यांनी उद्योजकता वाढीसाठी प्रशिक्षणाचा उपयोग करून घेण्याबाबत विचार सुरू केला. ह्या दिशेने गुजरात औद्योगिक विकास महामंडळ आणि गुजरातमधील अन्य राज्यस्तरीय संस्थांनी १९६० नंतरच्या दशकात संयुक्तरित्या विशेष पुढाकार घेतला. तीन महिने कालावधीचा उद्योजकता विकास प्रशिक्षण कार्यक्रम (Entrepreneurship Development Programme - EDP) राबविला गेला. ज्या व्यक्तींमध्ये संभाव्य उद्योजकता आहे अशा नवीन आणि निवडक व्यक्तींची प्रशिक्षणासाठी निवड करण्यात आली. ह्या प्रशिक्षण कार्यक्रमात पुढील गोष्टींवर भर देण्यात आला (अ) लघुउद्योग/व्यवसाय स्थापन करणे, (ब) व्यवस्थापन करणे आणि (क) ह्या लघुउद्योग/व्यवसायातून नफा मिळविणे. असे प्रारंभीचे कार्यक्रम व्यावसायिक ज्ञान आणि कौशल्याभिमुख होते. नंतरच्या प्रशिक्षण कार्यक्रमातून वर्तनविषयक घटकांचा (विशेषत: सिद्धी प्रेरणा प्रशिक्षण कार्यक्रम) समावेश प्रशिक्षणात करण्यात आला.

ह्या सर्व उद्योजकता विकास प्रशिक्षण कार्यक्रमातून आलेल्या यशामुळे देशात उद्योजकतेचा पाया अधिक भक्कम आणि विस्तृत करण्याच्या दृष्टीने असे कार्यक्रम म्हणजे अत्यंत प्रभावी व परिणामकारक साधन म्हणून मानले गेले.

एप्रिल १९७० मध्ये पहिला उद्योजकता विकास प्रशिक्षण कार्यक्रम राबविण्यात आला. सप्टेंबर १९७३ पर्यंत असे १६ कार्यक्रम अहमदाबाद, बडोदा, गोध्रा आणि सुरत या चार शहरांत घेण्यात आले. उद्योजक बनण्यासाठी ४४६ प्रशिक्षणार्थींना प्रशिक्षण देण्यात आले. ह्या प्रशिक्षणार्थींना पुढील शीर्षकांतर्गत प्रशिक्षण देण्यात आले.

१. उद्योजकता विकास प्रशिक्षण कार्यक्रम -
(Enterpreneurship Development Programme - EDP)
२. सुशिक्षित बेरोजगार कार्यक्रम -
(Educated Unempoyed Programme - EUP)
३. सुशिक्षित अभियंते कार्यक्रम -
(Educated Engineers Programme - EEP)

गुजरात राज्य औद्योगिक महामंडळाने ह्या प्रशिक्षणाचे जे प्रयोग केले त्याला राष्ट्रीय स्तरावर १९७० नंतरच्या दशकात चालना मिळायला सुरुवात झाली. लघुउद्योग विकास संघटनेत (Small Industries Development Organisation - SIDO) तिच्या लघुउद्योग सेवासंस्थांमार्फत (Small Industries Service Institutes - SISIs) बेरोजगार अभियंत्यांसाठी उद्योजकता विकास प्रशिक्षण कार्यक्रम आयोजित करायला सुरुवात केली. भारतीय औद्योगिक विकास बँकेनेसुद्धा (Industrial Development Bank of India - IDBI) उद्योजकता विकास चळवळीत स्वारस्य घेऊन ह्या क्षेत्रात आतापर्यंत झालेली प्रगती आणि गुजरातमधील ह्या क्षेत्रातील अनुभवांआधारे एक पेपर तयार करून सर्व राज्य सरकारांना पाठविला. अखिल भारतीय वित्तसंस्थांची निर्मिती असलेल्या तांत्रिक सल्ला संघटनांना (Technical Consultancy Organisations - TCOs) उद्योजकता विकास प्रशिक्षण कार्यक्रम आयोजित करण्यास आर्थिक सहकार्य दिले. एकूणच आशादायक प्रगतीमुळे तसेच गुजरातच्या सर्वच जिल्ह्यात उद्योजकता विकास प्रशिक्षण कार्यक्रमांच्या प्रसाराच्या गरजेपोटी अहमदाबादमध्ये १९७९ मध्ये उद्योजकता विकास केंद्राची (Centre for Entrepreneruship Development - CED) स्थापना करण्यात आली. केवळ उद्योजकता विकासाकरिता स्थापना झालेली अशी ही देशातील पहिलीच संस्था होय.

ह्या उद्योजकता विकास केंद्राच्या यशामुळे प्रभावित आणि प्रेरित होऊन भारतीय वित्तसंस्था म्हणजे भारतीय औद्योगिक विकास बँक (Industrial Development Bank of India - IDBI), औद्योगिक पत आणि गुंतवणूक महामंडळ (Industrial Financial Corporation of India - IFCI), औद्योगिक पत आणि गुंतवणूक महामंडळ (Industrial Credit and Investment Corporation of India - ICICI) आणि स्टेट बँक (State Bank of India - SBI) यांनी गुजरात सरकारच्या सहकार्याने १९८३ मध्ये अहमदाबादमध्ये एक राष्ट्रीय स्तरावरील संस्था स्थापन केली - भारतीय उद्योजकता विकास संस्था (Entrepreneurship Development Institute of India - EDI-I) संपूर्ण देशात उद्योजकता विकासाचा प्रसार करणे आणि उद्योजकता विकास ह्या उपक्रमास संस्थांच्या माध्यमातून गती देणे ह्या जबाबदाऱ्या संस्थेवर सोपविण्यात आल्या. उद्योजकता

विकास क्षेत्रातील सर्व प्रयत्नांमध्ये समन्वय राहावा म्हणून भारत सरकारने राष्ट्रीय उद्योजकता आणि लघुउद्योग विकास संस्था (National Institute of Entrepreneurship and Small Business Development - NIESBD) ही संस्था नवी दिल्ली येथे स्थापन केली. त्यानंतर काही राज्यांनी भारतीय वित्तसंस्थांच्या सहकार्याने राज्यस्तरीय उद्योजकता विकास संस्था (Institute of Entrepreneurship Development - IED) स्थापन करण्यात पुढाकार घेतला. उदा. लखनौ (उत्तर प्रदेश), भुवनेश्वर (ओरिसा), पटना (बिहार) तर काही राज्यांनी उद्योजकता विकास केंद्राची स्थापना केली. उदा. औरंगाबाद येथील महाराष्ट्र उद्योजकता विकास केंद्र (Maharashtra Centre for Entrepreneurship Development - MCED) अशाच प्रकारची केंद्रे भोपाळ (मध्य प्रदेश), धारवाड (कर्नाटक) येथेही स्थापण्यात आली.

अलीकडील काळात विविध प्रकारचे उद्योजकता विकास प्रशिक्षण कार्यक्रम राबविण्यासाठी आणि ह्या क्षेत्रात संशोधन करण्यासाठी अनेक संस्था स्थापन झालेल्या आहेत. NIESBUD ने केलेल्या एका पाहणीनुसार (१९९५) देशात अशा ६८६ संस्था कार्यरत आहेत. यामध्ये जिल्हा उद्योग केंद्राचाही समावेश आहे. यापैकी बहुतेक संस्था केंद्र, राज्य सरकारने किंवा वित्त संस्था आणि सार्वजनिक क्षेत्रातील बँकांनी पुरस्कृत केलेल्या आहेत. विशेषत: १९७८ पासून अनेक संस्था उद्योजकता विकास प्रशिक्षण कार्यक्रम प्रायोजित करत आहेत, सहकार्य देत आहेत किंवा स्वत:च असे कार्यक्रम आयोजित करत आहेत. यात IDBI, IFCI, ICICI, SBI आणि शासकीय विज्ञान आणि तंत्रज्ञान विभागांमार्फत - Department of Science and Technology - DST यांचा समावेश होतो.

७.१ भारतीय उद्योजकता विकास संस्था
(Entrepreneurship Development Institute of India - EDI)

ई.डी.आय. ही राष्ट्रीय संसाधन संस्था म्हणून मान्यता पावलेली आहे. गुजरात सरकार व राष्ट्रीय वित्तसंस्था यांनी संयुक्तपणे सुरू केलेली ही महत्त्वाची स्वायत्त संस्था असून ती नफ्यासाठी चालविली जात नाही. इंडस्ट्रिअल डेव्हलपमेंट बँक ऑफ इंडिया (आय.डी.बी.आय), इंडस्ट्रियल फायनान्स कॉर्पोरेशन ऑफ इंडिया (आय.एफ.सी.आय.), इंडस्ट्रियल क्रेडिट ॲण्ड इन्व्हेस्टमेंट कॉर्पोरेशन ऑफ इंडिया (आय.सी.आय.सी.आय) आणि स्टेट बँक ऑफ इंडिया (एस.बी.आय.) या शिखर वित्तीय संस्थांनी पुरस्कृत केलेली ही संस्था १९८३ मध्ये स्थापन झाली. ही संस्था डॉ. व्ही.जी. पटेल यांनी उद्योजकता विकास क्षेत्रात केलेल्या अनेक वर्षांच्या प्रयत्नांचे फलित म्हणून मानली जाते. सोसायटीज रजिस्ट्रेशन ॲक्ट, १९६० आणि पब्लिक ट्रस्ट ॲक्ट,

१९६० अंतर्गत ह्या संस्थेची नोंदणी करण्यात आली आहे. गुजरात शासनाने दिलेल्या २३ एकर जागेवर ह्या संस्थेची भव्य आणि वैभवशाली इमारत उभी आहे. तिथे सर्व सोयींनी युक्त वसतिगृहे, सुसज्य प्रशिक्षण कक्ष आहेत.

The Mission of EDI

An acknowledged national resource institution, EDI is committed to entrepeneurship education, training and research. The institute strives to provide innovative training techniques, competent faculty support, consultancy and quality teaching and training material.

उद्योजक जन्मालाच यावे लागतात असे नाही तर अत्यंत विचारपूर्वक आणि योग्य उपक्रमांच्या व प्रशिक्षणाच्या माध्यमातून घडवितासुद्धा येतात, या विश्वासावर संपूर्ण राष्ट्रात ही संस्था उद्योजकता चळवळ चालवित आहे. ह्या विश्वासावरच संस्था खालील उपक्रम अंमलात आणते.

(१) स्वयं-रोजगाराच्या संधींवर गुणक परिणाम (Multiplier Effect) साध्य करणे.
(२) प्रशिक्षणाच्या माध्यमातून सक्षम उद्योजक विकसित करणे,.
(३) उद्योजक प्रेरकप्रशिक्षकांचा पुरवठा करणे.
(४) संस्था विकसनातील प्रयत्नात सहभाग घेणे.
(५) युवा पिढीमध्ये 'उद्योजकते'ची ज्योत चेतवणे.
(६) ग्रामीण भागात अतिलघु उद्योगांचे प्रवर्तन करणे.
(७) संशोधनाद्वारे उद्योजकतेचे सिद्धान्त आणि ते व्यवहारात आणणे यासाठी ज्ञान आणि आकलन वृद्धिंगत करणे.
(८) अंतस्थ-योजक (उद्योजकीय व्यवस्थापक) निर्माण करून उद्योग व्यवसायातील सर्वोत्कृष्टता गाठण्यास मदत करणे.
(९) लघुउद्योगाच्या व्यवस्थापकीय क्षमता वाढविणे.
(१०) संभाव्य आणि विद्यमान उद्योजकांनी त्यांचे व्यवसाय स्थापन करणे आणि त्यांचे व्यवस्थापन करणे याबाबत सहकार्य देण्याच्या दृष्टीने साहाय्य करणाऱ्या संस्था अधिक संवेदनशील बनविणे.
(११) वरील उद्दिष्टे गाठण्याच्या दृष्टीने भारतातील आणि अन्य विकसनशील देशातील ह्यासारख्याच संस्थांबरोबर परस्पर सहकार्य करणे.

ई.डी.आय. खालील प्रशिक्षणार्थींसाठी कार्यक्रम आयोजित करते -

संभाव्य उद्योजक, विद्यमान उद्योजक, प्रशिक्षक, विद्यार्थी, सुशिक्षत बेरोजगार, कारागीर, महिला, बँकर्स, शासकीय अधिकारी/वरिष्ठ अधिकारी, माजी सैनिक, तंत्रज्ञ,

सल्लागार, ग्रामीण गरीब शिक्षक, व्यवस्थापकीय अधिकारी.

खालील प्रकारच्या संस्थांसाठी ही संस्था प्रशिक्षण कार्यक्रम आयोजित करते –

- राज्य/राष्ट्रीय/आंतरराष्ट्रीय उद्योजकता विकास संस्था
- बिगर शासकीय संस्था/स्वयंसेवी संस्था
- शैक्षणिक संस्था
- उद्योग संघटना
- बँका/वित्तीय संस्था
- उद्योग/व्यावसायिक
- शासकीय संस्था
- उद्योगगृह

उद्योजक विकसित व्हावेत म्हणून ई.डी.आय. विविध शैक्षणिक आणि अन्य कार्यक्रम आयोजित करीत असते. त्यापैकी महत्त्वाचे –

- PGDBEM (Post Graduate Diploma in Business Entrepreneurship and Management)
- PGDMN (Post Graduate Diploma in Management of Non-Government Organisation)
- Micro Entreprise and Micro Finance Development through REDP (Rural entrepreneurship Development Programme)
- IMCDS (Programme on Informal Micro Credit Delivery System) For Performance and Growth of Existing Entrepreneurs.
- Programme on Succession Planning for Entrepreneurial Continuity. - Intrapreneruship Programme for the Corporate Sector.
- Growth-cum-Counsellors Programmes for Existing entrepreneurs.
- Training Programmes for Entrepreneur Trainer - Motivators of Entrepreneurship Development Organisations.
- Capacity Building Programmes.

अनेक राज्यस्तरीय उद्योजकता विकास संस्था/केंद्र स्थापन करण्यात ई.डी.आय.ने मोलाची भूमिका बजावली आहे. त्यांच्यासाठी ही संस्था प्रशिक्षकांच्या परिषदा, प्रमुख

प्रशासकांच्या परिषदा आयोजित करते. प्रेरक प्रशिक्षकांना 'सर्वोत्कृष्ट प्रेरक-प्रशिक्षक पुरस्कार' दिले जातात.

ई.डी.आय. येथे नॅशनल सायन्स अॅण्ड टेक्नॉलॉजी आंत्रप्रेन्युअरशीप डेव्हलपमेंट बोर्ड, भारत शासनाच्या विज्ञान आणि तंत्रज्ञान विभागाने पुरस्कृत केलेली राष्ट्रीय स्तरावरील विज्ञान आणि तंत्रज्ञानावर आधारित उद्योजकीय नवनिर्मितीची सुविधा उपलब्ध आहे. डेटा बँकेतून नवीन उद्योजक सुयोग्य प्रकल्पाची निवड करू शकतात. तर विद्यमान उद्योजक तंत्रज्ञान गुणवत्ता यांच्यात सुधारणा करण्याच्या दृष्टीने माहिती प्राप्त करू शकतात. उद्योग आणि संशोधन व विकास संस्थांना ही संस्था एकत्र आणून सुयोग्य तंत्रज्ञान अंमलात आणण्यातील उणिवा दूर करते. व्यवसायसंधी शोधनासाठी एक दिवसाच्या कार्यशाळा आयोजित करण्यात येतात.

UNIDO आणि भारत शासनाने पुरस्कृत केलेले InterRegional Centre for Entrepreneurship and Investment Training Centre ह्या संस्थेत सुरू करण्यात आले आहे. आशियाई, आफ्रिकन आणि अरब प्रदेशातील देशांमध्ये उद्योजकता आणि गुंतवणूक वाढावी म्हणून हे केंद्र कार्यरत आहे.

ई.डी.आय. तर्फे Centre for Research in Entrepreneurship Education and Development (CREED) स्थापन करण्यात आले आहे. शिक्षण, प्रशिक्षण आणि सल्लासेवा यांच्यात परस्पर-समन्वय वाढावा म्हणून हे केंद्र स्थापण्यात आले आहे. उद्योजकता क्षेत्रातील संशोधक आणि संस्था यांचे जाळे ह्यामुळे निर्माण होते. ह्या केंद्रामार्फत अत्यंत दर्जेदार असे 'The Journal of Entrepreneurship' प्रकाशित केले जाते. युवा संशोधकांना रीसर्च फेलोशिप प्रोग्रामच्या माध्यमातून प्रोत्साहन दिले जाते. ई.डी.आय. उद्योजकता विषयावर राष्ट्रीय पातळीवरील द्वैवार्षिक परिदेचे आयोजन करीत असते. त्यामध्ये संपूर्ण देशातून संशोधक, अभ्यासक येतात. ई.डी.आय. तर्फे अनेक पुस्तके, पुस्तिका, व्हिडिओ कॅसेट प्रकाशित करण्यात आल्या आहेत.

संस्थेचा पत्ता व अन्य तपशील खालीलप्रमाणे-

Entrepreneurship Development Institute of India

(Near Village Bhat, Via Ahmedabad Airport & India Bridge),

P.O. Bhat 382428, Gurjat, Phone : 23969163, 23969159

E-mail : edlindiaad1@sancharnet.in

Website : http://www.ediindia.org

७.२ महाराष्ट्र आणि उद्योजकता विकास

उद्योजकता विकासाचे काम महाराष्ट्र राज्यात गेल्या काही वर्षांपासून जोमाने सुरू आहे. महाराष्ट्रात पहिला पद्धतशीर प्रयत्न १९७४ मध्ये झाला. हे खरं असलं तरी हे कार्य खऱ्या अर्थानं फुललं, परिपूर्णतेला गेलं ते मात्र गुजरातच्या कर्तृत्वाने यात वाद नाही. त्यातूनच 'उद्योजक जन्मावाच लागतो' ही कल्पना मागे पडून उद्योजक घडवता येतात' यावर सर्वांचा विश्वास बसला आणि देशात सर्वत्र उद्योजकता विकास प्रशिक्षण कार्यक्रम मोठ्या प्रमाणावर सुरू झाले. त्यासाठी खास संस्थांची उभारणी झाली. भारतीय औद्योगिक विकास बँक अशा कार्यक्रमांसाठी विशेष सहकार्य देऊ लागली. महाराष्ट्रात जरी देशातील पहिला शास्त्रशुद्ध प्रशिक्षण वर्ग महाराष्ट्र राज्य लघुउद्योग विकास महामंडळ व निमिड (NIMID) यांनी संयुक्तपणे १९६९च्या सुमारास राबविला तरी अशा खास संस्थेची म्हणजेच महाराष्ट्र उद्योजकता विकास केंद्राची उभारणी मात्र ऑक्टोबर १९८८ मध्ये करण्यात आली. मध्यंतरीच्या काळात निमिड, स्टेट बँक, महावित्त, लघुउद्योग विकास महामंडळ व मिटकॉन आणि काही सेवाभावी संस्था (मुक्ताई, विमा, चेंबर ऑफ कॉमर्स इ.) इत्यादींनी महाराष्ट्रात असे कार्यक्रम राबविले. यात खरा सिंहाचा वाटा आहे तो 'मिटकॉन'चा. १९८४ ते १९८८ या काळात मिटकॉनने उद्योजकता विकास प्रशिक्षण कार्यक्रम घेता घेता हे कार्यक्रम राबविण्यासाठी आवश्यक अशा प्रशिक्षकांची फळीदेखील उभी केली. त्यासाठी अहमदाबाद येथील EDI-I या संस्थेत पंचवीस जणांना खास प्रशिक्षण देण्यात आले. मिटकॉनने चार वर्षांत जरी ३५ कार्यक्रमच घेतले असले तरी हे प्रशिक्षित प्रशिक्षक तयार करून महाराष्ट्र उद्योजकता विकास केंद्राचा भक्कम पायाच रचला.

उद्योजकता विकास प्रशिक्षण कार्यक्रमातील अनेक अनुभवांनी हेच सिद्ध केले की, मागासलेल्या जिल्ह्यांतसुद्धा प्रचंड उद्योजकीय सामर्थ्य असते; आणि ते जर शोधले आणि त्यांना प्रशिक्षण/प्रेरणा दिली तरी ते उद्योजकीय क्षेत्रात चांगली कामगिरी करू शकतात. प्रारंभीच्या यशामुळे आणखी प्रेरणा मिळाली. राष्ट्रीयकृत बँकांच्या सहकार्याने आणखी ५ जिल्ह्यांत उद्योजकता विकास प्रशिक्षण कार्यक्रम अनेक बदल करून राबविण्यात आला. त्यानंतर महाराष्ट्रात उद्योजकता विकास प्रशिक्षण कार्यक्रम सातत्याने राबविले जात आहेत.

१. महाराष्ट्र उद्योजकता विकास केंद्र (M.C.E.D)

एक काळ असा होता की उद्योगधंद्याच्या क्षेत्रात अशी समजूत होती की उद्योजक हा जन्मावा लागतो. परंतु सातत्याने प्रयत्न करून व निरनिराळे प्रयोग करून आता असेही सिद्ध झाले आहे की, उद्योजक घडविता येतो. मात्र त्यासाठी संबंधित व्यक्तींना त्या कामाची आवड व तळमळ असणे अत्यावश्यक आहे. धाडसीपणाने निवडलेल्या क्षेत्रात

स्वत:ला झोकून देण्याची तयारी असावी. अशा गुणी व्यक्तीवर शास्त्रोक्तपणे व सुसूत्रपणे प्रशिक्षणाचे प्रयोग केल्यास तोही उद्योजक बनू शकतो. ही कल्पना आता सर्वत्र रुजली गेली आहे. महाराष्ट्रातही या कल्पनेचे बीज सुमारे वीस वर्षांपूर्वी रुजले आहे. उद्योगधंदा करू इच्छिणाऱ्या तरुणांना ह्या दृष्टिकोनातून प्रवृत्त करण्यासाठी जिल्हा उद्योग केंद्रामार्फत उद्योजकता विकास प्रशिक्षण कार्यक्रम घेण्यात येत. तसेच बँका, वित्तीय महामंडळ, लघु उद्योग विकास महामंडळदेखील असे प्रशिक्षण कार्यक्रम घेत असत. १९८८ पासून केवळ प्रशिक्षण कार्यक्रम राबविण्यासाठी उद्योजकता विकास केंद्राची कल्पना अस्तित्वात आली व त्यानुसार औरंगाबाद येथील महाराष्ट्र औद्योगिक विकास महामंडळाच्या जागेत 'महाराष्ट्र उद्योजकता विकास केंद्राची' (MCED) ची स्थापना झाली. ह्या केंद्राची सहा विभागीय स्तरांवर उपकार्यालये असून प्रत्येक जिल्ह्यात संस्थेचा एक प्रेरक प्रशिक्षक उद्योजकता विकास प्रशिक्षणाचे काम पाहतो. ह्या संस्थेतर्फे 'उद्योजक' हे मासिकही प्रकाशित केले जाते.

शास्त्रशुद्ध प्रशिक्षणाद्वारे उद्योजक घडविणे, उद्योजकतेला पोषक असे वातावरण निर्माण करणे, उद्योजकतेच्या सर्व अंगांविषयी माहिती उपलब्ध करून देणे व उद्योजकतेच्या क्षेत्रात संशोधन करणे, ही ह्या संस्थेची प्रमुख उद्दिष्ट्ये होत.

महाराष्ट्र उद्योजकता विकास केंद्र या राज्यस्तरीय प्रशिक्षण संस्थेची स्थापना महाराष्ट्र शासनाच्या पुढाकाराने झाली आहे. सिकॉम, महावित्त, महाराष्ट्र लघुउद्योग विकास महामंडळ, महाराष्ट्र लघुउद्योग महामंडळ, महाराष्ट्र औद्योगिक विकास महामंडळ, मेल्ट्रॉन या राज्य औद्योगिक महामंडळांचीही संयुक्त संस्था आहे.

महाराष्ट्रात उद्योजकतेचा प्रचार, परिचय व प्रसार करणे, अनेकांच्या मनात 'उद्योजकता : एक व्यावसायिक पर्याय' ही भावना वाढीस लावणे, समाजामध्ये उद्योजकतेस अनुकूल वातावरण निर्माण करणे, उद्योजकता विकास या माध्यमातून औद्योगिकीकरणास चालना देणे, संस्थेच्या विविध योजना/कार्यक्रम याविषयी माहिती येथे दिलेली आहे.

(१) उद्योजकता विकास प्रशिक्षण कार्यक्रम (ई.डी.पी.) : उद्योग आणि उद्योजकता या दोन भिन्न बाबी आहेत. स्वभावत:च उद्योजकता असलेली व्यक्ती, तिने स्वत: ठरविले तर उत्कृष्ट उद्योजक बनू शकते असे गृहीत आहे. सदर कार्यक्रमाद्वारे व्यक्तीच्या स्वभावात उद्योजकता विकसित व्हावी असा प्रयत्न केला जातो. म्हणजेच यशस्वी उद्योजक बनण्यास पात्र असे व्यक्तिमत्त्व घडविण्याचे कार्य या कार्यक्रमामधून होत असते.

व्यवसाय हे तीन प्रकारचे असतात : (१) सेवा, (२) व्यापार, (३)उद्योग (निर्मिती) ई.डी.पी. हा विशेषत: उत्पादनाच्या क्षेत्रात पदार्पण करू इच्छिणाऱ्यांसाठी

अत्यंत उपयुक्त कार्यक्रम ठरत आहे.

या अभ्यासक्रमात व्यवसायाच्या विविध संधी शोधण्यासाठी व उत्पादन वस्तू निवडीसाठी मार्गदर्शन, उद्योग व्यवसायासंबंधित संस्था आणि त्याच्या विविध योजना, बाजारपेठ पाहणी तंत्र व अहवाल तयार करणे, यशस्वी उद्योजकांशी चर्चा आणि लघुउद्योजकांना प्रत्यक्ष भेटी, प्रकल्प अहवाल तयार करणे, विपणन व्यवस्थापन तसेच लघुउद्योगांचे सर्वांगीण व्यवस्थापन, उद्योजकीय व्यक्तिमत्त्व विकास, लघुउद्योगविषयक कायदे व अकाऊन्ट्स आणि या संपूर्ण कार्यक्रमाचा आत्मा, ज्याद्वारे उद्योजकीय व्यक्तिमत्त्वाच्या निर्मितीस सुरुवात होते ते म्हणजे 'सिद्धी प्रेरणा प्रशिक्षण', तसेच आयात, निर्यात, पॅकेजिंग, दर्जा नियंत्रण व सुधारणा सामाजिक जबाबदारी इ. विषयांचा समावेश केला जातो. कार्यक्रमाचा कालावधी सहा आठवडे (किमान ३४ दिवस) दररोज किमान ३ तास (संध्याकाळची बॅच) व कमाल ४॥ तास (दुपारची बॅच) असतो. या उपक्रमात लघुउद्योग सुरू करण्यासाठी आवश्यक असलेली सर्व माहिती, कौशल्य व मानसिकता एकाच छत्राखाली विकसित केली जाते वा दिली जाते.

सदर कार्यक्रमामधील सिद्धी प्रेरणा प्रशिक्षण कार्यक्रम तीन दिवस पूर्ण वेळ असतो. हा कार्यक्रम शहराबाहेर रम्य ठिकाणी निवासी घेतला जातो, त्यास हजर राहणे बंधनकारक असते.

(२) कृषी उद्योजकता विकास प्रशिक्षण कार्यक्रम (ए.ई.डी.पी) : महाराष्ट्र शासनाच्या कृषी पशुसंवर्धन, दुग्धव्यवसाय विकास व मत्स्यव्यवसाय विभाग मंत्रालयातर्फे १९९७-१९९८ पासून एक महत्त्वाकांक्षी योजना राबविण्यात येत आहे. या योजनेमधून कृषी पदवीधर, कृषी पदविकाधारक, १०वी पास/नापास वा १२वी पास बेरोजगार तरुण यांना कृषी क्षेत्रातील नवीन तंत्रज्ञान वापरण्याबाबतचे प्रशिक्षण देऊन स्वयंरोजगार निर्मितीची तयारी करून घेतली जाते. याकरिता ३/४/६ महिन्यांचे प्रमाणपत्र अभ्यासक्रम राबवून महाराष्ट्राच्या ग्रामीण भागातील ३०,००० युवकांना याचा लाभ होईल.

यामध्ये बेकरी पदार्थांचे उत्पादन, फळे व भाजीपाला प्रक्रिया, आळिंबी उत्पादन, रोपवाटिका संगोपन, ठिबक सिंचन व तुषार सिंचन, ऊर्जा संवर्धन, शेळी संगोपन, कृषी पत्रकारिता, दुग्धसंकलन व गुणनियंत्रण, जिवाणू खते उत्पादन, गांडूळ शेती, ससे पालन हे व असे ५५ ते ६० प्रकारचे विविध विषयांवर आधारित प्रशिक्षण प्रशिक्षण कार्यक्रम आयोजित केले आहेत.

एम.सी.ई.डी. चे प्रकल्प अधिकारी, कृषी विद्यालय, कृषी विद्यापीठ, जवळचे कृषी विज्ञान केंद्र किंवा महाराष्ट्र कृती शिक्षण व संशोधन परिषद, शिवाजीनगर, पुणे ५ येथे किंवा या संस्थेच्या मुख्य कार्यालयात व इतर विभागीय कार्यालयात चौकशी केल्यास आपणास नियोजित कार्यक्रमांच्या तारखा समजू शकतील.

सदर कार्यक्रम ३/४/६ महिने (पूर्ण वेळ) कालावधीचे असतात आणि त्याला जोडूनच एम.सी.ई.डी.च्या १२ दिवसांचा ए.ई.डी.पी. असतो.

(३) स्वयंरोजगार विकास प्रशिक्षण कार्यक्रम (डी.पी.एस.ई.) : हा कार्यक्रम शहरी/ग्रामीण भागासाठी जिल्हा उद्योग केंद्राने पुरस्कृत केलेला आहे. जिल्हा उद्योग केंद्रातर्फे प्रामुख्याने पंतप्रधान रोजगार योजना, सुशिक्षित बेरोजगार योजना इ. राबविल्या जातात. या कार्यक्रमाद्वारे सदर योजनांसाठी सक्षम लाभार्थी करणे आणि त्यांना स्वयंरोजगार निर्माण करून देणे हा प्रमुख हेतू आहे.

किमान २५,०००/- ते ५,००,०००/-रु. गुंतवणुकीचे उद्योग व्यवसाय तरुणांनी उभारावेत यासाठी आवश्यक माहिती, उद्योगाची निवड, कर्जाच्या योजना, बाजारपेठ पाहणी, अति लघुउद्योगांची प्रात्यक्षिके, विक्रीकौशल्ये, प्रकल्प अहवाल तयार करणे, छोट्या व्यवसायाचे व्यवस्थापन इ. विषयांचा अंतर्भाव प्रशिक्षणात असतो.

कार्यक्रमाचा कालावधी दोन आठवडे (१२ दिवसांचा) असतो. दररोज किमान साडेचार तास व्याख्यानांचे आयोजन केले जाते.

कार्यक्रमास रु. ३००/- प्रशिक्षण शुल्क असते. परंतु जिल्हा उद्योग केंद्र प्रशिक्षणार्थींच्या वतीने एम.सी.ई.डी.स रु. १००/- मानधन देत असल्यामुळे प्रशिक्षणार्थींकडून फक्त रु. २००/- फी स्वीकारली जाते.

(४) पंतप्रधान रोजगार योजनेअंतर्गत प्रशिक्षण : जिल्हा उद्योग केंद्रामार्फत पी.एम.आर. वाय. ही योजना राबविण्यात येते. त्यामध्ये सेवा, व्यापार अथवा उद्योगासाठी २ लाख रुपयांपर्यंत कर्ज मंजूर केले जाते. लाभार्थींचे वय १८ ते ३५ वर्षे असावे, त्याचे कुटुंबाचे वार्षिक उत्पन्न ४०,०००/- पेक्षा कमी असावे व तो किमान ९वी पास असावा इत्यादी अटी आहेत.

पी. एम. आर. वाय. चे कर्ज मंजूर झाल्यानंतर ते प्रत्यक्ष वितरित करण्यापूर्वी लाभार्थींनी पी. एम. आर. वाय. योजनेअंतर्गत प्रशिक्षण पूर्ण करणे बंधनकारक असते. प्रशिक्षणाचे प्रमाणपत्र प्राप्त झाल्यानंतर कर्जाचे वितरण होते.

या जगात कोणतीही गोष्ट मोफत मिळत नसते. त्याची किंमत कधी आधी मोजावी लागते तर कधी नंतर. प्रशिक्षणासाठी नाखूष असणाऱ्यांनी हे लक्षात घ्यावे. या प्रशिक्षणाद्वारे तुमची उद्योजक बनण्याची कुवत वाढविली जाते आणि प्रत्यक्ष उद्योग सुरू कण्यापूर्वीच तुमची प्राथमिक तयारी पूर्ण करून घेतली जाते. यामुळे तुम्ही यशस्वी उद्योजक बनू शकता.

लाभार्थीने कर्ज मंजूर होताच बँक, जिल्हा उद्योग केंद्र अथवा एमसीईडीकडे या प्रशिक्षणाची मागणी करावी लागते. प्रत्येक महिन्याच्या १ ते १५ तारखेस हे कार्यक्रम

सुरू होत असतात. (१ मे २००७ रोजी जारी झालेल्या सूचना सुधारित मार्गदशक सूचना परिशिष्टात पहा -)

(५) तंत्र शिक्षणावर आधारित उद्योजकता विकास कार्यक्रम (व्ही.टी.पी.): तंत्र शिक्षणाचा लाभ ज्यांना मिळलेला नाही, परंतु स्वत:चे हात काळे करून ज्यांना कष्टाची कामे करायला आवडतात अशा होतकरू तरुणांसाठी या कौशल्यवृद्धी कार्यक्रमांचे आयोजन केले जाते.

यामध्ये स्वयंचलित दुचाकी वाहन दुरुस्ती व देखभाल, बेकरी उत्पादन, फॅशन डिझायनिंग, ब्युटी पार्लर, स्क्रीन प्रिंटिंग, कॉम्प्युटर हार्डवेअर दुरुस्ती व देखभाल इ. कामांचा समावेश होतो.

कार्यक्रमाचा कालावधी किमान १ ते कमाल २ महिने असतो. यामध्ये साधारणपणे ६५% वेळ तांत्रिक प्रशिक्षणासाठी तर ३५% वेळ उद्योजकता विकासासाठी देण्यात येतो.

(६) व्यवस्थापकीय विकास प्रशिक्षण (एम.डी.पी.) : एम.सी.ई.डी. ग्रामीण दारिद्र्य-रेषेखालील व्यक्तीपासून ते यशस्वी उद्योजकांपर्यंत सर्वांसाठी विविध प्रकारचे उपक्रम आयोजित करत असते. उद्योजकांना हे माहीत असावे की थांबला तो संपला ! उद्योग सुरू करणे ही खरे तर एक औपचारिकता आहे. पण सुरू केलेल्या उद्योगाचे नीट व्यवस्थापन करणे, कामगार व सहकाऱ्यांमधील योग्यता विकसित करणे, वेळेचा सदुपयोग करणे, उत्पादकता वाढविणे, बहुउद्देशीय नातेसंबंध तयार करणे इ.साठी स्वभावत:च उद्योजकता असावी लागते.

वरील सर्व कारणांसाठी एम.सी.ई.डी. यशस्वी उद्योजकांसाठी सेल्स ॲण्ड मार्केटिंग, कायझेन, परफॉरमन्स इम्प्रूव्हमेंट प्रोग्राम, स्किल अपग्रेडेशन प्रोग्राम इ.सारखे एम.डी.पी. आयोजित करीत असते. याशिवाय उद्योजकांबरोबर चर्चा करून त्यांची गरज ओळखून त्यावर आधारित कार्यक्रम करण्याची एमसीईडीची क्षमता आहे.

(७) प्रेरक प्रशिक्षण कार्यक्रम (टी.टी.पी.) : सेवाभावी वृत्तीने काम करणाऱ्या अनेक स्वयंसेवी संस्था महाराष्ट्रात कार्यरत आहेत. त्यांच्या नेहमीच्या कार्यासोबतच उद्योजकतेचे कार्य करू इच्छिणाऱ्या संस्थांना गरज असते ती प्रशिक्षित प्रेरक प्रशिक्षकांची. तसेच सध्या अनेक कनिष्ठ व वरिष्ठ महाविद्यालयांमधून उद्योजकता हा विषय अभ्यासक्रमात आहे. त्यांनाही आवश्यकता असते ती प्रशिक्षित प्रेरक प्रशिक्षकांची. अशा सर्वांसाठी संस्था हा उपक्रम राबविते.

साधारणपणे १५ दिवस ते एक महिना पूर्ण वेळ चालणाऱ्या या उपक्रमामुळे उद्योजकता विकासाचे उपक्रम शास्त्रशुद्ध पद्धतीने कसे राबवावेत याचे पूर्ण धडे मिळतात.

(८) उद्योजकता परिचय कार्यक्रम (ई.ए.पी.) : गृहिणी व विद्यार्थ्यांना उद्योजकतेचा परिचय करून देणे व त्यांना या क्षेत्राबद्दल गोडी निर्माण करून आकर्षित करण्यासाठी हे उपक्रम राबविले जातात. त्यांना शक्य आहे अशा उद्योगांची प्रात्यक्षिके, यशस्वी उद्योजकांच्या मुलाखती इ.द्वारे त्यांच्या मनात उद्योजकता हा एक व्यावसायिक पर्याय आहे असे बिंबविले जाते.

(९) महाराष्ट्र ग्रामीण पतपुरवठा योजनेअंतर्गत कार्यक्रम (ई.डी.पी. आणि ई.ए.पी.) : आंतरराष्ट्रीय कृषी विकास निधी पुरस्कृत, महाराष्ट्र ग्रामीण पतपुरवठा प्रकल्पाअंतर्गत महाराष्ट्रातील ग्रामीण भागामधील दारिद्र्यरेषेखालील महिला व पुरुषांचे उद्योजकीय व्यक्तिमत्त्व घडविण्याची जबाबदारी सदर उपक्रमांतर्गत एम.सी.ई.डी. कडे आहे. सात वर्षे कालावधी असलेल्या या योजनेद्वारे दारिद्र्य निमूलनाचे कार्य लोकांच्या सहभागातून पूर्ण करण्यात येणार आहे. यासाठी प्रत्येक गावात चाळीस कुटुंबांना या सेवेचा लाभ दिला जाणार आहे.

(१०) कॉम्प्युटर प्रशिक्षण कार्यक्रम (सी.टी.पी.) : पुणे विभागातील प्रिंट एड सेंटर प्रा. लि., १ फायरे रोड, एस.एम. जोशी हिंदी शाळा परिसर, गोळीबार मैदानाजवळ, शंकर शेट रोड, पुणे ४११०४० ही विभागीय पातळीवर कार्य करणारी एम.सी.ई.डी. मान्यताप्राप्त संस्था आहे. त्याचबरोबर राज्यातील प्रत्येक जिल्ह्यात एम.सी.ई.डी.च्या मान्यताप्राप्त संस्था आहे, जेथे कॉम्प्युटर प्रशिक्षण नोकरीकरिता नाही तर उद्योजक बनण्यासाठी दिले जाते.

या सर्व संस्था एम.सी.ई.डी.ने आखून दिलेले कार्यक्रम राबवितात. कार्यक्रमाला जोडून उद्योजकता विकासाचे प्रशिक्षण दिले जाते आणि शेवटी एम.सी.ई.डी.चे प्रमाणपत्रही प्रदान केले जाते.

(११) प्रकल्प अहवाल / सल्ला सेवा : एम.सी.ई.डी.ने जिल्ह्यामध्ये जिल्हास्तरीय सल्लागारांची निवड केली आहे. हेच सल्लागार प्रशिक्षण कार्यक्रमांमध्ये मार्गदर्शनासाठी असतात. याशिवाय ज्यांना प्रकल्प अहवाल तयार करून हवे असतात त्यांना ते तयार करून देण्याचे कार्य हे जिल्हास्तरीय सल्लागार करतात. यांचे सेवाशुल्क वाजवी असते.

(१२) मागणीवर आधारित कार्यक्रम : सध्या उद्योग, उद्योजकता हे अगदी परवलीचे शब्द झालेले आहेत. अर्थात नोकऱ्यांचा अभाव, परिस्थितीची गरज, आणि समाजात उद्योजकतेबद्दल एम.सी.ई.डी.ने निर्माण केलेले कुतूहल यामुळे रोटरी क्लब, महाविद्यालये, स्वयंसेवी संस्था, महिला मंडळे, शासकीय/निमशासकीय संस्था, एम.सी.ई.डी.कडे विशिष्ट प्रकारच्या कार्यक्रमांच्या मागण्या करीत असतात. असे गरजांवर

आधारित आणि वेगळे कार्यक्रम करण्याची एम.सी.ई.डी.ची नेहमीच तयारी असते. एम.सी.ई.डी. त्यांचे स्वागत करते आणि त्यांना योग्य ती सेवा वाजवी शुल्कात उपलब्ध करून देते.

वरील सर्व कार्यक्रमातील प्रशिक्षणार्थींना कार्यक्रम यशस्वीरित्या पूर्ण केल्यानंतर प्रमाणपत्र देण्यात येते. शासकीय व निमशासकीय संस्थांचा एम.सी.ई.डी.च्या उपक्रमात सुरुवातीपासून सहभाग असल्यामुळे सर्वच संस्थांना हे प्रमाणपत्र योग्यतेचे वाटते.

पाठपुरावा यंत्रणा : वरील सर्व उपक्रमांचा पाठपुरावा केला जातो. अंतिम उद्दिष्ट आहे, प्रशिक्षणार्थींचा उद्योगव्यवसाय सुरू होणे. त्यामध्ये ज्या काही अडीअडचणी येतील त्या सोडविण्यासाठी प्रकल्प अधिकारी पाठपुरावा सभा घेतो अथवा सल्लामसलत करतो. हे एम.सी.ई.डी.च्या कार्यपद्धतीमधील वैशिष्ट्य आहे.

(१३) व्यवसाय संधी शोध आणि पाहणी मार्गदर्शक : उद्योजक प्रेरणा प्रवृत्तीच्या व्यक्ती या संधीशोधक असतात आणि ती दिसताच ते ती साधतात. व्यवसायाच्या संधी शोधणे ही एक महत्त्वाची कला आहे. यामुळे अधूनमधून सर्वसामान्य व्यक्तिमत्त्वामध्ये संधी शोधण्याची कला आत्मसात व्हावी व त्याची विचारसरणी नवनिर्मितीक्षम व्हावी यासाठी त्या कार्यक्रमातून मार्गदर्शन केले जाते.

(१४) व्यवस्थापकीय विकास प्रशिक्षण कार्यक्रम : उद्योजक हा उद्योगाचा पायाभूत आधार असतो. त्याच्या व्यक्तिमत्त्वात इतर कौशल्यांप्रमाणे व्यवस्थापकीय कौशल्य असणे फार महत्त्वाचे असते. कारण लघुउद्योगामध्ये त्याला स्वत:ला सर्व आघाड्यांवर लढावे लागते. त्याच्यामध्ये व्यवस्थापकीय कौशल्य विकसित व्हावे यासाठी हा कार्यक्रम घेतला जातो. प्रशिक्षण कालावधी साधारणपणे तीन ते सहा दिवस असतो.

(१५) आजारी उद्योगांसाठी गुणवत्ता विकास कार्यक्रम : आजारी उद्योगांसाठी पुनर्उभारणी करण्यासाठी उद्योग व उद्योजक या दोघांचाही अभ्यास करणे जरूरीचे असते. यामध्ये उद्योग आजारी पडण्याची कारणे शोधण्यापासून ते उपायापर्यंतचा अभ्यासात्मक प्रयत्न केला जातो. यामुळे गुणवत्ता विकासासाठी मदत होते. प्रशिक्षण कालावधी सर्वसाधारणपणे १ ते २ आठवडे असतो.

(१६) परिसंवाद आणि प्रदर्शने : उद्योजकांमध्ये विचार, माहिती, तंत्रज्ञान, बाजारपेठ इत्यादींची देवाणघेवाण, प्रगत तंत्रज्ञान व परदेशी कंपन्यांचे सहकार्य मिळविणे सोपे व्हावे अशा उद्देशाने परिसंवाद आणि प्रदर्शने आयोजित केली जातात.

(१७) औद्योगिक माहिती केंद्र : उद्योगविषयक विविध प्रकाशने, पुस्तके, नियतकालिके, मासिके इत्यादी उपलब्ध राहतील असे वाचनालय आणि माहिती केंद्र संस्थेत विकसित झाले आहे.

(१८) मराठी उद्योजकीय साहित्य संमेलन : संस्थेतर्फे राज्यस्तरीय मराठी उद्योजकीय साहित्य संमेलन आयोजित करण्यात येते. ह्यामध्ये व्याख्याने, परिसंवाद, चर्चा, मुलाखती, ग्रंथ प्रदर्शन इत्यादी कार्यक्रम आयोजित करण्यात येतात.

महाराष्ट्र उद्योजकता विकास केंद्राची अनेक प्रकाशने आहेत

संस्था 'उद्योजक' नावाचे मासिक प्रकाशित करते. महाराष्ट्रात २५,०००च्या वर खप असलेले मराठीमधील उद्योजकीय मन घडविणारे हे एकमेव मासिक आहे. सतत दोन वर्षे 'दर्पण' पुरस्कारप्राप्त असे मासिक जरूर वाचावे असे आहे. याशिवाय संस्थेची 'उद्योजक गुंड्याभाऊ', 'आधी हाताला चटके', 'मराठवाड्यातील उद्योजक' व 'स्वयंरोजगारासाठी उद्योजकता विकास', 'उद्योग ज्ञानदीप नमूना प्रकल्प अहवाल', 'कृषि प्रकल्प अहवाल' ही लोकप्रिय पुस्तकेदेखील प्रकाशित झालेली आहेत.

संपर्कासाठी पत्ता

महाराष्ट्र उद्योजकता विकास केंद्र, ए-३८, एम.आय.डी.सी.,
रेल्वे स्टेशनजवळ, औरंगाबाद - ४३१ ००५
दूरध्वनी : ०२४०-२३२१२२३/४ फॅक्स ०२४०-२३४११७८
ई-मेल - mcedho@sancharnet.in

२. जिल्हा उद्योग केंद्र

उद्योजकाला केंद्रस्थानी मानून जिल्हा उद्योग केंद्रे (DICs) स्थापन झालेली असून दिल्ली, मुंबई, कोलकत्ता आणि चेन्नई ही चार महानगरे वगळता भारतामध्ये जिल्ह्या-जिल्ह्यातून १९७८ पासून जिल्हा उद्योग केंद्राची पायरीपायरीने स्थापना करण्यात आली आहे.

या केंद्राचे मुख्य कार्यालय प्रत्येक जिल्ह्याच्या ठिकाणी असते. विविध सरकारी आणि अन्य संस्थांचा प्रमुख समन्वयक या नात्याने जिल्हा उद्योग केंद्राला आपली भूमिका पार पाडावी लागते. ग्रामीण भागामध्ये आपला लघुउद्योग स्थापन करण्यासाठी इच्छुक लघुउद्योजकाला ही केंद्रे मदत करतात. इ.स. १९९९ अखेर भारतामध्ये एकूण सुमारे ४३० जिल्हा उद्योग केंद्रे स्थापन झाली. ज्या ज्या वेळी जिल्ह्यांची निर्मिती होते त्या त्या वेळी अल्पावधीतच नवी नवी विभागवार उद्योग केंद्रे स्थापन होतात.

संस्थेची बांधणी

जिल्हा उद्योग केंद्रांची संस्थात्मक बांधणी पुढीलप्रमाणे असते - प्रत्येक केंद्रासाठी जॉईंट डायरेक्टर ऑफ इंडस्ट्रीज या हुद्याचा समकक्ष असा 'महाव्यवस्थापक' असतो

आणि तो या केंद्राचा प्रमुख या नात्याने काम पाहतो. महाव्यवस्थापकाला साहाय्यक म्हणून सात वेगवेगळ्या विभागांचे व्यवस्थापक मदत करतात. हे व्यवस्थापक अनुक्रमे आर्थिक अन्वेषण, यंत्र आणि उपकरणे, संशोधन, विस्तारीकरण आणि प्रशिक्षण, कच्चा माल, क्रेडिट (उधारी), मार्केटिंग (विपणन) आणि खादी व ग्रामोद्योग या विषयांसाठी नेमले जातात. या सर्व केंद्रांचे यश हे जिल्हा उद्योग केंद्रांच्या महाव्यवस्थापकांच्या कर्तृत्वावर सर्वाधिक अवलंबून असते. कारण त्यांच्या कुशल नेतृत्वाखाली तसेच समन्वयामुळे त्या त्या केंद्राची उत्तरोत्तर प्रगती होत असते.

जिल्हा उद्योग केंद्राच्या कार्यकक्षेतील काही प्रमुख कामे

१) महाराष्ट्र औद्योगिक विकास महामंडळाच्या औद्योगिक क्षेत्रातील २५०० चौ. मीटर पर्यंतचे प्लॉट उद्योजकांना हस्तांतरित करणे.

२) जिल्ह्यातील लघुउद्योगांची ‘लघुउद्योग घटक’ म्हणून नोंदणी करणे.

३) उद्योगांना टेलिफोन, विजेची उपलब्धता व सुलभ हप्त्यावरील यंत्रसामग्री व सुविधा मिळविण्यासाठी शिफारस करणे.

४) लघुउद्योग घटकांना कच्चा माल (आयात होणाऱ्या देशी, विदेशी, दुर्मीळ) मिळविण्यासाठी शिफारस करणे.

५) सुशिक्षत बेरोजगार, उद्योजक व कुशल कारागिरांना कर्ज मिळविण्यासाठी वित्तीय संस्थांना व विभागीय महामंडळाला शिफारस करणे.

६) भांडवलावरील व्याज अनुदान मंजूर करणे.

७) सहकारी व इतर औद्योगिक वसाहतीच्या उभारणीसाठी संबंधितांना सहकार्य करणे.

८) नवीन उद्योजकांना प्रशिक्षण देणे व मार्गदर्शन करणे.

९) प्रशिक्षणार्थींना हस्तकला प्रशिक्षण देण्यासाठी कुशल कारागिरांची निवड करणे व त्यांना विद्यावेतन व मानधन देणे.

१०) लघुउद्योग घटकांचा तयार माल परदेशात निर्यात करण्यासाठी प्रोत्साहन देणे व संबंधित निर्यात प्रोत्साहन कौन्सिलकडून प्रमाणपत्रे मिळविण्यासाठी शिफारस करणे.

११) उद्योजकांच्या मदतीसाठी सर्व सरकारी-निमसरकारी खात्यांशी व इतर संबंधित संस्थांशी समन्वय साधणे.

१२) उद्योजकांची जमीनविषयक प्रकरणे, बिगर शेती परवाने (औद्योगिक कारणाकरिता) अशा प्रकरणामध्ये छाननी करून जिल्हाधिकाऱ्यांकडे यथायोग्य शिफारस करणे.

१३) खनिज तेल, वंगण या वस्तू तयार करणे व विकणे, अशा प्रकरणांची छाननी करणे व परवाना देणे.

१४) उद्योजकांना आर्थिक साहाय्य मिळविण्यासाठी वेगवेगळ्या सरकारी-निमसरकारी संस्थांना शिफारस करणे.

१५) आजारी उद्योगाच्या अडीअडचणी सोडविण्याचा प्रयत्न करणे व शासनाला शिफारस करणे.

१६) रेशीम उद्योगाच्या माध्यमातून रोजगार निर्मिती.

लघुउद्योग नोंदणी

जिल्हा उद्योग केंद्रांनी उद्योजकांना एकाच छत्राखाली सर्व प्रकारची मदत करणे हे गृहीत धरले जाते. त्यामुळे नव्या शासकीय औद्योगिक धोरणानुसार उद्योजकांच्या आणि सुशिक्षित बेरोजगारांना उपयुक्त अशा योजनांची माहिती, अर्जाचे नमुने, प्रकल्प अहवाल, कागदपत्रे पूर्ण करण्यास मदत करून परिपूर्ण अर्ज तयार करून घेण्यास ही उद्योग केंद्रे उद्योजकांना सहकार्य देतात. या विशिष्ट कार्यासाठी प्रत्येक उद्योग केंद्रात एक 'साहाय्यता कक्ष' उघडण्यात आलेला असून प्रत्येक तालुका पंचायत समितीत दर मंगळवारी/बुधवारी या कार्यालयाचे उद्योग निरीक्षक उद्योजकांना मार्गदर्शन करण्यासाठी हजर असतात.

या सर्व कामातील खरी सुरुवात लघुउद्योगाच्या नोंदणीने होते. दिनांक २ जानेवारी, १९९२ पासून लघुउद्योग नोंदणी देण्याची एक सुधारित कार्यपद्धती अमलात आलेली आहे. बंदी/प्रतिबंध असलेल्या उत्पादित वस्तू वगळण्यात आल्या असून आता सर्वच उत्पादनांसाठी लघुउद्योग नोंदणी देण्याची पद्धत सुरू झाली आहे.

या नोंदणीच्या प्रकारात (१) लघुउद्योग घटक (SSI) (२) निर्यताभिमुख/पूरक लघुउद्योग घटक (Export-oriented/Ancillary) आणि (५) महाराष्ट्र लघुउद्योग (MSI) असे पाच विभाग आहेत.

उद्योजकाने त्याच्या नियोजित उद्योगाचीउद्योग संचालनालयाकडे किंवा जिल्हा केंद्राकडे नोंदणी केलीच पाहिजे असे नाही. तरीही उद्योजकाला कोणत्याही कामासाठी किंवा शासकीय सवलतींची मागणी करण्यासाठी इतर संस्थांकडे किंवा उद्योग संचालनालय आणि त्या संबंधित शासकीय महामंडळे यांच्याकडे जावे लागते. तेव्हा ह्या त्याच्या उद्योगाला सरकारने मान्यता देऊन नोंदणी क्रमांक दिला आहे की नाही हे प्रथम पाहिले जाते. अस्थायी नोंदणीमुळे उद्योजकाला इतर बाबींची पूर्तता करताना अडचण भासत नाही आणि उचित पावले टाकता येतात.

३. मराठा चेंबर ऑफ कॉमर्स, इंडस्ट्रीज ॲण्ड ॲग्रिकल्चर
(Mahratta Chamber of commerce, Industries and Agriculture MCCIA)

उद्योजकता विकास क्षेत्रात मोलाची कामगिरी बजावणाऱ्या संस्थांमध्ये मराठा चेंबर ऑफ कॉमर्स, इंडस्ट्रीज ॲण्ड ॲग्रिकल्चर ह्या संस्थेचे नाव आवर्जून घ्यावे लागेल. कारखानदारी फुलावी, नवे उद्योजक निर्माण व्हावेत आणि त्यांना सर्व प्रकारचे सहकार्य व प्रोत्साहन मिळावे हीच चेंबरची मुख्य भूमिका आहे.

वाणिज्य मंडळ : व्याख्या

"उद्योजकांपुढील सर्वसाधारण प्रश्न व अडचणी सोडविण्यासाठी तसेच आवश्यक त्या सुविधा प्राप्त करून घेण्यासाठी प्रादेशिक तत्त्वावर व्यापार व उद्योग ह्यांच्या स्थापण्यात आलेल्या संघटना."

वरील व्याख्या सर्वसमावेशक असून जगाच्या सर्व भागातील सर्व प्रकारच्या तत्वप्रणालीतील देशांमध्ये स्थानिक परिस्थिती आणि गरजा ह्यानुसार या संस्थांच्या कामाचे स्वरुप कमी अधिक प्रमाणात बदलत असते.

दि. १६ मार्च, १९३४ रोजी श्री. आत्माराम रावजी भट यांनी चेंबरची स्थापना पुणे येथे केली. आधी उल्लेख केल्याप्रमाणे महाराष्ट्रातील कारखानदारी फुलावी, नवे उद्योजक निर्माण व्हावेत आणि त्यांना सर्व तऱ्हेचे प्रोत्साहन मिळावे अशी ह्या संस्थेच्या स्थापनेमागे त्यांच्या हेतू होता. चेंबरच्या स्थापनेपासून कार्यवाहक म्हणून श्री. भटक काम पाहत होते. बँक ऑफ महाराष्ट्र स्थापन करण्यामागे त्यांचीच प्रेरणा होती. बृहन्महाराष्ट्र शुगर सिंडीकेट आणि कोयना प्रकल्प प्रत्यक्षात आणण्याचे कमी मराठा चेंबरने महत्त्वाचा वाटा उचलला आहे.

सन १९६३ मध्ये श्री. भट यांनी भारतातील लघुउद्योगांची सोळाशे पृष्ठांची सूची तयार केली. भारतातील उद्युउद्योग संवर्धनाचे धोरण आराखड्याबाबत श्री. भट यांनी मोलाची कामगिरी बजावली. मराठा चेंबरचे मुखपत्र म्हणून १९४४ पासून 'संपदा' मासिक प्रकाशित होऊ लागले, त्याचे श्री. भट हे संपादक होत.

मराठ चेंबरचे पहिले कार्यालय 'केसरी' वृत्तपत्राच्या आवारात होते. मराठा चेंबरची कार्यालये आता पुण्यात टिळक रोड, सेनापती बापट रोड आणि भोसरी येथे आहेत. स्थापनेपासून 'मराठा चेंबर ऑफ कॉमर्स ॲण्ड इंडस्ट्रीज' असे नाव होते. सन १९९८ मध्ये कृषी विषयक माहिती सेवांचा समावेश मराठा चेंबरच्या कार्यकारणीमध्ये करण्यात आला आणि 'मराठा चेंबर ऑफ कॉमर्स, इंडस्ट्रीज ॲण्ड ॲग्रीकल्चर' असे नामकरण करण्यात आले.

मराठा चेंबरचे उद्देश :

१) व्यापारी वर्ग, शेतकरी आणि लघु-उद्योजकांच्या समस्या समजावून घेऊन राज्य सराकरच्या मदतीने त्यावर प्रभावी तोडगा काढणे.

२) महाराष्ट्रामध्य व्यापार, वाणिज्य, उद्योग आणि कृषीक्षेत्राच्या वाढीसाठी चालना व प्रोत्साहन देणे.

३) राज्य, राष्ट्रीय आणि आंतरराष्ट्रीय स्तरावरती व्यापारी संघटना आणि विविध वाणिज्य मंडळांशी संबंध स्थापन करणे.

मराठा चेंबरची वैशिष्टे :

१) मराठा चेंबर ही संस्था प्रामुख्याने उद्योजक व व्यापारी यांच्या अडचणी सोडविण्याकरिता असल्याने त्यांचे प्रश्न समजावून घेऊन त्यांचे निराकरण विविध सरकारी खात्यांकडून कडून घेण्याचे मराठा चेंबरने अनेक यशस्वी प्रयत्न केले.

२) आपल्या सदस्यांना वीजपुरवठा, दूरध्वनी, कच्चा मालाचा पुरवठा, आयात-निर्याम धोरण, औद्योगिक परवाने, कामगारांविषय कायदे, वाहतुकीच्या सोयी, विक्री कर, आयकर, सरकारचे अनेक कायदे या संबंधात येणाऱ्या अडचणी दूर करण्यासंबंधी मराठा चेंबरने खटपट केली आहे.

३) केंद्रीय व राज्य अंदाजपत्रके, मसुदे, सरकारी परिपत्रके यावर मतप्रदर्शन करून व संबंधितांशी विचार विनिमय करून सरकारला निवेदने सादर करणे व भेटी घेणे ही कार्ये मराठा चेंबर दक्षतेने करते.

४) मराठा चेंबरची स्थापना झाल्यावर एक वर्षानेच चेंबरने बँक ऑफ महाराष्ट्राची स्थापना केली. तसेच पुणे येथे स्टॉक्स्चेंज असण्याची गरज लक्षात घेऊन शासनाकडून परवानगी मिळवून पुणे स्टॉक एक्स्चेंज सुरू केले.

सदस्यांसाठी चेंबरच्या सेवा सुविधा

आपल्या सदस्यांसाठी मराठा चेंबरने आपल्या कार्यालयात अनेक विध सेवा-सुविधा निर्माण केल्या आहेत. कामगार कायदे-विषयक सल्ला, उत्पादन कर, आयात व निर्यात, लघुउद्योग यासंबंधी तज्ज्ञांचा सल्ला सदस्यांना मिळण्याची सुविधा मराठा चेंबरन केलेली आहे. सदस्यांना त्यांच्या उपयोगासाठी मराठा चेंबरने अद्ययावत सभागृह बांधले असून या जागा सदस्यांना उपलब्ध करून देण्यात येतात. सदस्यांसाठी एक व्यापारी संदर्भ ग्रंथालय उपलब्ध केले आहे.

मराठा चेंबरची कार्ये

१) मराठा चेंबरने बँक ऑफ महाराष्ट्रची स्थापना केली आहे.

२) मराठा चेंबरने सूत कापड गिरण्या, यंत्रमाग सुरू केले.

३) कोयना योजनेसाठी मराठा चेंबरने प्रयत्न केले.

४) मराठा चेंबरने महाराष्ट्रातील साखर कारखान्यांना सर्व तऱ्हेच्या सवलती मिळवून देऊन त्यांना उत्तेजन दिले.

५) रेल्वे, रस्ते, हवाई मार्ग व दळणवळण ह्या जीवनाच्या आर्थिक अंगांकडे मराठा चेंबरने सातत्याने लक्ष दिले. अजूनही मराठा चेंबर रेल्वे, रस्ते आणि वाहतूक क्षेत्रात काम करते. पुण्यामध्ये आणखी एक विमानतळ व्हावे यासाठी ते प्रयत्नशील आहे.

६) मराठा चेंबरच्या प्रोत्साहनातून व मार्गदर्शनातून अनेक लघुउद्योग सुरू झाले.

७) मराठा चेंबरने पिंपरी, चिंचवड, भोसरी औद्योगिक विकासाचा मोठा प्रमाणावर विकास केला. भोसरीमध्ये 'सर नवलमल फिरोदिया सेंटर फॉर एक्सलन्स' या इमारतीत अनेक प्रशिक्षण कार्यक्रम चालतात.

८) पुण्यामध्ये इलेक्ट्रॉनिक्स आणि माहिती तंत्रज्ञान उद्योग वाढण्यामध्ये मराठा चेंबरचा फार मोठा सहभाग आहे.

९) औद्योगिक क्षेत्राशी संबंधितांना अत्यंत उपयुक्त अशी पुण्याची व्यापारी निर्देशिका मराठा चेंहरतर्फे नियमितपणे प्रकाशित करण्यात येते.

१०) मराठा चेंबरने आपल्या सदस्यांसाठी 'व्यापारी संदर्भ ग्रंथालय' विकसित केले आहे.

११) 'बौद्धिक स्वामित्व अधिकार' याविषयी मराठा चेंबरतर्फे विशेष सेवा उपलब्ध करून दिली जाते.

१२) जागतिक बाजारपेठेत शेतीमालाचे दर तसेच शेतीमाल निर्यात करण्याबाबत शेतकऱ्यात संभ्रम निर्माण करते. शेतकऱ्यांची गरज ओळखून शेतीमाल निर्यातीच्या सर्वांगीण घटकांची नेमकी माहिती देणारे सॉफ्टवेअर उपलब्ध करून दिलेले आहे. शेतकरी, विविध शेतीमाल व फलोत्पादन संघ, उद्योग, तसेच निर्यातदारांना हे उपयुक्त ठरते.

मराठा चेंबरचे पुरस्कार

उद्योजकांना प्रोत्साहन देण्यासाठी मराठा चेंबरतर्फे विविध पुरस्कार दिले जातात. ते खालीलप्रमाणे.

१) 'गो. स. पारखे इंडस्ट्रीयल मेरीट ॲवॉर्ड' हा पुरस्कार सन १९४७ पासून महाराष्ट्रातील लघुउद्योगात कल्पक उत्पादन / सेवा / रचनो असणाऱ्या लघु उद्योजकांना देण्यात येतो. गो. स. पारखे यांच्या स्मृतीप्रित्यर्थ हा पुरस्कार दरवर्षी देण्यात येतो.

२) नवे उत्पादन आणि त्यांच्या रचनेसाठी 'हरी मालिनी जोशी पुरस्कार' देण्यात येतो.

३) महिला उद्योकांसाठी 'रमाबाई अनंत जोशी' पुरस्कार दिला जातो.

४) सामाजिक बांधिलकीच्या कार्याबद्दल उद्योजकांना 'बी. जी. देशमुख आय. ए. एस. ॲवॉर्ड' देण्यात येते.

५) पर्यावरणीय प्रदूषण नियंत्रणासाठी प्रयत्न करण्यासाठी मराठा चेंबरतर्फे 'डॉ. आर. जे. राठी ॲवॉर्ड' देण्यात येते.

मराठा चेंबरचे कार्यक्रम व सेवा

१) मराठा चेंबरने अनेक महत्त्वाकांक्षी प्रकल्प राबविले आहेत. आर्थिक व औद्योगिक विकासास चालना मिळवून देण्यात कारणीभूत ठरणारे हे प्रकल्प खालीलप्रमाणे -

- आंतरराष्ट्रीय प्रशिक्षण केंद्र
- अन्न संशोधन प्रयोगशाळा
- सेंटर फॉर इलेक्ट्रॉनिक्स टेस्ट इंजिनियरिंग
- वाहन उद्योगासाठी उपयुक्त असलेले पहिले ऑक्टोक्लस्टर

२) आंतरराष्ट्रीय व्यापार, सॉफ्टवेअर, इलेक्ट्रॉनिक्स, वित्तपुरवठा, पर्यावरण, सर्वंकष गुणवत्ता, मापन, मानव संसाधन विकास या व अशा विविध विषयांवरील मराठा चेंबरच्या ३७ उपसमित्या आहेत. यानुसार वर्षभरात ३०० पेक्षा जास्त सेमिनार घेण्यात येतात.

३) कृषी व कृषी-आधारित क्षेत्रात उच्च तंत्रज्ञानाचा वापर वाढीस लागावा व व्यापारी करणावर भर देण्यात यावा या हेतूने मराठा चेंबरतर्फे विविध कार्यक्रमांचे आयोजन करण्यात येते. शेतकरी व खाद्यान्न प्रक्रिया उद्योग यांच्यात सुसंवाद साधण्याचे प्रयत्न केले जातात. प्रशिक्षण वर्गाच्या माध्यमातून माहिती व जनजागृतीचे कार्यक्रम आयोजित केले जातात.

४) मराठा चेंबरच्या पुढाकाराने 'इंटरनॅशनल कन्व्हेन्शन सेंटर' सुरू करण्यात आले. पुणे येथील सेनापती बापट राडवर 'ट्रेड आणि कॉमर्स डेव्हलपमेंट'साठी मिळालेल्या जागेवर इंटरनॅशनल कन्व्हेन्शन सेंटर, एम सी. सी आयए ट्रेड टॉवर, मॅरिएट हॉटेल असे प्रकल्प मराठा चेंबरन प्रमोट केले. एम सी. सी. आय. ए. ट्रेड

टॉवरमध्ये माहिती तंत्रज्ञान कंपन्या आणि कार्यालये आहेत. पूर्ण वातानुकुलीत अशा ह्या इमारतीत मराठा चेंबरच कार्यालय ५ व्या मजल्यावर सन २००६ मध्ये सुरू करण्यात आले.

५) मराठा चेंबरच्या पुढाकाराने 'जनवाणी' ही स्वयंसेवी संस्था सुरू करण्यात आली आहे. ही संस्था गव्हर्नन्स, सार्वजनिक धोरण आणि गव्हर्नन्समध्य लोकांचा सहभाग ह्या संदर्भात कार्यरत आहे.

६) महिला उद्योजकांना मार्गदर्शन करण्यासाठी आणि त्यांच्या व्यावसायिक अडचणी सोडविण्यासाठी, तसेच त्यांना तज्ज्ञांकडून मार्गदर्शन मिळावे यासाठी महिला उद्योजक कार्यकारिणीची स्थापना करण्यात आली आहे.

७) उद्योजकता आणि व्यवस्थापन विकास कार्यक्रम मराठा चेंबरतर्फे आयोजित करण्यात येतात.

८) कृषी उद्योग, उद्योजकता, मानव संसाधन, माहिती तंत्रज्ञान, आंतरराष्ट्रीय व्यापार, गुणवत्ता व्यवस्थापन, आर्थिक धोरणे, स्थानिक, राज्य आणि केंद्रिय कर, आणि अन्य विविध विषयांच्या अनुषंगाने सल्लासेवा दिली जाते.

९) शासन आणि विनियामक प्राधिकरण यांच्याकडे समिती प्रतिनिधित्व करणे.

१०) अन्य देशातील परराषट्रनीती अधिकारी आणि परदेशातून आलेले व्यवसाय शिष्ट मंडळ यांच्याबरोबर सभा आयोजित करणे.

११) एनर्जी ऑडिट सुविधा उपलब्ध करून देण.

१२) पेटंट, ट्रेडमार्क, कॉपीराईट, इत्यादींबाबत मोफत सल्ला देणे.

१३) पुणे एक्स्पोचे आयोजन

१४) औद्योगिक सुरक्षा सप्ताहाच्या अनुषंगाने कार्यक्रमाचे आयोजन करणे.

१५) लीन क्लस्टरच्या माध्यमातून उत्पादकता संवर्धन

१६) सिनियर एक्झिक्युटिव्ह फोरमच्या माध्यमातून तज्ज्ञ सल्ला उपलब्ध करून देणे.

मराठा चेंबरची प्रकाशने

१) संपदा - मासिक

२) वर्ल्ड ऑफ बिझिनेस - केंद्र व राज्य शासनाचे निर्गमित केलेली बुलेटीन, अधिसूचना, परिपत्रके

३) इंडस्ट्रियल ॲण्ड कमर्शियल डिरेक्टरी ऑफ पुणे क्षेत्र-निहाय औद्योगिक माहि.

अभियांत्रिकी, वाहन आणि वाहन सहाय्यभूत व्यवसाय, माहिती तंत्रज्ञान, जैव-तंत्रज्ञान, इलेक्ट्रिकल्स, इलेक्ट्रॉनिक्स, कृषी, पर्यावरण तंत्रज्ञान, रसायन इत्यादी क्षेत्रातील

३००० हून जास्त उद्योग उद्योजक मराठा चेंबरचे सदस्य आहेत.

मराठा चेंबरच्या ह्या कार्यांमुळे व सेवासुविधांमुळे कारखानदारी, उद्योजकता विकास यांना फार मोलाचे योगदान लाभले आहे. आय एस ओ ९००१ प्राप्त मराठा चेंबर ऑफ कॉमर्स, इंडस्ट्रीज अॅण्ड अॅग्रिकल्चर संस्थेने औद्यागिक क्षेत्रावर / उद्योजकता क्षेत्रावर आपला प्रभाव पाडला आहे.

Mahratta Chamber of commerce, Industries & Agriculture
A - Wing, 5th floor, MCCIA Trade Tower, ICC Complex,
403-A, Senapat ; Bapat Road, Pune - 411016,
Tel 020-2579021
Website - WWW. mcciapune.com
E-mail - dg@mcciapune.com

४. उद्योजकता विकासातील बिगरशासकीय संस्था (NGOs in Entrepreneurship Development)

केवळ औद्योगिक विकासासाठीच नव्हे तर बेरोजगारीचा प्रश्न सोडविण्यासाठी त्याची ताकद वाढविणे आणि समाजातील आर्थिक दृष्ट्या दुर्बल असलेल्या घटकांची उन्नती करणे या दृष्टीने उद्योजकता विकासाला राष्ट्रीय चळवळीचे रूप प्राप्त झाले आहे. युवापिढीमध्ये उद्योजकीय धाडस वाढण्याची गरज अलीकडच्या काळात जास्तच तीव्रतेने निर्माण होण्यामागील महत्त्वाचे कारण म्हणजे विकासाचे लाभ बहुजन समाजापर्यंत पोहोचण्यात आलेले अपयश. म्हणूनच शासनामार्फत पंतप्रधान रोजगार योजना, ट्रायसेम इ. योजना स्वयं-रोजगार निर्मिती आणि दारिद्र्य निर्मूलनाच्या दृष्टीने राबविण्यास सुरुवात झाली. मात्र ह्या योजनांची अंमलबजावणी करण्यात शासकीय एजन्सींचा कमकुवतपणा दिसून आला. आतापर्यंत आरोग्य, स्वच्छता, शिक्षण, कुटुंबनियोजन, पर्यावरण रक्षण इ. पारंपरिक क्षेत्रात कार्य करणाऱ्या बिगरशासकीय संस्थांनी ठरावीक लक्ष्य गटांचे उद्योजकीकरण करण्याची संधी साधली. ह्या क्षेत्रात कार्यरत असलेल्या शासकीय एजन्सींनी बिगरशासकीय संस्थांना स्वीकृत करून त्यांना परस्पर-सहकार्य देऊ केले. यामागील प्रमुख कारण म्हणजे ह्या कार्याचे अवाढव्य आकारमान आणि शासकीय एजन्सींची समाजातील शेवटच्या घटकापर्यंत पोहोचण्यातील अकार्यक्षमता.

उद्योजकता विकास क्षेत्रात कार्यरत असलेल्या प्रमुख बिगरशासकीय संस्था खालीलप्रमाणे आहेत -

- National Alliance of Young Entrepreneurs (NAYE)
- World Assembly of Small and Medium Entrepreneurs (WASME)

- Xavier Institute of Social Studies (XISS)
- SEWA (Ahmedabad)
- 'Y' Self Employment (Kolkata)
- Association of Women Entrepreneurs of Karnataka (AWAKE)
- Rural Development and Self Employment Training Institutes (RUDSETIs), Karnataka

उद्योजकता विकासाच्या संदर्भात बिगरशासकीय संस्थांचे वर्गीकरण खालीलप्रमाणे करता येईल -

(अ) प्रमुख स्तरावरील बिगरशासकीय संस्था - ह्या संस्था त्यांची संसाधने स्वत:च जमवतात, आंतरराष्ट्रीय पातळीवर कार्य करतात आणि विकास उपक्रम स्वत:च राबवतात किंवा मध्यम स्तरावरील अथवा ग्रासरूट पातळीवरील बिगरशासकीय संस्थांच्या माध्यमातून राबवतात. अशा बिगरशासकीय संस्था गरजूंशी थेट संपर्क साधून प्रत्यक्ष कार्यक्षेत्रात उपक्रम राबवतात. हे गरजू सर्वसाधारणपणे छोटे असतात आणि त्यांना भांडवल समस्या पण असण्याची शक्यता असते. अशा तऱ्हेने ग्रास रूट पातळीवर कार्यरत असलेल्या संस्था खालीलप्रमाणे आहेत -

- Rural Development and Self Employment Training Institute (RUDSETIs)
- ANARDE Foundation (Gujarat)
- Indian Institute of Youth Welfare (IIYW), Maharashtra.

सर्वसाधारणपणे बिगरशासकीय संस्था ह्या शासकीय विकास योजनांमध्ये पूरक आणि साहाय्यक अशी भूमिका बजावतात. याव्यतिरिक्त उत्पन्न निर्मिती, स्वयं-रोजगार आणि उद्योजकता यांच्याशी संबंधित स्वत:चे उपक्रम स्वतंत्रपणे चालविणाऱ्या बिगरशासकीय संस्था आहेत. 'अनुरूप निवड विचारसरणी'च्या माध्यमातून, प्रमुख औपचारिक व्यवसाय क्षेत्रापेक्षाही ह्या संस्थांनी आपले लक्ष अनौपचारिक क्षेत्रातील अगदी लहान उपक्रमातील उद्योजकता विकास करण्यावर भर देतात.

बिगरशासकीय संस्था विशेषत: प्रशिक्षणार्थींशी संबंधित जे उपक्रम राबवतात. त्यांचे वर्गीकरण खालीलप्रमाणे करता येईल.

(अ) स्वत:च्या फंडातून अथवा प्रायोजित पद्धतीने उद्योजकता विकास कार्यक्रमांचे लक्ष्य गटांसाठी आयोजन करून उद्योजकता विकासाला उत्तेजन देणे आणि कौशल्ये विकसित करण्याचे कार्यक्रम आयोजित करण्यामध्ये थेट सहभाग.

(ब) प्रकल्प अहवाल तयार करणे, संभावना अभ्यास, प्लान्ट आणि मशिनरी

खरेदी करण्याच्या बाबतीत तांत्रिक सल्ला व्यवसायाच्या क्लृप्त्या, इ. बाबींवर मार्गदर्शन करणे व सल्ला देणे यासाठीची सुविधा निर्माण करणे, तसेच, लघु उद्योजकतेला साहाय्य देण्यासाठी व्यवसाय प्रवर्तन, वाढ आणि विकासाच्या गरजा याबाबत मार्गदर्शन करणे व सल्ला देणे.

(क) विपणनाची सुविधा (प्रदर्शन आणि व्यापार जत्रांमधून सहभाग), भांडवल प्राप्तीसाठी साहाय्य (स्वयं-रोजगार, अनुदान, कर्ज सुविधा, इत्यादींबाबत असलेल्या शासकीय योजनांच्या माहितीचा अभाव असणे), इनक्युबेशन आणि नेटवर्किंग सुविधा.

अनेकदा ह्या संस्था तांत्रिक सल्लागार उपलब्ध करून देतात, ह्या उपक्रमात गुंतलेल्या अन्य बिगरशासकीय संस्थांच्या विकास कर्मचाऱ्यांना प्रशिक्षण देतात.

उद्योजकता विकासाच्या संदर्भात ह्या संस्थांच्या प्रयत्नांचा अभ्यास केला असता त्यातील बलस्थाने आणि दुर्बलता खालीलप्रमाणे आढळतात. अन्य संस्थांच्या तुलनेत बिगरशासकीय संस्थांची बलस्थाने -

- गरीब आणि गरजू लोकांपर्यंत पोहोचण्यातील किमान वरकड खर्च आणि दैनंदिन खर्च.
- सुयोग्य मार्ग शोधण्यामध्ये लवचीकपणा आणि अपेक्षित प्रतिसाद.
- ग्राहकांच्या जवळ अस्तित्व असल्याने समाजाच्या गरजांबाबत संवेदनशीलता.
- नवीन गटांबराबेर नवनिर्मिती आणि विविध प्रयोग करण्याची कुवत आणि प्रयत्न न केलेला विकासाचा दृष्टिकोन.
- समाजाला उत्तेजन देणे आणि स्वारस्य निर्माण करणे.
- ग्राहक समाधानावर अवलंबित्व.
- शासकीय धोरणे आणि कार्यक्रमांच्या दृष्टीने प्रयोगांसाठी आणि अंमलबजावणीसाठी सक्षम मंच.

बिगरशासकीय संस्थांच्या दुर्बलता खालीलप्रमाणे आहेत -

- पारंपरिक कार्ये आणि सूक्ष्म उद्योजकता विकास कार्ये यांच्यातील भूमिका संघर्ष.
- शंकास्पद नेतृत्व आणि वारसा.
- व्यवसायाच्या विरोधातील तत्त्वज्ञान, उद्योजकतेच्या सिद्धान्ताच्या आकलना-अभावामुळे कार्यक्रम एकात्मतेचा अभाव.
- प्रेरक-प्रशिक्षक म्हणून प्रशिक्षणाच्या अपुऱ्या संधी
- बिगरशासकीय नेत्यांचा स्वघोषित न्यायी भूमिकेमुळे प्रभाव तपासणीचा अभाव
- सर्वच बिगरशासकीय संस्थांची अशा तपासणीसाठी तयारी नसते आणि तशी सुविधाही नसते.

निवडक प्रश्न

१. उद्योजकता प्रशिक्षण देणाऱ्या कोणत्याही एका संस्थेची माहिती द्या.
२. महाराष्ट्र उद्योजकता विकास केंद्राच्या उपक्रमांचा आढावा घ्या.
३. भारतीय उद्योजकता विकास संस्थेच्या कार्यांचा आढावा घ्या.
४. उद्योजकता विकासातील बिगरशासकीय संस्थांवर टीप लिहा.
शिक्षण संस्था आणि उद्योजकता विकास यावर टीप लिहा.
यशदाच्या कार्यांचा आढावा घ्या.
५. जिल्हा उद्योग केंद्राच्या कामकाजाचा आढावा घ्या.
६. मराठा चेंबर ऑफ कॉमर्स, इंडस्ट्रीज ॲण्ड ॲग्रिकल्चर ह्या संस्थेच्या कार्यांचे व सेवांचे सविस्तर वर्णन करा.

प्रकरण ८

उद्योजकांच्या चरित्रांचा अभ्यास
(Biographical Study of Entrepreneurs)

प्रस्तावना

उद्योजकांच्या चरित्रांवरून आपल्याला प्रेरणा मिळते. त्यांच्या आयुष्यातील चढ-उतार, खाच-खळगे, यश प्राप्तीसाठी केलेले उदंड प्रयत्न, मानसन्मान व पुरस्कार, सामाजिक बांधिलकी, उद्योजकीय विचार इत्यादी गोष्टींचे आपल्याला आकलन होते. प्रस्तुत प्रकरणात आपण श्री. एन. आर. नारायण मूर्ती, डॉ. नीलकंठ कल्याणी आणि श्री. भवरलाल जैन यांचा उद्योजकीय अभ्यास करणार आहोत.

श्री. एन. आर. नारायण मूर्ती

मानवी जीवन पुरेसे व्यापून टाकणाऱ्या इलेक्ट्रॉनिक्समधील सॉफ्टवेअरच्या क्षेत्रात भारतीय उद्योजक श्री. एन. आर. नारायण मूर्ती यांनी मिळविलेले यश चकित करणारे आहे. आजच्या गतिमान संगणकाच्या दुनियेत खेडे हे केंद्रस्थानी असले पाहिजे असे नारायण मूर्तींनाही वाटते. उद्योगपतींनी आपल्या उद्योगाचे विश्वस्त म्हणून काम केले पाहिजे अशी शिकवण महात्मा गांधींनी दिली होती. ती शिरोधार्य मानणाऱ्या मोजक्या भारतीय उद्योजकांपैकी श्री. एन्. आर्. नारायण मूर्ती हे एक आहेत.

श्री. एन. आर. नारायणमूर्ती यांचा जन्म दि. २० ऑगस्ट १९४६ रोजी म्हैसूर येथे झाला. त्यांचे वडील शाळामध्ये शिक्षक होते. त्यांना चार भाऊ आणि तीन बहिणी. ही सर्व भावंडे नेहमी पहिल्या वर्गात उत्तीर्ण होत असत. मूर्तींनी स्थानिक इंजिनिअरिंग कॉलेजमधून शिक्षण घेताना पहिला वर्ग मिळविल्यामुळे त्यांना आय.आय.टी., कानपूरची शिष्यवृत्ती मिळाली. अमेरिकेतील आठ विश्वविद्यालयातील प्राध्यापकांनी कानपूरच्या या इन्स्टिट्यूटमध्ये दाखविलेल्या औत्सुक्यपूर्ण आस्थेमुळे १९६० मध्ये तिथे उत्साहाचे

वातावरण होते. अमेरिकेच्या मदतीने स्थापन झालेल्या कानपूर आय.आय.टी.मध्ये MIT सारख्या विश्वविख्यात अमेरिकन विश्वविद्यालयांनी स्वारस्य दाखविले होते. त्यांनी आय.आय.टी.ला IBM 7044 कॉम्प्युटर देणगीदाखल दिला आणि मूर्तींच्या दृष्टीने ही एक पर्वणी होती.

आय.आय.टी. मधून बाहेर पडल्यावर मूर्तींनी एअर इंडिया, टेल्को, एच.एम.टी. अशा नामांकित कंपन्यांकडून चालून आलेल्या नोकऱ्या न घेता अहमदाबादच्या इंडियन इन्स्टिट्यूट ऑफ मॅनेजमेंटमधील दरमहा आठशे रुपयावरील चीफ प्रोग्रॅमरची नोकरी स्वीकारली. त्यानंतर पुण्यातील सिस्टिम्स रिसर्च इन्स्टिट्यूटमध्ये काम केल्यावर त्यांनी पॅरिस येथील SESA या फ्रेंच सॉफ्टवेअरमध्ये प्रवेश केला. तेथे चार्ल्स दि गॉल एअरपोर्टवर एअरकार्गो हाताळणाऱ्या समूहात त्यांना काम करण्याचा अनुभव मिळाला. पुण्यात सिस्टिम रिसर्च इन्स्टिट्यूटमध्ये काम करीत असताना १९८१ मध्ये त्यांनी सॉफ्टवेअरमधील आपल्या सहा सहकाऱ्यांच्या साहाय्याने 'इन्फोसिस टेक्नॉलॉजीज लि.' ही संस्था काढली. पुढे कर्नाटक सरकारच्या अर्थसाहाय्यामुळे त्यांच्या संस्थेची बंगलोर ही कर्मभूमी झाली. आर.एम. लाला यांनी लिहिलेल्या 'अ टच ऑफ ग्रेटनेस' या पुस्तकात मूर्तींच्या व्यक्तिमत्त्वाची आणि कार्याची उद्बोधक माहिती मिळते. आपण हाती घेतलेल्या कामात अत्यंत व्यग्र असणारे मूर्ती प्रसिद्धीची सर्व साधने हात जोडून आपल्यासमोर उभी असतानाही प्रसिद्धीच्या झोतापासून सदैव दूरच राहिले आहेत.

'मॅनेजमेंट गुरू' या आपल्या लेखात पत्रकार श्री. अरुण खोरे त्यांच्याबद्दल लिहितात की, ''..... आज प्रचंड संपत्ती निर्माण करूनही नारायण मूर्ती साधेपणाने राहतात. अनेक गाड्या, बंगले बाळगण्याची चैन करू शकणारा हा मोठा माणूस गांधीजींच्या प्रभावामुळे साधी राहणी पसंत करतो. आजही बंगळूरमधल्या मध्यमवर्गीय वस्तीत असलेल्या जयनगर भागात तीन बेडरूम्स असलेल्या जागेत ते राहतात. आपली घरातली कामे ते स्वतःच करतात. इन्फोसिसच्या कॅन्टिनमध्ये दुपारच्या जेवणाची थाळी घेऊन रांगेत उभे असलेले नारायण मूर्ती रोज दिसतात. कामाची नित्य ओढ त्यांना असते. आठवड्यातून प्रत्यक्षात ९० तास ते काम करतात. प्रचंड पैशामुळे, नफ्यामुळे त्यांचे विचार बदलले नाहीत अथवा ऐषारामी जीवनाकडे ते वळलेले नाहीत. आज नारायण मूर्तींच्या इन्फोसिसचा बाजारपेठेतील हिस्सा आहे ५१,२९० कोटी रुपयांचा. ते स्वतः २५०० कोटी रुपयांच्या संपत्तीचे मालक आहेत.

नारायण मूर्ती म्हणतात, "Beyond a certain level of comfort, I think one's wealth should be seen as an opportunity to make a difference to society. The power of money is power to give."

आपल्या यजमानांचे हे विचार जणू लक्षात घेऊनच त्यांच्या पत्नी सुधा मूर्ती सामाजिक कार्यात सक्रिय आहेत.

(दै. 'सकाळ', पुणे दि. २९ जून २००१)

Vision
"To be a globally respected corporation that provides best- of breed business solutions, leveraging technology, delivered by best-in-class people."

Mission
"To achieve our objectives in an environment of fairness, honesty, and courtesy towards our clients, employees, vendors and society at large."

Values
We believe that the softest pillow is a clear conscience. The values that drive us underscore our commitment to :

Customer Delight : To Surpass customer expectations consistently

Leadership by Example : To set standards in our business and transactions and be an example for the industry and ourselves.

Integrity and Transparency : To be ethical, sincere and open in all our transactions.

Fairness : To be objective and transaction - oriented and thereby earn trust and respect.

Prusuit of Excellence : To strive relentlessly, constantly improve ourselves, our teams, our services and products to become the best.

(**टीप** : इन्फोसिसबद्दल अधिक माहिती परिशिष्टात देण्यात आली आहे.)

नारायणमूर्तींचे पुनरागमन...

दि. २० ऑगस्ट, २०११ रोजी एन्. आर्. नारायण मूर्ती इन्फोसिस समुहातून निवृत्त झाले.

जागतिक बिकट अर्थ व्यवस्थेचा फटका, ढासळते वित्तीय निष्कर्ष आणि घसरती पत अशा प्रतिकूल परिस्थितीमुळे डगमगत चाललेल्या इन्फोसिस कंपनीला शनिवार, १

जून २०१३ रोजी मुख्य संस्थापक एन. आर. नारायण मूर्ती यांचा टेकू घ्यावा लागला. कंपनीचा डोलारा पुढे नेतानाच गुंतवणूकदारांत विश्वास निर्माण करणे आणि कर्मचाऱ्यांमधील अस्वस्थता दूर करण्याचे आव्हान ६६ वर्षीय नारायणमूर्ती यांना पुनरागमनाबरोबर पेलावे लागणार आहे. मात्र विचारपूर्वक निवृत्ती स्वीकारणाऱ्या नारायणमूर्ती यांनी पुन्हा समोर आलेले आव्हान तेवढ्याच उत्साहाने स्वीकारले आहे.

(अशा प्रकारे पुनरागमन करणारे नारायणमूर्ती एकमेव नाहीत. सन १९९७ मध्ये ॲपल कंपनीने स्टीव्ह जॉब्ज यांना अशाच रीतीने पाचारण केले होते. स्टार बक्स कंपनीत हॉवर्ड शुल्ट्झ यांना पुन्हा सूत्रे स्वीकारण्याची विनंती करण्यात आली होती आणि कोका कोला कंपनीतही एडवर्ड नेव्हिल यांना २००४ मध्ये पुन्हा कंपनीचे सुकाणू हाती घ्यावे लागले होते.)

इन्फोसिसचे अध्यक्ष व आघाडीचे बँकर के. व्ही. कामत यांनी स्वतःहून नारायणमूर्ती यांना कंपनीत पाचारण केले आहे. नारायणमूर्ती यांचे पुत्र रोहन यांना त्यांचे कार्यकारी सहयोगी म्हणून नेमण्यात आले आहे. मूर्ती पिता-पुत्रांनी वार्षिक एक रुपया मानधन घेण्याचे ठरवले आहे.

नारायणमूर्ती ह्या इन्फोसिसमधील पुनर्प्रवेशाबद्दल काय म्हणतात हे लक्षात घेणे गरजेचे आहे -

''इन्फोसिस समूहात पुन्हा येईन, असे कधी स्वप्नही पाहिले नव्हते. मात्र माझी ही दुसरी इनिंग निश्चितच नव्या आव्हानांनी ओतप्रोत भरलेली असेल. अध्यक्ष कामत यांनी मला महिन्याभरापूर्वी पुन्हा परत येण्याची गळ घातली. कंपनीच्या हितासाठी ते गरजेचे आहे. असे ते म्हणाले होते. यानंतर मी गोपालकृष्णन आणि शिबुलाल यांच्याशीही चर्चा केली. तेही यासाठी उत्सुक दिसले.

कार्यकारी अध्यक्ष म्हणून महत्त्वाची जबाबदारी मी सलग सात वर्षे निभावली आहे. मध्यंतरी अ-कार्यकारी अध्यक्षही राहिलो आहे. त्यामुळेच पुन्हा कार्यकारी म्हणून 'ॲक्टिस' होताना मला त्यात नवीन आव्हाने दिसत आहे. माझ्या प्रौढ आयुष्यातील इन्फोसिसचा अंक हा एक यशस्वी कहाणी राहिला आहे.''

एन. आर. नारायणमूर्ती
इन्फोसिसचे संस्थापक व अध्यक्ष

पद्मश्री सायरस पूनावाला (Padma shree cyrus poonawalla)

'गुणवत्तेशी बिलकुल तडजोड नाही.' आणि 'सर्वांना परवडणाऱ्या रोगप्रतिबंधक लसीच्या साहाय्याने सर्वांसाठी आरोग्य' ह्या दोन गोष्टींवर जबरदस्त विश्वास ठेवणारा आगळावेगळा उद्योजक म्हणजे डॉ. सायरस पूनावाला. निव्वळ नफ्याच्या मागे न धावणारा,

सामाजिक जबाबदारीचे भान असणारा, उच्चशिक्षित उद्योजग डॉ. सायरस पूनावाला यांच्या अल्प परिचयातून विद्यार्थ्यांना खचितच प्रेरणा मिळेल.

डॉ. सायरस पूनावाला हे पूनावाला समूहाचे अध्यक्ष असून ह्या समूहात सिरम इन्स्टिट्यूट ऑफ इंडियाचा समावेश आहे. ही भारतातील आघाडीवर असलेल्या बायोटेक कंपन्यांपैकी एक असून सर्वात स्वस्तात रोगप्रतिबंधक लस उत्पादन करणारी कंपनी अशी ख्याती आहे. सन २००९ मध्ये फोर्ब्स मॅगेझिनच्या सर्वाधिक श्रीमंत billionaire च्या यादीत समाविष्ट असलेले डॉ. पूनावाला हे एकमेव होते आणि भारतातील श्रीमंतांच्या यादीत त्यांचा २४ वा क्रमांक होता. घोड्यांच्या शर्यतीच्या क्षेत्रातील हे एक नामवंत नाव आहे. रॉयल वेस्टर्न इंडिया टर्फ क्लबचे अध्यक्ष आणि शर्यतीसाठी उत्तम दर्जाच्या घोड्यांचे ब्रिडर म्हणून त्यांचे योगदान फार मोठे आहे. ह्याच कार्यासाठी डॉ. पूनावाला यांना राष्ट्रीय तसेच आंतरराष्ट्रअीय पातळीवरील सर्वोच्च पुरस्कारांनी सन्मानित करण्यात आले आहे.

सायरस पूनावाला यांचा जन्म झाला अशा कुटुंबात की ज्यांचा पूर्वापार व्यवसाय घोड्यांच्या शर्यती हाच होता. पूनावाला स्टड फार्म त्यांच्या मालकीचे. सायरस पूनावाला यांचे शालेय शिक्षण पुण्यातील बिशप स्कूल येथे झाले तर १९६६ मध्ये त्यांनी पुण्याच्या बृहन्महाराष्ट्र कॉलेज ऑफ कॉमर्समधून बी. कॉम. पदवी संपादन केली. १९८८ मध्ये पुणे विद्यापीठाने त्यांना पी.एच्.डी. पदवी प्रदान केली. त्यांच्या प्रबंधाचा विषय होता. "Improved Technology in the Manufacture of specific Anti-toxins and its Socio-Economic Impact on the society."

डॉ. पूनावाला यांचा मुलगा अदर हा सीरम इन्स्टिट्यूटचा कार्यकारी संचालक (ऑपरेशन्स) आहे. वयाच्या २० व्या वर्षी डॉ. पूनावाला यांना असे लक्षात आले की भारतामध्ये घोड्यांच्या शर्यतीला भवितव्य नाही. त्यामुळे त्यांनी गाड्यांचे (कार) प्रयोग केले. डी-टाईप जग्वारवर त्यांनी १२० डॉलर्सची प्रोटोटाईप स्पोर्टस् कार तयार केली. परंतु त्यांच्याकडे उलब्ध असलेल्या भांडवलापेक्षा कितीतरी अधिक भांडवल त्यासाठी आवश्यक होते. म्हणून डॉ. पूनावाला यांनी ती कल्पना सोडून दिली. समाजातील अगदी मोजक्या लोकांसाठी गाडी तयार करण्यापेक्षा सर्वसामान्यांसाठी गाड्या तयार करणे हा अधिक चांगला पर्याय असल्याचे त्यांना वाटले. त्या काळात शासनाच्या अखत्यारीतील हाफकीन इन्स्टिट्यूटला घोडे दान केले जात असत आणि ही इन्स्टिट्यूट घोड्यांसाठी रोगप्रतिबंधक लस तयार करीत असे. डॉ. पूनावाला यांना रोगप्रतिबंधक लस उद्योग क्षेत्रात भरपूर वाव असल्याचे जाणवले. घोड्यांसाठीच्या रोगप्रतिबंधक लस उत्पादन करण्याचे आव्हान आपण पेलू शकु असे सायरस यांना वाटले. संपूर्ण देशभरात आपण हे उत्पादन परवडणाऱ्या जोग्या किंमतीला पुरवून सगळ्यांची मागणी पूर्ण करू शकू असे त्यांना वाटले. बंधूंच्या मदतीने त्यांनी घोडे विकून १२००० डॉलर्स उभारले आणि उर्वरित

भांडवल वडिलांनी गुंतवावे यासाठी त्यांना पटवून दिले. १९६६ मध्ये रोगप्रतिबंधक लक्ष तयार करण्याचा व्यवसाय त्यांनी सुरू केला. डॉ. पूनावाला यांनी त्यांच्या बंधुंबरोबर सीरम इन्स्टिट्यूट ऑफ इंडियाची स्थापना केली. आणि अवघ्या दोन वर्षात त्यांनी पहिले Therapeutic-Anti-tetanus serum सादर केले आणि त्याचे उत्पादन सुरू केले. १९७४ मध्ये त्यांनी डी.टी.पी. रोगप्रतिबंधक लस तयार करण्यास प्रारंभ केला. ह्या लसीमुळे मुलांना diptheria, tetanus आणि pertussis यापासून संरक्षण मिळते. त्यांनी नंतर सर्पदंशासाठी सुद्धा लस विकसित केली. १९८९ मध्ये त्यांनी Measles रोगप्रतिबंधक लसचे - M-VAC उत्पादन सुरू केले आणि वर्षभरातच सीरम इन्स्टिट्यूट ऑफ इंडिया देशातील रोगप्रतिबंधक लसचे उत्पादन करणारी सर्वात मोठी संस्था ठरली.

१९९४ मध्ये सीरम इन्स्टिट्यूट ऑफ इंडियाला जागतिक आरोग्य संघटनेने अमेरिकेतील PAHP (पॅन अमेरिकन हेल्थ ऑर्गनायझेशन) आक्षि युनिसेफ या संस्थांना रोगप्रतिबंधक लस निर्यात करण्याचा अधिकार प्रदान केला. १९९८ अखषर सीरम इन्स्टिट्यूट ऑफ इंडिया १०० हून जास्त देशांना रोगप्रतिबंधक लस निर्यात करीत होती. २००० पासून तर दर दोन मुलांमधील एका मुलाला दिली जाणारी रोगप्रतिबंधक लस ही सीरम इन्स्टिट्यूटची होती.

सीरम इन्स्टिट्यूट ऑफ इंडिया ही संस्था भारतातील आघाडीची बायोटेक कंपनी होण्याचा मान प्राप्त केला. सध्या ह्या संस्थेमार्फत जगातल्या १४० हून जास्त देशांमध्ये निर्यात केली जाते.

डॉ. पूनावाला हे इंटरनॅशनल फेडरेशन ऑफ हॉर्स रेसिंगचे भारतातील एकमेव प्रतिनिधी होते. आणि दहा वर्षांहून जास्त कालावधीकरिता ते एशियन रेसिंग फेडरेशनचे सदस्य होते. ह्या संस्थेचे उपाध्यक्ष म्हणून सुद्धा ते निवडून आले. टर्फ ॲथॉरिटीज ऑफ इंडियाचे अध्यक्ष पद रॉयल वेस्टर्न इंडिया टर्फ क्लबचे अध्यक्ष पद आणि अन्य संस्थांवर महत्त्वाची पदे त्यांनी भूषवली. घोड्यांच्या शर्यतीच्या क्षेत्रातील राष्ट्रीय आणि आंतरराष्ट्रीय पातळीवरील सर्वाच्च पुरस्कार त्यांना प्राप्त झाले.

डॉ. पूनावाला यांनी केवळ विविध प्रकारच्या रोगप्रतिबंधक लसच तयार केल्या नाहीत तर अनेक प्रकारे समाजाला प्रचंड प्रमाणात मदत केलेली आहे. ती खालीलप्रमाणे -

शिक्षण क्षेत्रात डॉ. पूनावाला यांनी भरघोस मदत केली आहे. उदा. हडपसर (पुणे) येथे सोली पूनावाला मेमोरियल हॉयस्कूलची स्थापना, पुण्यातील बृहन्महाराष्ट्र कॉलेज ऑफ कॉमर्स येथे ''डॉ. सायरस पूनावाला कॉन्फरन्स हॉल.''

शहराचे सुशोभीकरण आणि बगीचा आणि पार्क विकसित करणे. उदा. गुल पूनावाला पार्क, इ.

डॉ. पूनावाला हे सार्वजनिक धर्मादाय संस्था असलेल्या पुणे जिल्हा कुष्ठरोग

समितीचे ते एक्झिक्युटीव कौन्सिलचे सक्रिय सदस्य आहेत. जीव-घेण्या रोगांपासून पिडित असणाऱ्या गरीब गरजूंना ते अर्थसाहाय्य देतात. पुणेकरांचे जीवन अधिक सुकर व्हावे. ह्या दृष्टिकोनातून ते कॉन्फेडरेशन ऑफ इंडियन इंडस्ट्रीजच्या 'झिरो लोड शेडिंग' कार्यक्रमात सहभागी झाले. झोपडपट्ट्यातील मुलींसाठी मोफत Rubella Immunization कॅम्पचे आयोजन रोटरी इंटरनॅशनलच्या साहाय्याने केले.

डॉ. पूनावाला यांना मिळालेले पुरस्कार खालीलप्रमाणे -

१९८९ मध्ये 'Snakebite' ह्या फिल्मसाठी ब्रिटिश मेडिकल असोसिएशनचा पुरस्कार.

३१ जानेवारी, १९९१ रेजी नवी दिल्ली येथील एन.आर.आय इन्स्टिट्यूट तर्फे 'मॅन ऑफ द इअर - मदर इंडिया इंटरनॅशनल गोल्ड अ‍ॅवॉर्ड.'

६ मे, १९९२ रोजी 'The Triumph' ह्या सर्वोत्कृष्ट शैक्षणिक / प्रेरणादायी / मार्गदर्शक फिल्मसाठी 'रजत कुमार नॅशनल अ‍ॅवॉर्ड.'

व्यवसाय क्षेत्रातील सर्वोत्कृष्टतेसाठी १९९८ मध्ये 'पुणेज प्राईड अ‍ॅवॉर्ड.'

अमेरिकेतील इबेला आणि कॉन्जेनिअल इबेल सिन्ड्रोम दूर करण्यात उल्लेखनीय योगदान दिल्याबद्दल अमेरिकेतील PAHO (पॅन अमेरिकन हेल्थ ऑर्गनायझेशन) तर्फे "Excellence in Inter - American Puidic Health)" पुरस्काराने सन्मानित.

१० डिसेंबर, २००४ रोजी "Biospectrum Person of the Year 2004" पुरस्काराने सन्मानित.

१८ मार्च, २००५ रोजी बृहन्महाराष्ट्र कॉलेज ऑफ कॉमर्सच्या हीरक महोत्सवात भारताचे पंतप्रधान मा. डॉ. मनमोहन सिंग यांच्या हस्ते 'Lifetime Achievement Award' ने डॉ. पूनावाला यांना सन्मानित करण्यात आले.

२००५ मध्येच डॉ. ए.पी.जे. अब्दुल कलाम यांच्या हस्ते पद्मश्री पुरस्काराने सन्मानित.

२००६ ते २००९ अशली सलग चार वर्षे सीरम इन्स्टिट्यूट ऑफ इंडियाला 'No. 1 Biotech Company of the year' पुरस्कार प्राप्त.

८ फेब्रुवारी २००७ रोजी 'Business Leader of the year Award for Biotech 2007' प्रदान.

२० नोव्हेंबर २००७ रोजी हेल्थ केअर अ‍ॅण्ड लाईफ सायन्सेस क्षेत्रातील कार्यासाठी 'Ernst and young Entreprenecu' of the year 2007 पुरस्काराने सन्मानित.

१३ डिसेंबर २००२ रोजी भारतात औषधनिर्माण उद्योगाचा विकास करण्यासाठी 'Outstanding Contribution Award' ने सन्मानित.

५ ऑक्टोबर, २००९ राजी डॉ. पूनावाला त्यांच्या घोड्यांच्या शर्यतीतील आणि ब्रिडिंग क्षेत्रातील योगदानाबद्दल "Lifetime Achievement Award' ने सन्मानित.

२५ ऑक्टोबर, २००९ रोजी डॉ. सायरस पूनावाला यांना हैदराबाद रेस क्लबचे अध्यक्ष श्री. सुरिंदर रेड्डी यांच्या हस्ते 'lifetime Achievment Award ने सन्मानित करण्यात आले.

स्थानिक पातळीवरील यशस्वी उद्योजकाचा अभ्यास

स्थानिक पातळीवरील यशस्वी उद्योजकांचा अभ्यास करण्यामागे काही खास उद्देश आहेत. सर्वात महत्त्वाचे म्हणजे आपल्याच परिसरातील यशस्वी उद्योजकाचा अभ्यास केल्याने आपल्यासमोर एक 'आदर्श' राहतो. त्यापासून आपल्यालाही प्रेरणा मिळते. शून्यातून विश्व निर्माण करणे किंवा छोट्या प्रमाणावर सुरू केलेल्या उद्योगाचे रूपांतर मोठ्या उद्योगात होणे, हा आदर्श आपल्याला उद्योजक बनायला प्रेरणा देतो. स्थानिक यशस्वी उद्योजकतेचा अभ्यास करताना ती व्यक्ती उद्योजक कशी बनली, उद्योग व्यवसायाची निवड कशी केली, भांडवल उभारणी कशी केली, कुणाकुणाची मदत घेतली, अडचणींवर मात कशी केली, मार्केटिंग कसे केले, इत्यादी माहिती आपल्याला मिळते आणि आपल्यातही जाणीव जागृती होते; आपणही सकारात्मक विचार करून उद्योजक बनण्याचा निर्धार करतो.

स्थानिक यशस्वी उद्योजकाचा अभ्यास करताना ढोबळमानाने कोणत्या मुद्यांचा विचार करायला हवा, ते खाली दिले आहे -

१. उद्योजकाची कौटुंबिक पार्श्वभूमी.

२. पूर्वायुष्यातील करिअरविषयक अनुभव आणि अन्य अनुभव.

३. वर्तनविषयक वैशिष्ट्ये.

४. मनोभूमिका.

५. व्यक्तिमत्त्वामधील गुण.

६. उद्योजकता क्षेत्रातील करिअरमधील प्रवेश.

७. प्रारंभीच्या टप्प्यातील उद्योग-व्यवसायाच्या आकारमानाचा व प्रकाराचा निर्णय.

८. उद्योग-व्यवसायाचे व्यवस्थापन.

९. उद्योजकीय कारकिर्दीतील अडचणी/अडथळे/समस्या.

१०. भावी योजना/महत्त्वाकांक्षा.

अशा अभ्यासासाठी आवश्यक प्रश्नावली तयार करावी.

खालील प्रश्नावलीच्या आधारे तुमच्या परिसरातील कृषी उद्योजकांचा अभ्यास करा.

१. कृषी उद्योजकाचे नाव.

२. संपूर्ण पत्ता.

३. शिक्षण.

४. कुटुंबातील एकूण व्यक्ती.

५. शेतीव्यवसायाखेरीज उत्पादन.

६. सहकारी पतसंस्थेचे सदस्य आहात काय?

७. त्या संस्थेकडून गेल्या पाच वर्षांत किती वेळा कर्ज घेतले?

८. ते नियमितपणे परत केले का?

९. जमीन धारणेसंबंधी - आज आणि पाच वर्षांपूर्वी एकर आणि गुंठे-स्वतःची वडिलोपार्जित मालकीची जमीन, खंडाने दिलेली जमीन, कुटुंबाची लागवडीखाली बागायत जमीन, कुटुंबाकडून चालू पडीक जमीन, कूळ कायद्याखाली कुटुंबास मालकी हक्काने मिळालेली जमीन, या जमिनीपैकी किती जमीन तुमच्याजवळ आहे? बाकीच्या जमिनीचे काय? कर्जापोटी गहाण/खंडाने दिलेली आहे. कुटुंबाबाहेरील नातेवाईकास दिली, अन्य कारणाने ताब्यात नाही. (कारणे द्या.)

१०. तुम्हाला शेतीसाठी मालकी हक्काने मिळालेली जंगल जमीन/सरकारी जमीन किती आहे? त्यापैकी लागवडयोग्य किती आहे?

११. आजपर्यंत स्वतःकडील किती जमीन विकली? कारणे : लग्न कार्यावरील खर्च भागविण्यासाठी/कर्जाची परतफेड/जमीन कसणे शक्य नव्हते/अन्य कारण

१२. तुमच्या जमिनीवर सरकारने गेल्या पाच वर्षात केलेल्या भांडवली खर्चाची माहिती- बांधबंदिस्ती, वृक्षारोपण, मजगी/टेरेलिंग, इतर.

१३. तुमच्याकडे जनावरे किती? बैल, गाई,म्हशी, शेळ्या अन्य.

१४. तुमच्या शेतीत आधुनिक हत्यारे/साधने तुम्ही वापरता का? ट्रॅक्टर, नांगर, पंप, वरवर नूस कर्नर/कटर, वीजबंध/ड्रील, इतर.

१५. सुधारित बी-बियाणे, खते, कीटकनाशके यांचा वापर करता का? कोठून मिळविता - सरकार, सहकारी संस्था, बाजार, स्वतःच्या शेतावर सरकारी साहाय्य किती? बी-बियाणे, संकरित बियाणे, रासायनिक बियाणे, रासायनिक खते, कीटकनाशके.

१६. बी-बियाणे, खते, कीटकनाशके मिळण्यातील अडचणी कोणत्या?

१७. गेल्या पाच वर्षांत तुमच्या कुटुंबातील कोणा सदस्याचे पीक-कर्ज माफ करण्यात आले काय? व्यक्ती-वर्ष-रक्कम.
१८. जलसिंचन - सिंचन प्रकार - विहीर, कालवा, उपसा सिंचन, क्षेत्र (एकर-गुंठे) आज आणि पाच वर्षांपूर्वी.
१९. तुमची जमीन धरणाच्या लाभक्षेत्रात येते का? होय/नाही.
२०. गेल्या पाच वर्षांत तुम्ही पाणी घेतले काय?
२१. उपसा सिंचन सोसायटीचे सभासद आहात का? होय/नाही.
२२. तुमची जमीन सपाट करणे/तिला आकार देणे ही कामे सरकारने करून दिली आहेत का?
२३. विहीर-खोदाई, उपसा-सिंचन यांसाठी खालीलपैकी कोणते साहाय्य मिळते?
२४. पिके, पिकाचे नाव, गतवर्षी आणि पाच वर्षांपूर्वी क्षेत्र-एकर/गुंठे उत्पादन (क्विंटल)
२५. फळबाग - फळाचे नाव - फळबागांमधील जमीन क्षेत्र-एकर/गुंठे - झाडांची संख्या - गेल्या पाच वर्षांत फळबागांसाठी मिळालेले अर्थसाहाय्य - अनुदान/कर्ज
२६. सरकारतर्फे शेतकऱ्यांसाठी प्रशिक्षण शिबिरे चालविली जातात त्याचा लाभ घेता का?
२७. ग्रामसेवकाची मदत कितपत घेता?
२८. दूध उत्पादन, कोंबड्या, भाजीपाला अगर अन्य जोडधंदे आपण करता काय? कोणते? केव्हापासून? त्यापासून उत्पन्न किती रुपये मिळते? त्यासाठी कर्ज किती व कोठून घेतले?
२९. शेतमालाच्या किमतीबाबत सरकारी धोरण आपणास माहीत आहे काय? त्याबद्दल आपले मत काय आहे?
३०. शेती विकासासंबंधी आपले मत काय आहे?
३१. शेतीविषयी निर्णय आपण कुणाच्या सल्ल्याने घेता? कुटुंबसदस्य/अन्य शेतकरी/शेती तज्ज्ञ/कृषी विद्यापीठाशी संपर्क साधून.
३२. दूरदर्शन, आकाशवाणी यांचे कृषीविषयक कार्यक्रम नियमितपणे ऐकता का?
३३. कृषी मेळावा/कृषी प्रदर्शन मध्ये आपण आतापर्यंत सहभागी झाला आहात काय?

स्थानिक महिला उद्योजक

स्थानिक महिला उद्योजकांचा अभ्यास खालील प्रश्नावलीच्या साहाय्याने करता येईल आणि महिला उद्योजकांबद्दल सर्वंकष माहिती जाणून घेता येईल.

महिला उद्योजक अभ्यास प्रश्नावली-

(अ) वैयक्तिक माहिती

१) संपूर्ण नाव:

२) घरचा पत्ता व दूरध्वनी :

३) कचेरीचा पत्ता व दूरध्वनी:

४) शैक्षणिक माहिती :

    ४-अ) आपले शिक्षण किती झाले आहे? लग्नापूर्वी आणि लग्नानंतर

    ४-ब) उद्योग / व्यवसायाची दृष्टी ठेवूनच शिक्षण घेतले का?

    ४-क) उद्योग / व्यवसाय सुरू केल्यावर त्यासाठी आवश्यक प्रशिक्षण घेतले काय?

५) आपण विवाहित / अविवाहित आहात?

६) (विवाहित असल्यास) माहेरचे वातावरण उद्योजकतेला पोषक होते का? विवाहानंतरही तोच व्यवसाय (असल्यास) चालू ठेवला की विवाहानंतर बदलला?

७) कुटुंबातील मंडळींचा आपल्याकडे व आपल्या उद्योग व्यवसायाकडे बघण्याचा दृष्टिकोन कसा आहे? सांसारिक नाती, सासरची मंडळी, नवरा, मुले या सर्व पातळींवर कसा प्रतिसाद मिळाला? (प्रोत्साहनात्मक/निराशाजनक)

८) इतर नातेवाईक आणि परिचितांकडून कोणत्या प्रकारचा प्रतिसाद मिळाला? (प्रोत्साहनात्मक / निराशाजनक)

९) आपण करीत असलेला उद्योग स्वतंत्रपणे आपण चालविता की कुटुंबीय मंडळी भागीदार आहेत?

१०) चाकोरीबद्ध नोकरी क्षेत्रात न जाता, स्वतंत्रपणे उद्योग चालू करण्याचे आपण कसे ठरविले? त्यामागील प्रेरणा कशी मिळाली?

११) एक स्त्री म्हणून आपल्या उद्योजकीय कर्तृत्वावर काही मर्यादा पडतात असे आपणांस वाटते काय?

१२) उद्योग याच गावी चालू करण्याचा निर्णय आपण का घेतलात?

१३) शिक्षण घेत असतानाच उद्योगाकडे वळलात की शिक्षण संपल्यानंतर?

१४) उद्योग - व्यवसायाशी संबंधित नियतकालिके आपण वाचता काय?

१५) उद्योग - व्यवसाय क्षेत्रातील विशेष कामगिरीबाबत आपणास काही मानसन्मान, पुरस्कार प्राप्त झाले आहेत काय?

(ब) व्यावसायिक माहिती

१) आपण या क्षेत्रात प्रवेश कसा केला?

२) आपण करीत असलेल्या उद्योगातील उपक्रमांची माहिती द्या (उत्पादन, प्रक्रिया, सेवा इ.)

३) हा व्यवसाय चालू करण्यामागील प्रेरणा कोणती?

४) हाच उपक्रम निवडावा असे आपणास का वाटले?

५) उद्योगाची स्थापना केव्हा केलीत?

६) भांडवल उभारणी कशा प्रकारे केली? (स्वत:चे नातेवाईकांकडून / परिचितांकडून, बँक/वित्तसंस्थांकडून)

७) खास महिलांसाठी असलेल्या वित्तीय योजनांचा लाभ घेतला का? कोणत्या योजना?

८) कारखान्यातील निरनिराळी उत्पादनतंत्रे, उत्पादन प्रक्रिया, यंत्रसामग्री, कच्चामाल याबद्दल संपूर्ण अद्ययावत माहिती आपणास आहे का? ती कशी मिळविली? शिक्षणाने, अनुभवाने पूर्णपणे दुसऱ्यावर अवलंबून आहात?

९) व्यवसायात आपण स्वत: काम करता का? कोणकोणत्या पातळीवर काम करता?

१०) एकूण कामगार संख्या किती? (स्त्री / पुरुष)

११) स्त्री कामगार निवडताना आपला दृष्टिकोन कोणता असतो? (शिक्षण, अनुभव, प्रापंचिक जबाबदारी, आर्थिक परिस्थिती इ.)

१२) व्यवसायाच्या अनुषंगाने कर्मचाऱ्यांना नियमित प्रशिक्षण दिले जाते का?

१३) स्त्री कर्मचाऱ्यांसाठी विशेष कल्याण योजना अमलात आणता का?

१४) स्त्री कर्मचाऱ्यांसाठी विशेष लाभ योजना आहेत काय? कोणत्या?

१५) निरनिराळ्या सहकारी व निमसरकारी प्रोत्साहक व नियंत्रक संस्थांबद्दलचा आपला अनुभव कसा आहे?

१६) आपल्या मालास कोणती बाजारपेठ आहे? स्थानिक/देशांतर्गत/परदेशी?

१७) आहे त्या मालाला बाजारपेठ शोधली जाते की मागणी व गरजा लक्षात घेऊन उत्पादन केले जाते?

१८) विपणन (Marketing) कशा पध्दतीने केले जाते?

१९) आपल्या उद्योगाची उलाढाल किती आहे?

२०) माल खपला नाही किंवा ग्राहकाने आदेश (Order) रद्द केली असे कधी घडल का? (दर्जा खालावल्यामुळे, औद्योगिक मंदीमुळे किंवा अन्य कारणांमुळे)

२१) आपल्या उद्योगात स्पर्धा कितपत आहे?

२२) व्यावसायिक निर्णय / धोरण ठरविण्याची तुमची पध्दती कोणती? स्वत: / नोकरांशी चर्चा / भागीदारांशी चर्चा / संचालकांच्या सभेत / नातेवाईकांशी चर्चा / अन्य.

२३) आपल्या उद्योगातील स्पर्धकांवर तुम्ही कशी मात करता?

२४) आपल्या उद्योगात इतर अडचणी येतात का?

२५) स्थापनेनंतर आज अखेर व्यवसायात कशी वाढ होत गेली? भांडवल, वस्तूंचे उत्पादन / विक्री, कर्मचारी संख्या, व्यवसायाची जागा इ.

२६) पुढील बाबत निर्माण झालेल्या समस्या व त्याची सोडवणूक भांडवल पुरवठा / बँकांशी संबंध, मालाची खरेदी, नोकरवर्ग, मालाची विक्री. शासकीय / स्थानिक प्रशासनामुळे आलेल्या अडचणी. त्या कशा सोडवल्या?

२७) उद्योग व्यापारासंबंधी असलेले कायदे व त्यासंबंधी मते व सूचना, प्राप्ती व नफ्यावरील कर, एक्साईज / विक्रीवर, जकात कर, सहकारी संस्था कायदा (सहकारी संस्थेबाबत)

२८) बाहेरील ऑडिटरकडून हिशेब तपासणी होते काय? होय / नाही.

२९) त्याचा कितपत उपयोग होतो? फक्त रिटर्न भरण्यापुरता / कायद्यातील तरतूद?

३०) व्यापार / व्यवसाय वाढविण्याच्या दृष्टीने तुमची योजना आहे काय? तपशील द्या.

३१) प्रकल्प अहवाल तयार केला होता का? स्वत: / बँकेने / सल्लागारामार्फत / इतर

३२) अन्य भागीदार / संचालक / नोकर यांच्याबाबत तुमचे मत काय?

३३) नवीन वस्तूचे उत्पादन करण्याचा विचार आहे का? कोणत्या वस्तू? सध्या उत्पादन करीत असलेल्या वस्तूंशी या नवीन वस्तू संबंधित आहेत / नाहीत?

३४) उद्योग विस्तारासंबंधी आपल्या भावी योजना काय आहेत?

३५) उत्पादन विक्री इत्यादी क्षेत्रात आपण काही नवीन प्रयोग करून पाहिले आहेत काय?

३६) आपले व्यावसायिक सल्लागार कोण कोण आहेत? त्यांची आपणास कोणत्या प्रकारची मदत होते?

३७) स्त्री विशेष संस्था, महिला बँक, महिला आर्थिक विकास महामंडळ, महाराष्ट्र उद्योजकता विकास केंद्र, चेंबर ऑफ कॉमर्स, भारत सरकारचा महिला-मुले विभाग, महिला मंडळे, महिला आमदार, खासदार व महिला मंत्री यापैकी कोणी आपणास विशेष सहकार्य दिले आहे का? असल्यास त्याचे स्वरूप काय?

३८) स्त्री उद्योजक म्हणून कोणत्या खास संस्थांशी निगडित होण्याची आपणास गरज भासली?

३९) वर उल्लेखिलेल्या संस्थांव्यतिरिक्त आणखी एखादी अधिक उपयुक्त किंवा वेगळ्या प्रकारची संस्था महिला उद्योजकांसाठी असावी असे आपणास वाटते काय?

४०) स्त्री उद्योजक म्हणून आपण नवीन स्त्री उद्योजकांना एखादी मार्गदर्शक कार्यपद्धती सूचवू इच्छिता काय?

निवडक प्रश्न

१. श्री. एन. आर. नारायण मूर्ती यांच्या उद्योजकीय कारकिर्दीचा आढावा घ्या.

२. सायरस पूनावाला यांच्या उद्योजकीय कारकिर्दीचा आढावा घ्या.

३. तुमच्या स्थानिक पातळीवरील महिला उद्योजक, पुरुष उद्योजक आणि कृषी उद्योजक यांची मुलाखत घ्या.

परिशिष्ट १

A Magnet for the Best Global Talent Infosys

Fortune magazine identified infosys among the top companies that "inspire, nurture and empower a new generation of global leaders." We are committed to remain among the industry's leading employers.

Quality Focus

'In God we trust, everyone else must come with data' is an oft-heard phrase at Infosys. We constantly benchmark our services and processes against globally recognized quality standards . Our certifications include SEI-CMMI Level 5, CMM Level 5, PCMM level 5, TL 9000 and ISO 9001-2000. In February 2007, Infosys BPO was certified for eSCM Level 4.0, the eSourcing Capability Model for Service Providers developed by a consortium led by Carnegie Mellon University's Information Technology Services Qualification Centre.

Innovation, Speed and Excellence in Execution

We were one of the first companies to develop and deploy a global delivery model and attain SEI-CMMI Level 5 certification of our offshore and onsite operations. We manage growth by investing in infrastructure and by rapidly recruiting, training and deploying new professionals. We have 44 global development centers, the majority of which are located in India. We also have development centers in Australia, Canada, China, Japan, Mauritius, and at multiple locations in the United States and Europe. We invest in infrastructure and people to continue growing our business.

Industry Leadership

Our history is marked by a series of firsts. We were the first Indian company to list on the US stock exchange and the first Indian company to do a POWL in Japan. In December 2006, we became the first Indian company to be added to the NASDAQ-100 index and became the only Indian company to be part of any of the major global indices. More recently, Infosys was named among the 'Top 10 companies for Leaders' by Fortune magazine. We won the prestigious Global Most Admired Knowledge Enterprises (MAKE) award for the fourth year in succession.

What We Do

Infosys Technologies Ltd. (NASDAQ:INFY) was started in 1981 by seven people with US$ 250. Today, we are a global leader in the "next generation" of IT and consulting with revenues of over US$3 billion.

Infosys defines, designs and delivers technology-enabled business solutions that help Global 2000 companies win in a Flat World. Infosys also provides complete range of services by leveraging our domain and business expertise and strategic alliances with leading technology providers.

Infosys' services offerings span business and technology consulting, application services, systems integration, product engineering, custom software development, maintenance, re-engineering, independent testing and validation services, IT infrastructure services and business process outsourcing.

Infosys pioneered the Global Delivery Model (GDM), which emerged as a disruptive force in the industry leading to the rise of offshore outsourcing. The GDM is based on the principle of taking work to the location where the best talent is available, where it makes the best economic sense, with the least amount of acceptable risk.

Infosys has a global footprint with offices in 23 countries and development centers in India. China, Australia, the UK, Canada and Japan. Infosys has over 80,500 employees covering 66 nationalities.

Infosys takes pride in building strategic long-term client relationship. Over 95% of our revenues come from existing customers.

Awards

Infosys has consistently been honored by customers, industry bodies, media and other influencers. The following are among the recognitions we received over the past year.

A key infosys project for ABN AMRO won the best **IT services Technology Project of the Year** at the **CNET UK Awards.**

Eastman Kodak Company conferred Infosys with its **Supplier Certification Award for Excellence** for the second consecutive year, noting that being re-certified is a rare and significant achievement.

Infosys won the **SAP ACE 2007** (Award for Customer Excellence). SAP recognized Infosys as a partner in its "journey of continued evolution and success in the Professional Services Industry." Infosys also won two prestigious awards - the **CIO 100 Awards** and **Best Storage Technologies Implementation Award** - from IDG, the world's leading technology media, event and research group.

For the second consecutive year, Infosys has won the **BEST** recognition from the **American Society for Training & Development (ASTD).** BEST is a global award that recognizes an organization's efforts to Build talent. Enterprise-wide. Supported by the organization's leaders while fostering a Thorough learning culture. This prestigious award is testimony to the collective efforts in learning and development at Infosys.

Infosys was selected for the **Platinum Award for Excellence in People Management** by Grow Talent Company Limited and Business world Magazine.

Fortune magazine, in partnership with Hewitt Associates and RBL Group, placed Infosys among the ten **Top Companies for Leaders,** a ranking of the world's companies that do the best job of developing strong leaders.

In a reflection of Infosys' healthy growth across geographies **an independent analyst** placed Infosys in the **Leaders quadrant** in its two reports, "Magic Quadrant for North American Offshore Applications Services 2007" and "Magic Quadrant for European Offshore Applications

Services 2007." According to the reports, "Leaders are vendors who are performing well today, have a clear vision of market direction, and are actively building competencies to sustain their leadership position in the market."

Sainsbury's, a leading UK food retailer with interests in financial services, selected Infosys as its **IT Supplier of the Year for 2006** for the quality of delivery and excellence of its services.

The **Royal Bank of Scotland (RBS)** named Infosys as its Best Technology Supplier for 2007 for providing a high level of delivery confidence, which enabled it to introduce products to the market faster.

Sears Holdings honored Infosys with two Partner in Progress awards for 2006, for information technology services and client support. The prestigious awards are presented annually to less than one percent of Sears Holding' 41, 000+ suppliers.

DaimlerChrysler named Infosys its IPS (International Procurement Services) Supplier of the Year 2006 in the information technology category. Infosys earned the award by consistently delivering on the four value drivers by which Daimler Chrysler measures its supply base : quality, cost technology and supply.

Readers of **Waters**, a leading financial technology publication, indentified Infosys as the Best Outsourcing Provider for 2007. An independent analyst named Infosys as a leader in global information technology infrastructure outsourcing.

Alliances

Infosys' services and business solutions are strengthened by alliances with leading technology partners.

We recommend technologies to the client based on what is best for the client. We do not solicit or accept influence or marketing assistance fees from any of our alliance partners.

In a marketing alliance, Infosys and the alliance partner jointly deliver business solutions which leverage Infosys' industry, functional and technical expertise, infosys' Global Delivery Model and the alliance partner's technology and services.

In a technology alliance, Infosys works with an alliance partner to build business and technical competency in the alliance partner's technology through training, engagement with the alliance partner's technical support and development teams and the development of tools and methodologies at Infosys' Centers of Excellence.

Beyond Business

Infosys began its journey in India's business environment in the 1980s, in an era when endless red tape was imposed on the private sector. In this environment, building a company whose long-term objectives included operational longevity, high ethical standards and global respect demanded commitment to a core set of values. For Infosys, these values focus on instilling trust in our relationships with all stakeholders, including employees, investors, clients, society and communities in which Infosys operates.

At Infosys, we believe that we must develop trust with the communities in which we operate to achieve longevity as a corporation. Through the Infosys Foundation, which receives a grant every year from Infosys (the last year's grant was US$ 3 million) we contribute to betterment of healthcare (hospitals, infrastructure), education (books, scholarships, refurbishment of infrastructure) and skills.

Infosys emphasizes its commitment to investors through stringent corporate governance. Infosys was also among the first Indian companies to voluntarily comply with the US Generally Accepted Accounting Principles (GAAP) and now provides financial results in the GAAP of six countries.

With employees from over 41 nationalities, Infosys has built an enduring value system based on openness, honesty, fairness and transparency, which has earned us the confidence and trust of our clients. We enjoy a +95% customer retention.

Infosys has built one of the largest corporate education centers in the world. This 'finishing center', with an annual capacity of 15,000, provides engineering graduates who aspire to be employees with the equivalent of a Bachelor of Science degree in Computer Science from an American university.

Learn more about our initiatives to preserve arts and culture, encourage talent, support education and healthcare, create a sustainable culture of caring for the environment, and provide impetus to tomorrow's global companies.

परिशिष्ट २

श्री. भवरलालजी जैन यांच्या कर्तृत्वाचा दृश्य सामाजिक ठसा पायाभूत प्रयत्न: लहान शेतकऱ्यांच्या कुटुंबांच्या राहणीमानात सुधारणा

उपक्रम	थेट फायदा	समाजास होणारे फायदे
पीव्हीसी पाईपांचे जाळे	६० लाखांवर कुटुंबे	ऊर्जेच्या व वजवणुकीच्या खर्चात बचत. पाणी वाया जाणे बंद. त्यामुळे अधिक क्षेत्र लागवडीखाली संपूर्ण आयुष्यभर व त्यानंतरही टिकाऊ.
सूक्ष्म सिंचन यंत्रणा	१० लाखांवर कुटुंबे	दरवर्षी दर हेक्टरी किमान रु. १५,०००/- जास्तीचे उत्पन्न. दुप्पट जमीन सिंचनाखाली.
उच्च-तंत्र शेती संस्था	सुमारे १.५ लाख कुटुंबे	प्रशिक्षण, नव जाणीव आणि शेतकऱ्यांकरिता प्रात्यक्षिक केंद्र, तसेच शेती-विद्यार्थी, शास्त्रज्ञ, संशोधक व अधिकाऱ्यांसाठी प्रात्यक्षिके
फळे आणि भाज्या प्रक्रिया	१० हजारांवर कुटुंबे	कमीत कमी हमी- मूल्य आणि माल उचलण्याचीही हमी. त्यामुळे बाजारपेठेत शेतमालाला स्थैर्य आणि शेतकऱ्यांना अधिक उत्पन्न.

उपक्रम	थेट फायदा	समाजास होणारे फायदे
केळीचे उती संवर्धन	१२ हजारांवर कुटुंबे	प्रति हेक्टर रु. ५०,०००/- हून अधिक उत्पन्न. अधिक वजनाचे एकसारखे घड आणि पीक हाती येण्याच्या काळात बचत, दुप्पट उत्पन्न तेही निर्यातयोग्य गुणवत्तेचे.
कराराची शेती	३००० शेतकरी	भरघोस कृषि उत्पादन व उत्पन्न, खात्रीशीर मोबदला.

औद्योगिक उद्योजकतेला स्फूर्ती

पीव्हीसी पाईपांचे जाळे	१५० उद्योजक	फायदेशीर असा स्वयंरोजगार आणि एकंदरीतच संपूर्ण आर्थिक स्थितीवर दुय्यम स्तरांवरील रोजगार निर्मितीमुळे उलगडत उलगडत प्रसार होणारा परिणाम.
सूक्ष्म सिंचन यंत्रणा	१०० उद्योजक	
उती संवर्धन	१० उद्योजक	

आडवळणाने रोजगाराची निर्मिती

अर्ध कसबी कामगार	१२ हजारांवर (पीव्हीसी पाईप) ६ हजारांवर (ठिबक सिंचन)	पीव्हीसी पाईपांच्या, ठिबक सामग्रीच्या कारखान्यांमध्ये थेट कायमचा रोजगार.
तांत्रिक मनुष्यबळ	१२ हजारांवर	सुरक्षित लाभदायक स्वयंरोजगार
शेतीतील मनुष्यबळ	१.७ कोटींवर	सुधारित जमीन वापर आणि पिकांच्या दाटी-दाटीने वाढणारा हमखास असा रोजगार.

मौल्यवान अशा पाण्याच्या स्रोतांची जपणूक

उपक्रम	वार्षिक बचत	एकूण बचत	आर्थिक परिणाम
पीव्हीसी पाईपांचे जाळे	१५ ते २०%	रु. ४४८.५० कोटी लीटर्स	रु. ४४८ कोटी
सूक्ष्म सिंचन यंत्रणा	५० ते १००%	रु. १७८००.०० कोटी लीटर्स	रु. १७८०० कोटी
	एकूण.	रु. १८२४८.५० कोटी	रु. १८२४८ कोटी

दुर्मीळ ऊर्जेची बचत

उपक्रम	वार्षिक बचत	एकूण बचत	आर्थिक परिणाम
पीव्हीसी फूट व्हॉल्व्ह	१५%	४५.०० कोटी कि.वॅ. प्रति तास	रु. ११३.० कोटी कि.वॅ.
सूक्ष्म सिंचन पद्धत	३०%	१८.५० कोटी कि.वॅ. प्रति तास	रु. ४६.३ कोटी कि.वॅ.
सौर ऊर्जेवर पाणी	१२०० कि.वॅ./ प्रति घर	२.२६ कोटी कि.वॅ. प्रति तास	रु. ५.६ कोटी कि.वॅ.
	एकूण :	रु. ६५.७६ कोटी कि.वॅ. प्रति तास	रु. १६४.९ कोटी कि.वॅ.

अमूल्य योगदान :

एकात्मिक कृषिविषयक साखळी विकसित करणे.

- पावसाचे पाणी अडविणे व पडीत जमीन वापरात आणणे
- जैविक खते व सेंद्रिय शेती
- वनीकरण आणि पर्यावरण संवर्धन
- फळ आणि भाज्या प्रक्रिया व निर्यात
- मनुष्यबळ सशक्तीकरण.

श्री. भवरलाल हिरालाल जैन यांना मिळालेले मान सन्मान/पारितोषिके

पारितोषिके	संस्था	वर्णन	कुणी दिले	वर्ष	दर्जा
सन्माननीय सदस्यत्व	एमबीए, अमेरिका	परदेशी सदस्यत्वाची निवड	मास्टर ब्रेवर्स असोसिएशन अमेरिका	१९८०	आंतरराष्ट्रीय
उद्योग पत्र	आयटीआयडी नवी दिल्ली	स्वत: घडलेला उद्योजक	उपराष्ट्रपती मा.श्री. एम्. हिदायतुल्ला	१९८२	राष्ट्रीय
सन्मान	एनजीओ जामनेर	शेतीमधील असामान्य कामगिरीबद्दल	भूतपूर्व पंतप्रधान मा.श्री. मोरारजीभाई देसाई	१९८२	प्रादेशिक
आय.एम.एम. बाटा मार्केटिंग पुरस्कार	आय.एम.एम. बाटा	लघु उद्योजकांसाठीचे रौप्यपदक	ग्यानी झैलसींग भारताचे राष्ट्रपती	१९८३	राष्ट्रीय
ए. आर. भट एन्टरप्रेन्युअरशिप पुरस्कार	एफ.ए.एस. एस.आय.	सेंद्रिय रसायनांच्या उद्योगात नेत्रदीपक कामगिरीबद्दल	व्ही. व्यंकटरामन भारताचे उपराष्ट्रपती	१९८४	राष्ट्रीय
सर्टिफिकेट ऑफ ॲप्रीसिएशन	एम. एस. एफ. सी.	ए.आर.भट उद्योजकता पुरस्कार मिळाल्याबद्दल	एस.आर. दमानी अध्यक्ष योजना	१९८४	राज्य

पारितोषिके	संस्था	वर्णन	कुणी दिले	वर्ष	दर्जा
उद्योगविभूषण	आयटीआयडी नवी दिल्ली	औद्योगिक क्षेत्रातील महान कामगिरीबद्दल	आयोगाचे उपाध्यक्ष मा. श्री. प्रणब मुकर्जी यांचे हस्ते	१९९२	राष्ट्रीय
सन्माननीय सदस्यत्व	आयआयआयई हैदराबाद चॅप्टर	व्यावसायिक यशाबद्दल तसेच देशमान्य नैपुण्याबद्दल	आंध्रप्रदेशचे राज्यपाल मा. श्री. कृष्णकांत यांचे हस्ते	१९९३	राष्ट्रीय
फाय फौंडेशन	एनजीओ इचलकरंजी	शेती व व्यवस्थापनामध्ये नावीन्य आणल्याबद्दल	लोकसभाध्यक्ष मा. श्री. शिवराज पाटील यांचे हस्ते	१९९५	राष्ट्रीय
क्रॉफर्ड रीड स्मरणार्थ गौरव	इरिगेशन असोसिएशन अमेरिका	अमेरिकेबाहेरील जगतात सिंचन व्यवस्थापन क्षेत्रात असाधारण महनीय कामगिरीबद्दल	अमेरिकेतील इरिगेशन असोसिएशनचे अध्यक्ष श्री. लुईस टोथ यांचे हस्ते	१९९७	आंतरराष्ट्रीय
स्व. वसंतराव नाईक कृषि संशोधन व ग्राम विकास प्रतिष्ठान पारितोषिक	व्हीएनएसपी पुसद	शेती-क्षेत्रात उत्कृष्ट कामगिरीबद्दल	अनुपस्थितीत	१९९८	राज्य

पारितोषिके	संस्था	वर्णन	कुणी दिले	वर्ष	दर्जा
स्व. वसंतराव नाईक स्मृती प्रतिष्ठान पुरस्कार	व्हीएनएसपी पुसद	कृषि-क्षेत्रातील नेत्रदीपक कामगिरीबद्दल	अनुपस्थितीत	१९९८	राज्य
यशोदीप पुरस्कार	आयईआय नासिक चॅप्टर	नावीन्यपूर्ण कल्पनांमुळे सिंचन अभियांत्रिकी क्षेत्रात चमकून आल्याने आणि जागतिक व्यासपीठावर नाव कमावल्यामुळे	माधवराव चितळे अध्यक्ष, ग्लोबल वॉटर पार्टनरशिप	२००१	राज्य
गौरव	एनजीओ (बीजेएस) भूज	भूज भूकंप पीडितांसाठी असाधारण काम केल्याबद्दल	अटल बिहारी वाजपेयी पंतप्रधान	२००१	राष्ट्रीय
जीवन गौरव	रोटरी क्लब मुंबई डाऊनटाऊन	शेती व सिंचन क्षेत्रात उल्लेखनीय योगदान देऊन देशाच्या प्रगतीतील सहभागाबद्दल	डॉ. गुलाम रोटरी क्लब, मुंबई डाऊन टाऊन	२००१	प्रादेशिक
गांधी आंबेडकर सामाजिक न्याय पुरस्कार	गांधी - आंबेडकर फाऊंडेशन मुंबई	शेती उद्योगात दीर्घकाळ योगदान दिल्याबद्दल	भूतपूर्व न्यायमूर्ती चंद्रशेखर धर्माधिकारी	२००३	राष्ट्रीय

पारितोषिके	संस्था	वर्णन	कुणी दिले	वर्ष	दर्जा
शेती-तंत्र रत्न	व्हीसीटेक्स फाऊंडेशन मुंबई	शेती नवतंत्रास प्रोत्साहन दिल्याबद्दल	धवल क्रांतीचे उद्गाते पद्मविभूषण डॉ. वर्गिस कुरियन यांचे हस्ते	२००४	राज्य
शेती औद्योगिक सामाजिक/ व्यवस्थापन कार्यकुशलता पारितोषिक	यशवंतराव चव्हाण प्रतिष्ठान मुंबई	मुख्यत्वे करून संपूर्ण महाराष्ट्र राज्याच्या दुष्काळग्रस्त भागांत ठिबक सिंचनाचा प्रसार करून शेती विषयात चालू असलेल्या संशोधनात नावीन्य आणण्यात असाधारण योगदान दिल्याबद्दल	पद्मश्री ना. धों. महानोर मराठी कवी	२००६	राज्य
डॉक्टर ऑफ लेटर्स (डी.लिट)	उत्तर महाराष्ट्र विद्यापीठ जळगाव	कृषि, फलोद्यान, सूक्ष्म सिंचन, जलरक्षण आदी मधील उल्लेखनीय कार्याबद्दल	डॉ. आर. एस. माळी कुलगुरू उमवि, जळगाव	२००६	राष्ट्रीय

पारितोषिके	संस्था	वर्णन	कुणी दिले	वर्ष	दर्जा
डॉक्टर ऑफ सायन्स (डी.एससी.)	कोकण कृषी विद्यापीठ, दापोली	कृषि, फलोद्यान, सूक्ष्म सिंचन, जलरक्षण आदी मधील उल्लेखनीय कार्याबद्दल	डॉ. एस.एस. मगर कुलगुरू कोकण कृषी विद्यापीठ, दापोली	२००६	राष्ट्रीय
डॉक्टर ऑफ सायन्स (डी.एससी.)	महाराणा प्रताप कृषी एवं तंत्रज्ञान विद्यापीठ, जयपुर (राजस्थान)	कृषि, फलोद्यान, सूक्ष्म सिंचन, जलरक्षण आदी मधील उल्लेखनीय कार्याबद्दल	श्रीमती, प्रतिभाताई पाटील कुलपती म.प्र.कृ. विद्यापीठ, राज्यपाल-राजस्थान	२००६	राष्ट्रीय
भारताचा जलरक्षक	युनेस्को ॲन्ड वॉटर डायस्ट	जलरक्षणात भरीव योगदान दिल्याबद्दल	जयप्रकाश नारायण यादव युनियन ऑफ स्टेट फॉर वॉटर रिसोर्सेस	२००७	राष्ट्रीय
पद्मश्री	गृहमंत्रालय, भारत सरकार	कृषि विज्ञान व औद्योगिक क्षेत्रातील भरीव कामगिरीबद्दल	श्रीमती प्रतिभाताई पाटील, राष्ट्रपती, भारत	२००८	राष्ट्रीय

परिशिष्ट ३

REVISED GUIDELINES
PRADHAN MANTRI ROZGAR YOJANA (PMRY)

Salient features

Prime Minister's Rozgar Yojana (PMRY) for providing self-employment to educated unemployed youth of economically weaker sections has been in operation since October 2, 1993. The scheme aims at assisting the eligible youth in setting up self-employment ventures in industry, service & business sectors. The scheme intends to cover urban and rural areas.

Sl. No.	Parameters for eligibility	
1.	Age	(i) 18 to 35 years for all educated unemployed
		(ii) 18 to 40 for all educated unemployed in North-East States, Himachal Pradesh, Uttaranchal and J & K
		(iii) 18 to 45 years for Scheduled Castes/ Schedule Tribes, Ex-servicemen, Physically Disabled and Women.
2.	Educational Qualification	VIII pass. Preference will be given to those who have been trained for any trade in Government recognised approved institutions for duration of at least six months.

3.	Family income	Neither the income of the beneficiary along with the spouse, the income of the parents nor the in-laws (in case of married men in Meghalaya and married women in the rest of the country staying with in - laws) of the beneficiaries shall exceed Rs. 1,00,000/- p.a.
4.	Residence	Permanent resident of the area for atleast 3 years. (Relaxed for married men in Meghalaya and for married women in rest of the country. For married men in Meghalaya and for married women in rest of the country the residency criteria applies to the spouse or in-laws.
5.	Defaulter	Should not be a defaulter to any nationalized bank, financial institution/co-operative bank. Further, a person already assisted under other subsidy linked Government schemes would not be eligible under this scheme.
6.	Activities Covered	All economically viable activities including agriculture and allied activities. but excluding direct agricultural operations like raising Crop, purchase of manure etc.
7.	Project Cost	Rs. 2.00 lakh for business/service sector and Rs. 5.00 lakhs for industry sector, loan to be of composite nature. If two or more eligible persons joins together in a partnership, project upto Rs. 10.00 lakhs are covered. Assistance shall be limited to individual admissibility.

Self Help Groups can be considered for assistance under the Scheme provided :

- Educated Unemployed Youth satisfy the eligibility criteria laid down under the Scheme volunteer to form SHG to set up self-employed ventures (Common Economic Activity)
- A Self Help Group may consist of 5-20 educated unemployed youth.
- No upper ceiling on project cost.
- Loan may be provided as per individual eligibility taking into account requirement of the project.
- SHG may undertake common economic activity for which loan is sanctioned without resorting to onward lending to its members.
- The subsidy ceiling for Self Help Group is Rs. 15,000/- per beneficiary subject to a maximum of Rs. 1.25 lakh per Self Help Group.
- Subsidy may be provided to the SHG as per the eligibility of individual members taking into account relaxation provided in North Eastern States Uttaranchal, Himachal Pradesh and Jammu & Kashmir.
- Required margin money contribution (i.e. subsidy and margin to be equal to 20 per cent of the project cost) should be brought in by the SHG collectively.
- The exemption limit for obtaining of collateral security will be Rs. 5 lakh per member of SHG for projects in the industry sector and Rs. 2 lakh per member

of SHG for projects under Service/ Business Sectors. Banks may consider enhancement in the limit of exemption of collateral in deserving castes.

- Implementing agencies may decide necessity of predisbursal training for all the members/majority of the members of the group.

8.	Subsidy & Margin money	(i) Subsidy will be limited to 15% of the project cost subject to ceiling of Rs. 12,500/- per entrepreneur. Banks will be allowed to take margin money from the entrepreneur varying from 5% to 16.25% of the project cost so as to make the total of the subsidy and the margin money equal to 20% of the project cost.

For North Eastern States, Himachal Pradesh, Uttaranchal and J&K-

(ii) Subsidy @ of 15% of the project cost subject to a ceiling of Rs. 15,000/- per entrepreneur for north-eastern States, Himachal Pradesh, Uttaranchal and Jammu & Kashmir. Margin money contribution from the entrepreneur may vary from 5% to 12.5% of the project cost so as to make the total of the subsidy and the margin money equal to 20% of the project cost.

9.	Collateral	No collateral for units in industry sector with project cost upto Rs. 5.00 lakh (the loan ceiling under the PMRY), For partnership projects under Industry Sector, the exemption limit for obtention of collateral

security will be Rs. 5.00 lakh per borrower account. For units in service and business sector no collateral for project upto Rs. 2.00 lakh. Exemption from collateral in case of partnership project will also be limited to an amount of Rs. 2.00 lakh per person participating in the project cost.

10.	Rate of interest & Repayment Schedule	Normal rate of interest shall be charged. Repayment schedule may range from 3 to 7 years after an initial moratorium as may be prescribed.
11.	Reservation	Preference should be given to weaker sections including women. Assistance to SC/ST beneficiaries should be targeted in such a manner that they are benefitted in proportion to their population in the respective district/State. However, the number of SC/ST beneficiaries should not be less than 22.5% and 27% for Other Backward Class (OBCs) as is currently envisaged in the PMRY. In case SC/ST/OBC candidates are not available States/UTs Govt. will be competent, to consider other categories of candidates under PMRY.
12.	Training	Each entrepreneur whose loan is sanctioned is provided training as per details given below. (i) For industry sector: Duration : 15-20 working days. Stipend : Rs. 750/- Training expenditure : Rs. 1750/- (ii) For service and business sector : Duration : 7-10 working days. Stipend : Rs. 375/- Training expenditure : Rs. 875/-

13.	Motivational campaigns	To improve the success rate of eligible applicants, States/UTs will be allowed reimbursement of cost of counseling and guiding the applicants @ Rs. 200/- per applicant, for 125 per cent of the allocated traget of cases.
14.	Publicity	(i) Seminars to be conducted in each district for creating awareness of PMRY in the area in the form of pre-selection motivational campaigns. A resolution may be adopted by each Gram Panchayat for giving wide publicity and awareness about PMRY in their respective jurisdictions.
		(ii) To reduce the level of sickness/closure of PMRY units, the District Level Selection Committee/Task Force Committee be made responsible for the proper scrutiny of applications and selection of viable projects.
15.	Implementing Agency	The District Industry Centres and Directorate of Industries are mainly responsible for implementation of the Scheme along with the banks.

Annexure - B

PMRY

Name of the District
Name of the Block
Name of the Village

Sl No	Name of the Scheme	Name of the implementing agency	Details of the Scheme	Cost of the Scheme	Date of release of funds	Name and address of the beneficiary/ Total No. of beneficiaries	Position of the grant of benefit received/ not received	Bank loan taken/not taken	Remarks of Verification Officer
1	2	3	4	5	6	7	8	9	10

Note :1. Columns 1 to 7 should be filled in by the implementing department.
2. Columns 8 to 10 should be filled in by the verification officer.

Signature of the Verification Officer

संदर्भसूची

A Text Book of Environmental Studies - Chatwal and Sharma - Himalaya Publishing House (2004)

Colombo Plan Staff College for Technician Education - Manila T MH. N.Delhi.

Datt & Sundharam Indian Economy- Gaurav Datt, S. Chand & Co., Ashwani Mahajan 67th Revised Edition

Entrepreneurial Development - C. B. Gupta, N. P. Srinivasan Sultan Chand & Sons.

Entrepreneurial Development - K. Ravi Chandra Sterling Publishers Pvt.Ltd.

Entrepreneurial Development - Volume 1 - Vasant Desai Himalaya Publishing House.

Entrepreneurship & Small Business Management - Nicholas Siropolis - All India Publishers & Distributors.

Entrepreneurship Development - S. S.Khanka - S. Chand.

Environmental Studies - Edited by Dr. M.S.Prashanth, Dr. Jon Dasi, Dr. A.R.Kulkarni and Dr. Shrikant Karlekar Diamond Publications, Pune (2006)

Essentials of Business Environment - K. Aswathappa Himalaya Publishing House.

International Business - Text and Cases Francis Cherunilam Prentice- Hall of India.

- www.mcciapune.com
- www.maharashtra.gov.in
- Journal of Commerce and Management Thought (JCMT)

ISSN (Print) 0975-623x

ISSN (Online) 0976-478x

www.jcmt.net

Editor Dr. S.V.Kadvekar

व्यावसायिक पर्यावरण – डॉ. श्री. वि. कडवेकर – गाज प्रकाशन

व्यावसायिक पर्यावरण आणि उद्योजकता – डॉ. श्री. वि. कडवेकर, प्रा. रविंद्र कोठावदे – डायमंड पब्लिकेशन्स

२१व्या शतकाकडे (डॉ. नीलकंठ कल्याणी यांचे विचारधन भाषणे, लेख, मुलाखती यांचा संग्रह) – संकलन – श्री. सविता भावे – अमेय प्रकाशन

वाणिज्य विद्या

जर्नल ऑफ कॉमर्स अ‍ॅण्ड मॅनेजमेंट थॉट–मराठी पूरक ISSN 0975-623x

संपादक – डॉ. श्री. वि. कडवेकर